ക്രൂശിതരുടെ പ്രാർഥനാചക്രം

krushitharude prardhanachakram
novel

•

a p jyothirmai

•

first edition
april 2012

•

published
chintha publishers, thiruvananthapuram

•

typesetting
minerva graphotechs, attukal

cover
ambeesh

വിതരണം

ദേശാഭിമാനി ബുക്ക് ഹൗസ്
H O തിരുവനന്തപുരം–695 035
www.chinthapublishers.com
chinthapublishers@gmail.com

ബ്രാഞ്ചുകൾ

ഹെഡ്ഡാഫീസ് ബ്രാഞ്ച് കുന്നുകുഴി • ഓവർബ്രിഡ്ജ് തിരുവനന്തപുരം • കെ എസ് ആർ ടി സി ബസ് സ്റ്റേഷൻ ആലപ്പുഴ • കെ എസ് ആർ ടി സി ബസ് സ്റ്റേഷൻ എറണാകുളം • മച്ചിങ്ങൽ ലെയ്ൻ തൃശൂർ • ഐ ജി റോഡ് കോഴിക്കോട് • മാവൂർ റോഡ് കോഴിക്കോട് • എൻ ജി ഒ യൂണിയൻ ബിൽഡിങ് കണ്ണൂർ • സെൻട്രൽ ബസ് ടെർമിനൽ കോംപ്ലക്സ് താവക്കര കണ്ണൂർ

CO - 1740 / 2903

ISBN - 978-93-82167-11-2

ക്രൂശിതരുടെ പ്രാർഥനാചക്രം

എ പി ജ്യോതിർമയി

ചിന്ത പബ്ലിഷേഴ്സ്
തിരുവനന്തപുരം-695 035

എ പി ജ്യോതിർമയി

തലശ്ശേരിയിൽ ജനിച്ചു. സേക്രഡ് ഹാർട്ട് കോൺവെന്റിൽ സ്കൂൾ വിദ്യാഭ്യാസം. ഗവൺമെന്റ് ബ്രണ്ണൻ കോളേജിൽ നിന്ന് ഇംഗ്ലീഷ് സാഹിത്യത്തിൽ ബിരുദം. ആനുകാലികങ്ങളിലും ആകാശവാണിയിലും നിരവധി ചെറുകഥകളും കവിതകളും പ്രസിദ്ധീകരിക്കുകയും അവതരിപ്പിക്കുകയും ചെയ്തിട്ടുണ്ട്.

മറ്റു കൃതികൾ: ശൂന്യതയുടെ കാവൽക്കാർ (കഥാസമാഹാരം) *ആത്മാവിന്റെ വിരുന്ന്, അപർണയുടെ യാത്രകൾ, തിരമാലകളുടെ വീട്, പുൽപ്പാട്ടിലെ കുരുതി, സ്നേഹക്കൂട്, മഹിശക്തി, വിഷക്കായുടെ പൊരുൾ, മാതുതുല്യം, കാലം സാക്ഷിയായി, ആകാശത്തിൽ ഒരൂഞ്ഞാൽ, ഒളിവിൽ പാർക്കാൻ ഒരിടം, നല്ല ശമരിയക്കാരൻ.* ദേവകി വാര്യർ അവാർഡ്, വനിതാ സാഹിതി ചെറുകഥാ അവാർഡ്, അബുദാബി ശക്തി അവാർഡ് എന്നിവ ലഭിച്ചിട്ടുണ്ട്. ഇലകൾ പൊഴിയുമ്പോൾ എന്ന കൃതി 2008ലെ ഗ്രീൻബുക്സ് സി ജി ശാന്തകുമാർ അവാർഡ് നേടി.

ഭർത്താവ് : സി പി വത്സരാജ്

മക്കൾ : വിജിർമയി, നിധിൻരാജ്

വിലാസം : 'ജ്യോതിസ്സ്'
ശ്രീനാരായണക്ഷേത്രത്തിന് സമീപം
ഉമ്മൻചിറ
പി ഒ തലശേരി
കണ്ണൂർ

ഒന്ന്

ബൗദ്ധക്ഷേത്രത്തിലെ മണികൾ മുഴങ്ങിയപ്പോൾ വെള്ളരിപ്രാവുകൾ ചിറകടിച്ചുയർന്നു. തലമുണ്ഡനം ചെയ്ത സന്യാസിമാർ പ്രാർഥനാലയങ്ങളിൽ ധ്യാനത്തിൽ മുഴുകി. പാറക്കല്ലുകളും മണലും മഞ്ഞും മണ്ണും ഇടകലർന്ന കൂറ്റൻ പർവതങ്ങൾ കാവൽനിൽക്കുന്ന ഉയർന്ന പ്രദേശമായിരുന്നു അത്. ബാർലിയും ഗോതമ്പും ചോളവും വിളഞ്ഞുനിൽക്കുന്ന വയലേലകളിലൂടെ, പച്ചയും ചാരനിറവുമാർന്ന പക്ഷികൾ കള്ളക്കണ്ണുമായി വട്ടമിട്ടു പറന്നു. അവയെ തുരത്താൻ നീളൻ ചില്ലകളുമായി കുട്ടികൾ ഓടിനടന്നു.

ഗ്രാമത്തിന്റെ തെക്കുവശത്ത് മഞ്ഞുമൂടിയ മലകൾ—കാടുകളും പുൽമേടുകളും കരിമ്പാറക്കെട്ടുകളും മഞ്ഞുപാളികളും കൂറ്റൻ മലകൾക്കാഭരണമാകുന്നു. പൂചൂടി നിൽക്കുന്ന വന്മരങ്ങളുമുണ്ട്. ഗ്രാമത്തിലെ വീടുകളിൽ, തലയിൽ പൂക്കൾ ചൂടിയ, നിറമുള്ള വസ്ത്രങ്ങളണിഞ്ഞ സ്ത്രീകൾ തങ്ങളുടെ പുരുഷന്മാർക്കും കുട്ടികൾക്കും കമ്പിളിക്കുപ്പായങ്ങൾ തുന്നി. നീർച്ചോലകൾ ഒഴുകിയെത്തുന്ന വെള്ളച്ചാട്ടങ്ങളുടെ കരയിൽ യുവതീയുവാക്കൾ കന്നുകാലികളെ മേയ്ക്കാനിറങ്ങി. അവരുടെ മുഖങ്ങൾ ശാന്തമായിരുന്നു. നല്ല പൊക്കവും കരുത്തുമുള്ള സ്നേഹശീലരായ യുവാക്കൾ. അവരെ പ്രണയിക്കുന്ന വിനയവും അച്ചടക്കവുമുള്ള പെൺകുട്ടികൾ.

ടിബറ്റിനെ ചുറ്റിയൊഴുകുന്ന മഞ്ഞനദിയും ശാന്തമായിരുന്നു. നദിക്കരയിൽ സൗമ്യതയോടെ യാക്കുകളും പശുക്കളും കുതിരകളും മേഞ്ഞു.

തെളിഞ്ഞുനിന്ന നീലാകാശം പെട്ടെന്ന് കാർമേഘാവൃതമായി. കറു

കറുത്ത മേഘപാളികൾക്കിടയിൽ രക്തവർണം കണ്ട് ജനങ്ങൾ ഭയചകിതരായി. ഇടിമിന്നലുകളായി വാൾത്തലപ്പുകൾ, സീൽക്കാരത്തോടെ സ്വൈരജീവിതത്തിന്റെ കടയ്ക്കൽ വന്നുവീണു. മഴ പെയ്തു. മഴനാരുകൾക്ക് ചോരയുടെ നിറവും മണവുമായിരുന്നു.

മഞ്ഞനദി ചുവന്നു. മനുഷ്യരുടെയും കന്നുകാലികളുടെയും ശവശരീരങ്ങളും അവയവങ്ങളും ചുമക്കേണ്ടിവന്ന നദി ആർത്തലച്ചു കടലിൽ ചെന്നുപതിച്ചു. കരുണയും സ്നേഹവും നിറഞ്ഞ അഹിംസാവാദികളായ ബുദ്ധസന്യാസികളുടെ തലകൾ ടിബറ്റിലെ കിണറുകളിലും കുഴികളിലും പുഴകളിലും കണ്ണുകൾ തുറിച്ചു ചലനമറ്റു കിടന്നു. തുറന്നുകിടന്ന കണ്ണുകളിൽ കാലം ഒരു മാത്ര മരവിച്ചു.

യുഗങ്ങൾ പിറകോട്ടൊഴുകി. മഞ്ഞനദി ഹിമാലയത്തിലേക്ക് തിരിച്ചൊഴുകുന്നു. ചലനമറ്റ കണ്ണുകളിൽ കാലത്തിന്റെ ദാരുണക്കാഴ്ചകൾ ഒരിക്കൽക്കൂടി പ്രത്യക്ഷമായി.

ഇന്ത്യയിൽ മനോമോഹനമായ കേരളത്തിലെ, കടലോരഗ്രാമമായ ധർമപട്ടണത്തിലേക്ക് പരശുരാമൻ തന്റെ സൈന്യത്തെ നയിച്ചു. അതൊരു ബൗദ്ധവിഹാര കേന്ദ്രമായിരുന്നു. അവിടെ ബുദ്ധഭിക്ഷുക്കളും ഗുരുനാഥന്മാരും ബുദ്ധമത പ്രചാരകരായി ശാന്തജീവിതം നയിക്കുകയായിരുന്നു.

പരശുരാമന്റെ വാൾമുന ഒന്നുലഞ്ഞു. അഹിംസാവാദികളായ ഭിക്ഷുക്കളെയും സന്യാസിമാരെയും വെട്ടിയരിഞ്ഞു. തന്റെ നേരെ വാൾ വീശാനോങ്ങുന്ന സൈനികനോട് ബുദ്ധസന്യാസി ചോദിച്ചു:

"എന്തു തെറ്റിന്റെ പേരിലാണീ ശിക്ഷ."

"നീ ബുദ്ധമത വിശ്വാസിയാണെന്ന തെറ്റിന്."

"അതൊരു തെറ്റാണോ—ഞങ്ങൾ ആരെയും ദ്രോഹിക്കുന്നില്ല. കരുണയും സ്നേഹവും മതേതരത്വവുമല്ലാതൊന്നും ഞങ്ങളുടെ കർമങ്ങളിലില്ല."

"ചില കാലങ്ങളിൽ നന്മ, തിന്മയെക്കാൾ രൂക്ഷമാകുന്നു. സ്വർഗത്തെ കൈയെത്തിപ്പിടിക്കാൻ മനുഷ്യനവകാശമില്ല."

"സത്യവും നന്മയും മാത്രമാണ് എക്കാലവും വിജയിക്കുന്നത്."

"കാലങ്ങൾ എല്ലാറ്റിനെയും മാറ്റിമറിക്കുന്നു. തിന്മ വിജയം നേടുന്ന ഒരു യുഗം അടുത്തെത്തിക്കഴിഞ്ഞു."

അയാൾ വാൾ വീശി. ഭിക്ഷുണിയുടെ കഴുത്തറ്റു. അവരുടെ മുണ്ഡനം ചെയ്ത തലയിലെ രക്തച്ചാലുകളിൽ പ്രാർഥനാമന്ത്രമുണ്ടായിരുന്നു.

"ബുദ്ധം ശരണം
സംഘം ശരണം
ധർമം ശരണം–"

സൈനികൻ ആ ജഡമെടുത്തു ക്ഷേത്രക്കുളത്തിലേക്കെറിഞ്ഞു. ക്ഷേത്രത്തിനുള്ളിലെ പ്രതിമയുടെ നേരെ വീശിയ വാൾ മുനയൊടിഞ്ഞു. പ്രതിമയുടെ കണ്ണുകളിൽനിന്നും രക്തം കിനിഞ്ഞു. സൈനികൻ കൈകൂപ്പി. അയാളറിയാതെ.

സോങ്ചു പ്രാർഥനാ ചക്രത്തിൽ വലംകൈ വച്ചു കറക്കിക്കൊണ്ട് പ്രാർഥനാമന്ത്രങ്ങളോതി.

"ഓം മാ നേ പേ മേ ഹും"

നരച്ച മുടിയിഴകളിലൂടെ കിനിഞ്ഞിറങ്ങുന്ന വിയർപ്പുതുള്ളികൾ മുഖത്തെയും കഴുത്തിലെയും ഞൊറിവുകളിലൂടെ കീഴോട്ടൊഴുകി. വരണ്ട, നേർത്ത ചുണ്ടുകൾ ചലിക്കുന്നുണ്ടായിരുന്നു. ശരീരം മൂടിയ കമ്പിളിയുടുപ്പുകളിൽനിന്നും ദുർഗന്ധമൊഴുകി അഖിലയുടെ ശ്വാസവായുവിനെ മലിനമാക്കി.

"സോങ്ചുപ്പാ മതി" അക്ഷമയോടെ അഖില പറഞ്ഞു. അവളുടെ മുഖത്തെ പരിഭവത്തിലേക്ക് കൗതുകത്തോടെ ഒന്നു നോക്കിയ സോങ്ചു പ്രാർഥന അവസാനിപ്പിച്ചു. അഖില ആ പ്രാർഥനാലയത്തിലെ സിമന്റ് കൊണ്ട് കെട്ടിയ ഇരിപ്പിടത്തിൽ കാത്തിരിപ്പുണ്ടായിരുന്നു. കാലുകൾ ശ്രദ്ധയോടെ മുന്നോട്ടു വച്ചാണ് സോങ്ചു അവളുടെ അരികിലേക്ക് വന്നത്. ചുറ്റും മരങ്ങളുണ്ടായിരുന്നു. സദാ തണുപ്പുള്ള കാറ്റ് ആ വാർധക്യ ദേഹത്തെ ദയവില്ലാതെ കിള്ളിക്കൊണ്ടിരുന്നു. നിറമുള്ള കടലാസ് പൂക്കൾ കാറ്റിൽ ചിതറി, പ്രാർഥനാലയത്തിനു മീതെ പൊഴിഞ്ഞു.

അഖിലയ്ക്ക് കേൾക്കാനുണ്ടായിരുന്നു. പറയാൻ സോങ്ചു തയാറായില്ല. ഏറെ നാളത്തെ യത്നമാണ് സോങ്ചുവിനെക്കൊണ്ട് എന്തെങ്കിലും സംസാരിപ്പിക്കാനായി. മറവി എന്ന വാക്കുകൊണ്ട് മനസിന് മേലെ കാണാത്തിരശ്ശീല നിവർത്തിട്ട് അതിലടങ്ങി കിടക്കുകയാണയാൾ.

അഖില കൈയിൽ കരുതിയ ബിസ്കറ്റ് പാക്കറ്റ് സോങ്ചുവിന്റെ നേരെ നീട്ടി. ഇടുങ്ങിയ, നരച്ച കണ്ണുകളിൽ ബാല്യത്തിന്റെ നിഷ്കളങ്കതയാർന്ന തിളക്കവും, ചുളിഞ്ഞ മുഖത്ത് നന്ദി പുരണ്ട മന്ദഹാസത്തിന്റെ തെളിമയുമുണ്ടായി.

ശ്രദ്ധയോടെ പാക്കറ്റ് പൊളിച്ച് ഒരു ബിസ്കറ്റെടുത്ത് അയാൾ വായിലിട്ടു. പല്ലുകൾ നഷ്ടമായ വായിലിട്ട് അലിയിച്ച് കഴിക്കുന്നതു നോക്കി അഖില സാകൂതമിരുന്നു. അവൾക്കപ്പോൾ വിച്ചുവിനെ ഓർമവന്നു. അവന്റെ മുഖത്തെ നിഷ്കളങ്കതയുടെ ഓളംവെട്ടലാണീ കണ്ണുകളിലുമെന്നവൾ വാത്സല്യത്തോടെ ഓർത്തു. കൈകൾ നീട്ടി അയാളുടെ വരണ്ടുണങ്ങിയ വിരലുകളിൽ അവൾ തലോടി. ഉണങ്ങിപ്പോയ മരത്തിന്റെ വേരുകൾ പോലെ നിറം നഷ്ടപ്പെട്ട കൈനഖങ്ങൾ.

അൽപ്പമകലെ മരച്ചുവട്ടിലെ കൽത്തറയിൽനിന്ന് അനിൽ അവളെ അക്ഷമയോടെ നോക്കി. അവൻ തിരക്കു കൂട്ടുകയാണ്. അതവഗണിച്ചവൾ അറിയാവുന്ന ടിബറ്റൻ ഭാഷയിൽ ചോദിച്ചു:

"സോങ്ചുപ്പാ എന്നോടിഷ്ടമല്ലേ"

ആകാവുന്ന വേഗതയിൽ സോങ്ചു തലയാട്ടി, ആണെന്ന അർഥത്തിൽ. അയാൾ വീണ്ടും നഖങ്ങളിലേക്കും കൈകളിലേക്കും സസൂക്ഷ്മം നോക്കിയിരുന്നു.

അനാഥാലയത്തിന്റെ വരാന്തയിലൂടെയും മുറ്റത്തും പറമ്പിലൂടെയുമൊക്കെ വാർദ്ധക്യരൂപങ്ങൾ അലക്ഷ്യമായി നടക്കുന്നുണ്ടായിരുന്നു. ചിലരൊക്കെ അനിലിനെയും അഖിലയെയും കൗതുകത്തോടെ നിരീക്ഷിച്ചു. അവർക്ക് സമ്മാനിക്കാനുള്ള ബിസ്കറ്റ് പായ്ക്കറ്റുകളാണ് അവളുടെ ലെതർബാഗിൽ.

"ടിബറ്റ് ഓർക്കുന്നോ സോങ്ചു."

ആ കണ്ണുകളിൽ വെളിച്ചമില്ലാതെയായി. ചിരി മാഞ്ഞുപോയി. തീരെ പതിഞ്ഞ ശബ്ദത്തിൽ സോങ്ചു എന്തൊക്കെയോ പറഞ്ഞു. അഖിലയ്ക്ക് ഒന്നും മനസിലാക്കാനോ കേൾക്കാനോ കഴിഞ്ഞില്ല. നിസ്സഹായതയോടെ അഖില കൈമാടി വിളിച്ചപ്പോൾ അനിൽ വൈമനസ്യത്തോടെ നടന്നുവന്നു.

"എനിക്കൊന്നും മനസിലാകുന്നില്ല അനിൽ. നിനക്കിവരുടെ ഭാഷ അറിയാമല്ലോ."

"ഒരവധി ദിവസം ഉപയോഗപ്രദമാക്കാൻ നീ സമ്മതിക്കില്ല അല്ലേ."

"പ്ലീസ് അനിൽ" അയാളുടെ മുഖത്തെ പിണക്കമോ മടുപ്പോ എന്ന് വേർതിരിച്ചറിയാനാവാത്ത വികാരത്തിലേക്ക് ശ്രദ്ധയൂന്നാൻ അപ്പോൾ അവൾക്ക് കഴിഞ്ഞില്ല. അവളുടെ മനസ്സ് സോങ്ചുവിന്റെ വാക്കുകളിൽ ഉടക്കിക്കിടക്കുകയാണ്.

അനിൽ ടിബറ്റൻ ഭാഷയിലെന്തോ ചോദിച്ചു. സോങ്ചു അനിലിനെ തറച്ചുനോക്കിയിരുന്നു. ഔത്സുക്യമോ വേദനയോ പകപ്പോ ഒക്കെ ആ വൃദ്ധമുഖത്ത് ഓടിമറഞ്ഞു.

"വീടെവിടെയായിരുന്നു. ഓർമയുണ്ടോ?"

അനിൽ ചോദിച്ചു. സോങ്ചു തലയാട്ടി.

"ഓർമയുണ്ട്"

അയാൾ മുഖമുയർത്തി ആകാശത്തേക്ക് നോക്കി.

"ഈ ആകാശത്തിന്റെ അങ്ങേയറ്റത്ത് ചെന്നു നോക്കിയാൽ എന്റെ വീട് കാണാം."

അയാളുടെ കണ്ണുകളിൽ ഓർമകൾ നിറഞ്ഞു. ഓർമകൾക്കൊപ്പം ജീവിതത്തിന്റെ നിറങ്ങൾ തുളുമ്പി.

ഗോതമ്പും ബാർലിയും വിളയുന്ന പാടങ്ങൾക്ക് നടുവിലായൊരു വീട്. നടുമുറ്റത്തെ കൊടിമരത്തിൽ പ്രാർഥനാപതാകകൾ പറന്നു. തണുപ്പുള്ള കാറ്റ്, പൈൻമരങ്ങളെ ഉലച്ചു മഞ്ഞുകണങ്ങളുതിർത്തു.

പർവതങ്ങൾക്ക് നടുവിലായി മനോഹരമായ പ്രദേശമായിരുന്നു. ബാർലിയും ഗോതമ്പും ചോളവും വിളയുന്ന പാടങ്ങൾ. മലഞ്ചെരിവുകളിൽ മരങ്ങൾ നിറഞ്ഞ കാടുകൾ. അതിനപ്പുറം തരിശായ പുൽമേടുകൾ. കാവലായി കരിമ്പാറക്കെട്ടുകൾ. സദാ മഞ്ഞിൽ പുതഞ്ഞു കിടക്കുന്ന കരിമ്പാറക്കെട്ടുകൾ.

സോങ്ചുവിന്റെ കണ്ണുകൾ കൂടുതൽ ചെറിയതായി നെറ്റിയിൽ രേഖകൾ തെളിയുകയും മായുകയും ചെയ്തു.

“ടിബറ്റിലേക്കിനി പോകണമെന്നില്ലേ” അനിൽ ചോദിച്ചപ്പോൾ ആകാശത്തിന്റെ അങ്ങേയറ്റത്തു നിന്നും താഴെ വീണതുപോലെ അയാൾ നടുങ്ങി വിറച്ചു.

“വേണ്ട–വേണ്ട” അയാൾ തൊഴുതു. കൂപ്പിയ കൈകൾ വിറകൊള്ളുന്നു. കണ്ണുകൾ നിറഞ്ഞു. ഭയപ്പെടുത്തുന്ന ആ മാറ്റം കണ്ട് അഖില സ്തംഭിച്ചുപോയി. അനിൽ നേർത്ത ചിരിയോടെ നിർവികാരനായിരുന്നു.

“ഞങ്ങൾക്കിനി എവിടെയും പോകണ്ട, ഇവിടെ ഈ ഇന്ത്യയുടെ കനിവാർന്ന മണ്ണിൽ മരിക്കാൻ അനുവദിക്കൂ.”

അയാൾ പ്രയാസപ്പെട്ട് ശരീരം മുന്നോട്ടു വളച്ചു നമിച്ചു. അഖില എഴുന്നേറ്റ് വന്നു സ്നേഹത്തോടെ ആ ശരീരത്തെ പൊതിഞ്ഞുപിടിച്ചു.

“വേണ്ട സോങ്ചുപ്പ, എവിടെയും പോകണ്ട. ഈ ഇന്ത്യ നിങ്ങളുടേതാണ്. ഇവിടുത്തെ സംസ്കാരം സ്നേഹത്തിലും കരുണയിലും നിന്നുടലെടുത്തതാണ്. ഈ മണ്ണിൽ നമുക്കൊന്നായി നമ്മുടെ വേരുകളൂന്നാം.”

അനാഥാലയത്തിലെ സൂക്ഷിപ്പുകാരി പഞ്ചു എന്ന പെൺകുട്ടി അവർക്കരികിലേക്ക് വന്നു. അവളുടെ നീളമുള്ള ഫ്രോക്കിന്റെ ചുറ്റും വിശറിപോലെ കിടന്ന പങ്ഡലിന് പല വർണങ്ങൾ. സ്ഥിരപ്പെടുത്തിയ ഒരു മന്ദഹാസം പഞ്ചുയുടെ മുഖത്തുണ്ട്.

“സോങ്ചുപ്പാക്ക് ഓർമ കിട്ടി അല്ലേ” അവൾ നേർത്ത ചുണ്ടുകൾ വലിച്ചു നീട്ടി ഭംഗിയായി ചിരിച്ചു.

“ഓർമ വന്നു കഴിഞ്ഞാൽ സോങ്ചുപ്പാ ഭീതിദനാകുന്നു. ടിബറ്റിൽനിന്നും പലായനം ചെയ്തതിന്റെ ശപിക്കപ്പെട്ട നിമിഷങ്ങൾ അദ്ദേഹത്തെ വേട്ടയാടുന്നു. അപ്പോഴാണീ കരച്ചിലും അപേക്ഷയുമൊക്കെ.” പഞ്ചു വിശദീകരിച്ചു.

“ഇങ്ങനെ ബോധോദയമുണ്ടാകുമ്പോൾ അദ്ദേഹം കഴിഞ്ഞതൊക്കെ ഓർക്കുന്നു. സങ്കടപ്പെടും കരയും ഭയപ്പെടും.”

പഞ്ചുയുടെ മുഖം മങ്ങിപ്പോയി, കരിമേഘം ഓടിക്കയറിയതുപോലെ നേർത്ത കണ്ണുകളിൽ നീർത്തിളക്കം.

“സങ്കടപ്പെടാതിരിക്കാൻ കഴിയില്ല. സ്വന്തമായതെല്ലാം നഷ്ടപ്പെട്ടവരുടെ വേദനയെക്കാൾ തീക്ഷ്ണമായതെന്തുണ്ട് അല്ലേ.”

പഞ്ച അഖിലയുടെ മുഖത്തേക്ക് നോക്കി. എല്ലാം നഷ്ടമായതിന്റെ വേദനയുടെ മുള്ളുകൾ നെഞ്ചിൽ തറഞ്ഞതുപോലെ അഖില ഒന്നു പിടഞ്ഞു.

സോങ്ചു ഏതോ ചിന്തയിൽ ലയിച്ചിരിക്കുകയാണ്. പാടമൂടിയ കണ്ണുകളിൽനിന്നും കവിളിലേക്കടർന്നു വീഴുന്ന മൂന്നാല് തുള്ളികൾ, പഞ്ച വിരലുകൾകൊണ്ട് മായ്ച്ചുകളഞ്ഞു. പിന്നെ ആശ്വസിപ്പിക്കാനെന്ന മട്ടിൽ എന്തോ പറഞ്ഞു. കേൾക്കാത്ത മട്ടിൽ സോങ്ചു പ്രതിമ പോലിരുന്നതേയുള്ളൂ.

അഖില ചുറ്റും നോക്കി. മുറ്റത്തും മുറികളുടെ ജനാലയ്ക്കലുമൊക്കെ പ്രായമേറിയ മുഖങ്ങൾ. ജരയും നരയും ബാധിച്ചവരുടെ ലോകം. കമ്പിളിക്കുപ്പായങ്ങളിൽ അവർ ചൂളിയൊതുങ്ങി നിൽക്കുകയാണ്. ഒരു മൂലയിലിട്ട മരക്കസേരയിൽ കണ്ണടവെച്ച് ആജാനുബാഹുവായ ഒരാൾ ചിന്താധീനനായി ഇരിപ്പുണ്ട്.

"ടിബറ്റൻ സൈന്യത്തിലായിരുന്നു. കുറേക്കാലം നേപ്പാളിൽ. കുടുംബമൊക്കെ ഇപ്പോഴും ടിബറ്റിലുണ്ടാവാമെന്ന വിശ്വാസത്തിലാണ്" പഞ്ച പറഞ്ഞു. സ്വന്തം നാട്ടിലെ കഥകളിലേക്ക് അഖിലയുടെ മനസ്സ് മടങ്ങി.

"പണക്കാരായ മക്കൾ അച്ഛനമ്മമാരെ മറക്കുന്നു. ബാധ്യതയായി കരുതുന്നു. അവരെ അനാഥാലയത്തിലേക്കോ വൃദ്ധസദനത്തിലേക്കോ വലിച്ചെറിയുന്നു."

നാട്ടിൽ കൂണുകൾപോലെ മുളച്ചുപൊന്തുന്ന സദനങ്ങൾ—ശാന്തിസദനം, വൃദ്ധസദനം, സ്നേഹസദനം. പല പേരുകൾ, പല കെട്ടിടങ്ങൾ. മതിലുകൾക്കകത്ത്, കൈവിരലുകളിലൂടെ ജീവിതവും ഒരു ജന്മത്തിന്റെ സ്വപ്നങ്ങളും ചോർന്നുപോയ കുറേ ജന്മങ്ങൾ.

കേട്ടു മടുത്തത്, മടുത്താലും കേൾക്കുമ്പോൾ വേദനിപ്പിക്കുന്ന കഥകൾ. ആവർത്തിക്കപ്പെടുന്ന കഥകളുടെ ശൃംഖലകൾ.

"സോങ്ചുവിനാരുമില്ലേ പഞ്ച?"

പഞ്ച അഖിലയുടെ കൈ തൊട്ടു സ്നേഹത്തോടെ പറഞ്ഞു:

"അഖിലയ്ക്ക് സോങ്ചുവിനോട് പ്രത്യേക പ്രതിപത്തിയാണല്ലോ. സോങ്ചുപ്പായ്ക്കും ആ സ്നേഹം കാണാനുണ്ട്."

അഖില പഞ്ചയുടെ വെളുത്തു മെലിഞ്ഞ കൈകളിലേക്ക് നോക്കി. അഖില സന്തോഷത്തോടെ ചിരിച്ചതേയുള്ളൂ.

കുശാൽ നഗറിലെത്തിയതിന്റെ ആദ്യദിനങ്ങളിൽ അനിലിനോടൊത്തു വന്നതാണ്. അനിൽ ഫോട്ടോഗ്രാഫറാണ്. ആർക്കോ വേണ്ടി വൃദ്ധസദനത്തിന്റെ കുറച്ചു ക്ലിപ്പിങ്സിനായി.

മനോഹരമായ ഒരു കെട്ടിടമാണ് വൃദ്ധസദനം. നിറയെ മരങ്ങൾ, പൂക്കൾ, പറമ്പിൽ കോളിഫ്ളവറും കാബേജും. അവിടെ പിച്ചവച്ചു നടക്കുന്ന വൃദ്ധരെ അഖില കൗതുകത്തോടെയാണ് കണ്ടത്. നാട്ടിലായിരു

ന്നപ്പോൾ കേട്ടിട്ടുള്ളതല്ലാതെ ഇങ്ങനെയൊരു സദനം അഖില കണ്ടിട്ടു ണ്ടായിരുന്നില്ല. അനിൽ ഫോട്ടോയെടുക്കാൻ തുടങ്ങിയപ്പോൾ തീരെ കൊച്ചുകുട്ടികളെപ്പോലെ ധൃതിയിൽ വന്നു, പലവിധ ഭാവാദികളോടെ പലരും പോസ് ചെയ്തു തുടങ്ങി. അനിലിനെ തൊടാനും തലോടാനും ഷേക്ക്ഹാൻഡ് ചെയ്യാനും അവർ മത്സരിച്ചു.

അഖില അകന്നുമാറി നിന്നതേയുള്ളൂ. അൽപ്പമകന്ന പ്രാർഥനാല യത്തിൽ പ്രാർഥനാചക്രത്തിൽ വിരൽ തൊട്ടു ധ്യാനനിമഗ്നനായ ഒരാളെ അഖില ഒരുനിമിഷം നോക്കി. പിന്നീട് ചെറിയ സ്റ്റെപ്പുകൾ കയറി അങ്ങോട്ടു ചെന്നു. അവൾ അടുത്തെത്തിയിട്ടും അയാൾ അറിഞ്ഞില്ല. തലയിൽ ഒരു പ്ലാസ്റ്റിക് തൊപ്പിയുണ്ട്. നരച്ചു നിറം മങ്ങിയ കമ്പിളി വാരി ച്ചുറ്റിയിട്ടുണ്ട്. വിറയ്ക്കുന്ന കൈകളിലൂടെ പ്രാർഥനാമന്ത്രങ്ങളെഴുതിയ തൂൺ കറങ്ങുന്നു. ആ ചുണ്ടുകൾ എന്തോ മന്ത്രിക്കുന്നുണ്ട്. ഈ മുഖം ഞാനെവിടെയോ കണ്ടിരിക്കുന്നല്ലോ എന്നാണവൾ ചിന്തിച്ചുപോയത്. പക്ഷേ എങ്ങനെ. ഏതോ മലകൾക്കപ്പുറത്തുനിന്നും പലായനം ചെയ്തു വന്നുചേർന്ന ഒരഭയാർഥി മാത്രമായ ഈ വൃദ്ധനെ, തലശ്ശേരിയിലെ ധർമ ടത്തു ജനിച്ചു വളർന്ന അഖില എന്ന സ്ത്രീ എങ്ങനെ അറിയാൻ.

അവൾ ഒന്നുരണ്ടു വട്ടം ശബ്ദമുണ്ടാക്കിയിട്ടും അയാൾ തിരിഞ്ഞു നോക്കിയില്ല. ചമ്മലോടെ അവൾ അയാളെ നോക്കി, വെളിയിൽ വെറുതെ നിന്നു. അൽപ്പം കഴിഞ്ഞാണ് അയാൾ പുറത്തേക്കു വന്നത്. പിണക്കം ഭാവിച്ച കുട്ടിയെപ്പോലെ അഖില അയാളെ നോക്കി. അതീവ നിഷ്കള ങ്കതയാർന്ന ചിരിയോടെ അയാൾ അവൾക്കരികിലേക്ക് വന്നു. ഈ ചിരി യും മുഖവും താൻ കണ്ടിരിക്കുന്നു എന്നവൾ വീണ്ടും ഓർത്തു പോയി. പിന്നെ വിഡ്ഢിത്തമാർന്ന ചിന്തയെന്നപോലെ തല ഒന്നു കുടഞ്ഞവൾ കണ്ണടച്ചു കളഞ്ഞു.

അഖിലയുടെ എതിർവശത്തായി, അവളെ നോക്കി ചാഞ്ചല്യമി ല്ലാത്ത ചിരിയോടെ അയാൾ ഇരുന്നു. പിന്നെ ടിബറ്റൻ ഭാഷയിൽ അവ ളോടെന്തോ ചോദിച്ചു. അഖില പിണക്കം മറന്നു, ഇംഗ്ലീഷിൽ പേര് ചോദിച്ചു.

“സോങ്ചു – സോങ്ചു” രണ്ടുമൂന്നു തവണ അതാവർത്തിച്ചു. ചിരി മായാതെ അയാൾ മറ്റെന്തൊക്കെയോ അഖിലയോട് ചോദിച്ചു. അവൾ അറിയാത്ത ഭാഷ കേട്ട് അമ്പരപ്പോടെ നിസ്സഹായയായി അനിലിനെ നോക്കി. അനിലിനെ ചുറ്റി വൃദ്ധരുടെ ആരവം. സ്കൂളിലെ ചെറിയ കുട്ടി കൾ കൂട്ടംചേർന്ന് ആർപ്പുവിളിക്കുന്നതാണ് അഖില ഓർത്തത്. ധർമ ടത്തെ നഴ്സറിസ്കൂളിലെ ടീച്ചറായിരുന്നു അഖില. കൂടുതൽ ശമ്പളം കിട്ടുന്നതിനായാണ് ടിബറ്റൻ കുട്ടികളെ ഇംഗ്ലീഷ് പഠിപ്പിക്കാൻ കുശാൽ നഗറിലേക്ക് വന്നത്. അഖില അങ്ങനെയാണ് എല്ലാവരെയും പറഞ്ഞു വിശ്വസിപ്പിച്ചിരുന്നത്, സത്യം അതല്ലാതിരുന്നിട്ടും.

വൃദ്ധസദനത്തിന്റെ ഡയറക്ടർ ഒരു സ്ത്രീയാണ്. നേപ്പാളിലെ പണക്കാരിയായ വിധവ. വളരെ ഭംഗിയായി ഇംഗ്ലീഷ് സംസാരിക്കുന്ന അവർക്ക് അനിലിനോട് പ്രത്യേകമായ വാത്സല്യമുണ്ട്.

അഖിലയെ കണ്ടപ്പോൾ അവർ ചോദിച്ചത്:

"നിന്റെ മാര്യേജ് കഴിഞ്ഞോ എന്നാണ്..."

അനിൽ ചെറുചിരിയോടെ അഖിലയെ ഒന്നു പാളി നോക്കി. പിന്നെ അവരുടെ കൈ ചേർത്തുപിടിച്ചു പറഞ്ഞു:

"മായോട് പറയാതെ എന്റെ മാര്യേജോ– അഖില എന്റെ ഫ്രണ്ട് മാത്രം."

അനിൽ അവരെ 'മാ' എന്നു വിളിച്ചതു കേട്ട് അഖിലയും അതനുകരിച്ചു.

ആദ്യമായി സദനത്തിന്റെ ഉള്ളിലേക്ക് കയറിച്ചെന്നപ്പോൾ അഖില വിഷമിച്ചു പോയി. പുറമെ നിന്നു കാണുന്നത്രയും സുന്ദരമായിരുന്നില്ല അകമുറികൾ. അസഹ്യമായ ദുർഗന്ധം അവളെ വെളിയിലേക്ക് തെറിപ്പിച്ചു കളഞ്ഞു.

"എന്താ അനിൽ ഇവിടിങ്ങനെ വൃത്തിഹീനമായി കിടക്കുന്നത്."

"കഴുകാത്ത മുറികൾ, അഴുക്ക് വസ്ത്രങ്ങൾ, കുളിക്കാത്ത മനുഷ്യർ ഇതൊക്കെ ചേർന്നാൽ സുഗന്ധമാകുമോ" എന്ന് അനിൽ ചോദിച്ചു.

"തെക്കും വടക്കും ഓടിനടക്കുന്ന പഞ്ച എന്ന പെൺകുട്ടിയും സെൻജിൽ എന്ന അവളുടെ അസിസ്റ്റന്റും സോച്ച എന്ന യുവാവും തടിച്ചുകൊഴുത്ത ടോടു എന്ന മധ്യവയസ്കയുമൊക്കെ പിന്നിവിടെ എന്തു ചെയ്യുന്നു."

"അവർ കുറ്റക്കാരല്ല" അനിൽ പറഞ്ഞു. "ഈ പ്രദേശം തരിശുഭൂമികളും പാറക്കെട്ടുകളും നിറഞ്ഞതാണ്. കിണർ കുഴിച്ചാൽ വെള്ളമില്ലാത്തിടത്താണ് സദനം നിലകൊള്ളുന്നത്. പൈപ്പിലൂടെ വരുന്ന വെള്ളത്തെ ആശ്രയിച്ചിട്ടുള്ള ജീവിതങ്ങളാണ്. ചിലപ്പോൾ ഭക്ഷണമുണ്ടാക്കാൻ തന്നെ തികയില്ല. കുളിയും വസ്ത്രം കഴുകലുമൊക്കെ വല്ലപ്പോഴും മാത്രം നടക്കുന്ന കാര്യങ്ങൾ."

ധർമടത്ത് അങ്ങനെയൊരു സദനമുണ്ടാകണം. അനാഥരായ ഈ ടിബറ്റൻ വൃദ്ധരെ അവിടെ സംരക്ഷിക്കണം. അവരുടെ ബുദ്ധമത പ്രാർഥനകൾ ആ അന്തരീക്ഷത്തിൽ അലയടിക്കണം. കാലങ്ങൾക്കപ്പുറത്തു നിന്നും നിഷ്കാസനം ചെയ്യപ്പെട്ട കുറേ ബുദ്ധഭിക്ഷുക്കളുടെ ആത്മാക്കൾ വീണ്ടും കടൽക്കാറ്റിനും പുഴയോളങ്ങൾക്കുമൊപ്പം ഇവർക്ക് കൂട്ടായെത്തും.

അഖിലയ്ക്കറിയാം, അവൾക്ക് ചില നടക്കാത്ത സ്വപ്നങ്ങളുണ്ടെന്ന്. അതിലൊന്നാണ് ഗണേഷുമായുള്ള വിവാഹമോചനം. ഒരു ത്രിസന്ധ്യക്ക് വിച്ചുവിനെയുമെടുത്ത് പടിയിറങ്ങിയപ്പോൾ അനിൽ മാത്രമായിരുന്നഭയം.

വിച്ചു ജനിച്ചു കഴിഞ്ഞപ്പോൾ മുതൽ ഗണേഷ് അകന്നു തുടങ്ങി. ബുദ്ധി മാന്ദ്യമുള്ള കുട്ടിക്ക് ജന്മംകൊടുത്തതിൽ അഖിലയെ ഗണേഷും അമ്മയും ചേർന്നു നിരന്തരം പീഡിപ്പിച്ചുകൊണ്ടിരുന്നു. വിച്ചുവിനെയും അവർ വെറുതെ വിട്ടില്ല. തരം കിട്ടിയാൽ ക്രൂരമായി ദ്രോഹിക്കും. അയാൾ അവനെ കൊന്നേക്കുമെന്നു തോന്നിയ ദിവസമായിരുന്നു അഖില അമ്മ പ്പൂച്ചയെ പോലെ ഗണേഷിനോടെതിരിട്ടത്.

ഇപ്പോൾ ഈ സദനത്തിലെത്തിയാൽ കയ്ക്കുന്ന ഓർമകളൊന്നും അവളെ വേദനിപ്പിക്കാറില്ല. ഇവിടെ കാറ്റിന് പറയാൻ കഥകളുണ്ട്. അതൊ ക്കെയും അവളുടെ വേദനയെക്കാൾ അഗാധവും മൂർച്ചയുള്ളതുമായി രുന്നു.

രണ്ട്

കുശാൽ നഗറിലെത്തിയിട്ട് മാസങ്ങൾ കഴിഞ്ഞിരിക്കുന്നു. സ്കൂൾ വക ക്വാർട്ടേഴ്സിൽ വിച്ചുവിനൊത്തുള്ള ആദ്യദിനങ്ങൾ ദുസ്സഹമായിരുന്നു. അവനെ തനിച്ചാക്കി സ്കൂളിൽ പോകാൻ അഖിലയ്ക്ക് പേടിയായിരുന്നു. ഭക്ഷണം പാത്രങ്ങളിലാക്കിവെച്ച് മുറിയടച്ചാണ് പോയിരുന്നത്. ലഞ്ച് ഇന്റർവെല്ലിൽ അഖില ഓടിയെത്തുമ്പോഴേക്കും ആ മുറിയാകെ ഭക്ഷണവും മലമൂത്രാദികളും ഇടകലർന്നിരിക്കും. എല്ലാം വൃത്തിയാക്കി പോയിക്കഴിഞ്ഞാൽ വിച്ചു തന്റെ ക്രിയകളെല്ലാം ആവർത്തിക്കും.

പിന്നീടാണ് ചുങ്ങായിയെ കണ്ടു മുട്ടിയത്. അവർ ടിബറ്റിൽനിന്നും നഷ്ടപ്പെട്ട സഹോദരനെ തേടി എത്തിയതാണ്. അവരുടെ പ്രായം ചോദിച്ചാൽ ചിരിക്കും. അവർക്കറിയില്ല എത്രയാണെന്ന്. ഇന്ത്യയിലെവിടെയോ തന്റെ സഹോദരനുണ്ടെന്നാണ് ചുങ്ങായിയുടെ വിശ്വാസം. അവർ നേപ്പാളിലും ഭൂട്ടാനിലുമൊക്കെ കുറെ അലഞ്ഞുതിരിഞ്ഞു നടന്നാണ് ഒടുവിൽ ഇന്ത്യയിലെത്തിയത്. കുറെ നാൾ ധർമശാലയിൽ താമസിച്ചു. ഒടുവിൽ പണക്കാരനായ ഒരുദ്യോഗസ്ഥന്റെ പാചകക്കാരിയായാണ് കുശാൽ നഗറിലെത്തിയത്. തന്റെ സ്വന്തം നാട്ടുകാരി അഭയാർഥിയായെത്തിയിട്ടും അവരോട് കനിവ് കാട്ടാൻ ഉദ്യോഗസ്ഥനോ ഭാര്യക്കോ കഴിഞ്ഞില്ല. ആ സ്ത്രീ ക്രൂരമായി തന്നെ ഉപദ്രവിക്കുമായിരുന്നെന്ന് ഛിന്നഭിന്നമായ ഇംഗ്ലീഷ് വാക്കുകൾകൊണ്ട് ചുങ്ങായി അഖിലയെ ധരിപ്പിക്കും. ഇന്ത്യയുടെ കനിവിലാണ് സ്വന്തം ജീവിതമെന്നത് ആ ഉദ്യോഗസ്ഥനും ഭാര്യയും മറക്കുന്നതെന്തെന്ന് ചുങ്ങായി ആശ്ചര്യപ്പെട്ടിട്ടുണ്ട്. ചെറുപ്പക്കാരായ ആ ദമ്പതികൾ വിദേശത്തെവിടെയോ പോയി അൽപ്പം പണം സമ്പാദിച്ചിട്ടുണ്ട്. എന്നാലും അവരും ഇവിടെ അഭയാർഥികൾ തന്നെ. തങ്ങളുടെ പൂർവികർ അനുഭവിച്ച ദുരന്തങ്ങളും വേദനങ്ങളും ഒരിക്കലെ

ങ്കിലും ഓർക്കാൻ ആഡംബരത്തിനടിമയാകുന്ന ഈ പുതുമുകുളങ്ങൾ ഓർക്കാത്തതെന്ത്. അനിൽ അവരെ സമാശ്വസിപ്പിക്കും.

"ലോകത്തെവിടെയും കാര്യങ്ങൾ ഇതൊക്കെയാണ്. ജീവിതവും അനുഭവങ്ങളും 'ഇന്നി'ലേക്ക് ഒതുങ്ങിപ്പോയിരിക്കുന്നു."

സുവർണക്ഷേത്രത്തിന്റെ പടിവാതിൽക്കൽ പട്ടിണിയായി കുഴഞ്ഞു വീണപ്പോൾ അനിലാണവരെ സ്വന്തം വീട്ടിലേക്ക് കൊണ്ടുപോയത്. ചുങ്ങായി തനിക്കറിയാവുന്ന ഭാഷയൊക്കെ കൂട്ടിക്കുഴച്ച്, ആ കഥകളൊക്കെ അഖിലയോട് പറയും. നന്ദി സ്ഫുരിക്കുന്ന നേർത്ത കണ്ണുകളിൽ നീർ തുളുമ്പും.

അനിലിന് സ്നേഹവും സഹതാപവുമുള്ള മനസുണ്ടെന്ന് അഖില അറിഞ്ഞു കഴിഞ്ഞതാണ്. അനിലിന്റെ ഒറ്റമുറിയിൽ ചുങ്ങായി സന്തോഷവതിയായിരുന്നു. ബുദ്ധിയുറയ്ക്കാത്ത കുഞ്ഞിനെ നോക്കാൻ ആരുമില്ലെന്ന് പറഞ്ഞപ്പോൾ സ്വമനസാലെയാണ് ചുങ്ങായി തയാറായത്. ഗണേഷ് തല്ലിയിറക്കിയപ്പോൾ മുതൽ നിഴൽപോലെ അനിൽ ഒപ്പമുണ്ട്. ഒരേ സ്കൂളിൽ പഠിച്ചു എന്നല്ലാതെ മറ്റൊരു ബന്ധവും അടുപ്പവും അനിലിനോടില്ലായിരുന്നു. നന്ദിയും സ്നേഹവും സൗഹൃദവും കലർന്ന ഒരു വികാരത്തിന്റെ സംയോജിപ്പിൽ അനിലിന് മുന്നിൽ സ്വയം ചുരുങ്ങിപ്പോകുന്നതായി അവൾക്ക് തോന്നിയിട്ടുണ്ട്.

ചുങ്ങായി ഒപ്പം താമസമായി തുടങ്ങിയപ്പോൾ അഖില വ്യത്യസ്തമായ ഒരു സ്നേഹബന്ധത്തിന്റെ ആസ്വാദ്യത അറിയുകയായിരുന്നു.

മങ്ങിയ നിറമുള്ള ഒറ്റയുടുപ്പായിരുന്നു ചുങ്ങായിയുടെ വേഷം. നിറങ്ങളുള്ള ഒരു തുണ്ടുതുണിയായിരുന്നു, അവർ വിവാഹിതയാണെന്ന തെളിവ്. അവരുടെ കഴുത്തിൽ താലിയോ നെറ്റിയിൽ സിന്ദൂരമോ ഇല്ല. പങ്ഡൽ എന്ന പേരിലുള്ള ആ ഞൊറിയുള്ള തുണിയാണത്രെ അവരുടെ വിവാഹശേഷമുള്ള വേഷം.

കുടുംബത്തെ കുറിച്ച് ചോദിച്ചപ്പോഴൊക്കെ അവർ ഒന്നും പറയാതെ മധുരമായി ചിരിക്കും. അത്രയും നനുത്ത ചിരിയുടെ പിന്നിൽ നിഗൂഢതയുണ്ടെന്നാണ് അനിൽ പറയുന്നത്.

ചുങ്ങായിയുടെ ചായയാണ് വിച്ചുവിനിഷ്ടം. ഇലയിട്ടു തിളപ്പിച്ച ചായയിൽ ഉപ്പും വെണ്ണയും ചേർത്തടിക്കുന്നതാണ് ടിബറ്റൻ ചായ. അവനിപ്പോൾ അമ്മയുടെ മധുരമിട്ട ചായയെക്കാൾ അവരുടെ ഉപ്പിട്ട സ്പെഷ്യൽ ചായയാണിഷ്ടം.

"കുടിച്ചു നോക്കൂ, ക്ഷീണം മാറും" അവർ അഖിലയുടെ മുന്നിൽ ഗ്ലാസ് വച്ച് അൽപ്പം മാറിനിൽക്കും. ചുങ്ങായി അകന്നുമാറി നിൽക്കുന്നത് അഖില ശ്രദ്ധിച്ചിട്ടുണ്ട്. അകാരണമായ ഭയവും അകൽച്ചയും അവരുടെ പെരുമാറ്റത്തിൽ നിറഞ്ഞുനിന്നിരുന്നു. തീരെ നേർത്ത വര പോലുള്ള കണ്ണുകളിൽ തെളിയുന്നതെല്ലാം മനസിലേക്ക് ആവാഹിച്ചെടുക്കാൻ അശക്തയായിരുന്നവൾ.

ചുങ്ങായി ചിലപ്പോഴൊക്കെ ടിബറ്റൻ ഭാഷയിൽ വികാരനിർഭരമായി

സംസാരിക്കാറുണ്ട്. അവൾക്കൊന്നും മനസിലാവാറില്ല. ബധിരയെപ്പോലെ അവൾ അവരുടെ ചുണ്ടുകളുടെ ചലനം നോക്കി മിണ്ടാതിരിക്കും. വിവാഹിതയായ ഒരു സ്ത്രീയാണവൾ. അവരുടെ ഭർത്താവും കുഞ്ഞുങ്ങളും എവിടെയാവും. ടിബറ്റിൽ തന്നെയോ. അതോ അശരണരായി ഭൂമിയുടെ മറ്റേതെങ്കിലും മൂലകളിലോ. അതറിയണമെന്നവൾക്കാഗ്രഹമുണ്ട്. ചോദ്യങ്ങൾക്കൊക്കെ ചുങായി ചിരിക്കും. ചിരിച്ചുകൊണ്ടേയിരിക്കും. ഏതാനും മലയാള വാക്കുകൾ അവൾ പഠിപ്പിച്ചു വച്ചിട്ടുണ്ട്. അത് സ്ഥാനത്തും അസ്ഥാനത്തും പ്രയോഗിക്കും. അഖില പൊട്ടിച്ചിരിക്കുമ്പോൾ അതാസ്വദിച്ച് ചുങായിയും പല്ലുകൾ വെളിയിൽ കാട്ടി ഒപ്പം ചിരിക്കും. അത്തരം സ്വകാര്യതയും സന്തോഷവും നിറഞ്ഞ നിമിഷങ്ങളെക്കുറിച്ച് അഖില അനിലിനോട് പറയാൻ മറക്കാറില്ല.

"ചുങായി ഇല്ലായിരുന്നെങ്കിൽ വിച്ചുവിനെ ഞാനെന്ത് ചെയ്തേനെ. അനിൽ നിന്നോടെങ്ങനെ നന്ദി പറയും ഞാൻ" അനിലിന് ദേഷ്യം വരും.

"തനിത് പറഞ്ഞുകൊണ്ടേയിരിക്കും. സൗഹൃദത്തിനിടയിൽ നന്ദിക്കൊരു സ്ഥാനവുമില്ല അഖില."

വിച്ചു സംസാരിക്കില്ല. അവ്യക്തമായ ഭാഷയിൽ അവൻ എന്തൊക്കെയോ പറയാൻ ശ്രമിക്കാറുണ്ട്. വിളിച്ചാലോ പറഞ്ഞാലോ പ്രതികരണമില്ല. വളഞ്ഞ കാലുകളും വികലമായ കൈവിരലുകളുമുള്ള മൂകനും ബധിരനുമായ ഒരു കുട്ടിയുടെ അപക്വമായ ബദ്ധിയുടെ ഇത്തിരിയിടങ്ങളിൽ അവന്റെ അമ്മ മാത്രമേ ഉണ്ടായിരുന്നുള്ളൂ. ചുങായിയാണ് അവന്റെ അബോധമണ്ഡലത്തിലേക്ക് രണ്ടാമതായി കടന്നുവന്നത്. ഭൂമിയിൽ അമ്മയല്ലാതൊരാളെ അവൻ ആദ്യമായി സ്നേഹിക്കുകയും വിശ്വസിക്കുകയും ചെയ്തു. ആ സ്നേഹത്തിന്റെ ചങ്ങലയാണ് തന്നെയും ചുങായിയെയും ബന്ധിപ്പിക്കുന്നതെന്ന് അഖില അത്ഭുതപ്പെട്ടു.

വിച്ചുവിന്റെ കവിളിൽ തലോടാനും സ്നേഹപൂർവം നെഞ്ചോടണച്ചു പിടിക്കാനുമൊക്കെ ചുങായി ഇഷ്ടപ്പെടുന്നതിന്റെ പൊരുൾ അഖില തിരഞ്ഞുപോകുന്നു. അഖിലയല്ലാതെ മറ്റാരും അവനെ തൊടാറില്ല. വിച്ചുവിന്റെ സദാ തുറന്ന വായിൽനിന്നും ഒലിച്ചിറങ്ങുന്ന ദുർഗന്ധമുള്ള കൊഴുത്ത ദ്രാവകം തന്റെ തുണിത്തുമ്പുയർത്തി ചുങായി തുടച്ചു കൊടുക്കുന്നതുകണ്ട് അഖില കരഞ്ഞു പോയിട്ടുണ്ട്. അവൾ അവരെ കെട്ടിപ്പിടിച്ച് അവരുടെ തോളിൽ മുഖം ചേർത്തു വിങ്ങലോടെ പറഞ്ഞു പോയി:

"എന്റെ അമ്മയാണ്. എന്റെ മരിച്ചുപോയ അമ്മയാണ് ചുങായി നിങ്ങൾ."

അവർക്കതു മനസിലായോ എന്നറിയില്ല. സ്നേഹത്തിന്റെ അദൃശ്യമായ ഒരാവരണത്തിൽ ഇരുവരും സ്വയം മറന്നങ്ങനെ ഇരിക്കുന്നത് കണ്ടുകൊണ്ടാണ് അനിൽ കയറിവന്നത്.

അയാൾ ശബ്ദമുണ്ടാക്കാതെ അവരെ നോക്കിനിന്നു. അഖിലയും ചുങായിയും തനിച്ചായിപ്പോയ സ്ത്രീകളാണെന്ന് അനിലിനറിയാം. അവരുടെ നെഞ്ചിലെ വേവുന്ന വേദനകളുടെ ചൂടും ആഴവും അയാൾ ഊഹി

ച്ചിട്ടുണ്ട്. അതുകൊണ്ടു തന്നെ അവരുടെ ആ ഗാഢബന്ധത്തിൽ അനിലിന് അത്ഭുതമില്ലായിരുന്നു.

ഗോൾഡൻ ടെംപിളിന്റെ അങ്കണത്തിന് നല്ല ചൂടായിരുന്നു. ചൂടുകാറ്റിൽ വർണക്കടലാസുകളും ചോക്ലേറ്റ് റാപ്പറുകളും പറന്നു നടന്നു. നിറമുള്ള പതാകകൾ കോംപൗണ്ട് ഉടനീളമുണ്ടായിരുന്നു. ഒരു മിഠായി വായിലിട്ടു നുണഞ്ഞുകൊണ്ട് തോഷ എന്ന തടിച്ച സ്ത്രീ ചോള വിൽപ്പനക്കാരന്റെ മുന്നിൽനിന്ന് കൈനീട്ടി അപേക്ഷിച്ചു. അയാൾ അവരെ പുറംകൈകൊണ്ട് അലക്ഷ്യമായി തട്ടിനീക്കി.

"വിശക്കുന്നു" എന്നവർ വയർ തൊട്ടുകാണിച്ചു. അയാൾ അവരെ കണ്ടതായി ഭാവിച്ചില്ല. നിസ്സഹായതയോടെ ആ സ്ത്രീ മതിൽക്കെട്ടിനകത്ത് കടന്നു. അവരുടെ വസ്ത്രം മുഷിഞ്ഞതും പഴയതുമായിരുന്നു.

"തോഷ നിങ്ങൾ രാജകുമാരനെ കണ്ടെത്തിയോ"

ബുദ്ധസന്യാസിയാണ് താനെന്നത് മറന്ന ചെഞ്ച എന്ന പന്ത്രണ്ടുകാരൻ അവരെ കളിയാക്കി.

"എനിക്ക് വിശക്കുന്നു" അവർ ചെഞ്ചയോടാവശ്യപ്പെട്ടു. ചെഞ്ച ചിരിച്ചു. കൂട്ടുകാരനായ സുപ്പയുടെ കാതിൽ അവനെന്തോ കളിപറഞ്ഞു. കുട്ടികൾ ആർത്തു ചിരിച്ചു. തോഷ അവരെ ശാസിച്ചു.

"ബുദ്ധഭിഷുക്കളാണ് നിങ്ങൾ. അന്യരെ കളിയാക്കാൻ നിങ്ങൾക്കാരാണ് അനുവാദം തന്നത്. ശാന്തരും വികാരരഹിതരുമായിരിക്കണം സന്യാസികൾ. ഇതൊന്നും ഗുരുനാഥന്മാർ നിങ്ങളെ പഠിപ്പിച്ചില്ലെന്നോ, ശ്രീബുദ്ധനെ ആക്ഷേപിക്കാനിടയാകരുത്" കുട്ടികൾ കളിയാക്കുന്നത് നിർത്തി. ആ വലിയ മതിൽക്കെട്ടിനകത്ത് അവരുടെ ബാല്യം തളയ്ക്കപ്പെട്ടിരിക്കയാണ്. ആ യാഥാർഥ്യമാണ് തോഷ എന്ന ഈ മധ്യവയസ്ക ഓർമപ്പെടുത്തിയിരിക്കുന്നത്.

"എനിക്ക് വിശക്കുന്നു കുട്ടികളെ" തോഷ ദീനതയോടെ പറഞ്ഞു.

"നിങ്ങൾക്ക് ഭക്ഷണം തരാൻ ഞങ്ങൾക്കനുവാദമില്ല. അതൊക്കെ മുതിർന്നവർ ചെയ്യേണ്ടതാണ്."

സുപ്പ ശാന്തനായി പറഞ്ഞു. ചുവപ്പും മഞ്ഞയും വസ്ത്രമണിഞ്ഞ തലവടിച്ച ലാമകൾ സുവർണക്ഷേത്രാങ്കണത്തിലൂടെ തലങ്ങും വിലങ്ങും നടക്കുന്നുണ്ട്.

തോഷ സിമന്റുതറയിലേക്കിരുന്നു. നീലയും ചുവപ്പും കലർന്ന ശുപ്പ എന്ന വസ്ത്രത്തിനകത്ത് അവരുടെ തടിച്ച ശരീരം തുറിച്ചുനിന്നു. നര കലർന്ന ചെമ്പൻ തലമുടി പുറകിൽ ഒരു തുണിക്കഷ്ണം കൊണ്ട് കെട്ടിവെച്ചിരിക്കുന്നു. ചെറിയബാഗിൽ കൊള്ളാവുന്നതിലേറെ സാധനങ്ങൾ അവരുടെ ശരീരംപോലെ വീർപ്പുമുട്ടി. ആ മുഖം ശാന്തമായിരുന്നില്ല. കഠിനമായ ക്ഷീണത്തെ മറികടന്നു, ത്വരയോടെ കൃഷ്ണമണികൾ പിടഞ്ഞു.

അരികിലൂടെ കടന്നുപോയ ആറടിയോളം ഉയരമുള്ള ചെറുപ്പക്കാരനായ ലാമയുടെ നേരെ തോഷ കൈ കാട്ടി. ശാന്തമായ കണ്ണുകളുള്ള ആ ഭിക്ഷു അവരെ നോക്കി മന്ദഹാസത്തോടെ ചോദിച്ചു:

"എന്താണ് മാ–എന്താണ് വേണ്ടത്?"

തോഷ വയറിൽ കൈ ചേർത്തു. "വിശക്കുന്നു ഭക്ഷണം തരൂ" അദ്ദേഹം അവരെ കൈ ഉയർത്തിക്കാണിച്ചു.

"ഇരിക്കൂ. ഞാൻ ആഹാരം കൊണ്ടു വരാം."

അൽപ്പമകലെയായി വിച്ചുവിനെ അരികിലിരുത്തി അഖില അത് നോക്കിനിന്നു. ആ യുവാവിന്റെ ശാന്തമായ കണ്ണുകൾ തനിക്ക് സുപരിചിതമാണെന്നവർക്ക് തോന്നി. നേർത്ത, ചുണ്ടുകളിലെ കരുണയുള്ള മന്ദഹാസം താൻ മറന്നതാണ്. ചടുലമായ കാൽവയ്പുകളോടെ അദ്ദേഹം അകന്നുപോയി. തോഷ ബാഗ് തലയണയാക്കി തറയിൽ ചുരുണ്ടു കിടന്നു. അവരുടെ മുഖം അക്ഷമമായിരുന്നു. ഇടയ്ക്കവർ എഴുന്നേറ്റ് ചുറ്റാകെ ഒന്നു കണ്ണോടിച്ചു. സുവർണക്ഷേത്രത്തിന്റെ മകുടത്തിൽ സൂര്യരശ്മികൾ തട്ടി സ്വർണപ്രഭ ചിതറി.

കുശാൽ നഗറിന് മീതെ ആകാശം മേഘങ്ങളില്ലാതെ അഗാധ നീലിമയിൽ ശാന്തമായി കിടന്നു. പ്രാർഥനാലയത്തിനുള്ളിൽനിന്നും ടിബറ്റൻ സംഗീതത്തിന്റെ നേർത്ത താളം ക്ഷേത്രത്തിനു ചുറ്റും പരിപാവനമായ അലകൾ സൃഷ്ടിച്ചു.

അഖില നാട്ടിലെ ക്ഷേത്രങ്ങളെ ഓർമിച്ചു. ചെമ്പകമരങ്ങൾ നിറഞ്ഞ, മണൽ വിരിച്ച അണ്ടലൂർക്കാവിൽ അവൾ തനിച്ച്. അവൾക്ക് ചുറ്റും തെയ്യവും തിറയും ഉത്സവാഘോഷങ്ങളും നിറഞ്ഞു. അനാഥയായി ജീവിച്ച പെൺകുട്ടിയുടെ വ്യർഥമോഹങ്ങൾ. കരിയിലകൾപോലെ ആ മുറ്റത്തെ ചരലുകളിൽ പൊഴിഞ്ഞുകിടന്ന മോഹങ്ങൾ സ്വരുക്കൂട്ടി വാങ്ങിച്ചെടുത്ത വാക്കുടഞ്ഞ നിധികുംഭം പോലെ വിച്ചുവെന്ന മകൻ. ദയനീയത നിറഞ്ഞ പീള കെട്ടിയ കണ്ണുകളോടെ അവൻ ലക്ഷ്യമില്ലാതെ ചുറ്റും നോക്കുകയാണ്. എല്ലാ കണ്ണുകളും സഹതാപത്തോടെ വിച്ചുവിനെ ഒന്നുഴിഞ്ഞു. ഓടിയകലുന്ന ആരും അഖിലയോടൊന്നും ചോദിച്ചില്ല. ആരോടെങ്കിലും എന്തെങ്കിലുമൊക്കെ സംസാരിക്കാൻ അവൾക്കാഗ്രഹമുണ്ടായിരുന്നു. ഒരു കൂട്ടിനായി, ഒന്നു മിണ്ടാനായി ദാഹിച്ചുകൊണ്ടിരുന്ന ഒരു പാവം പെൺകുട്ടിയായിരുന്നു താനെന്നവളോർത്തു.

ഒരു പ്ലേറ്റിൽ, മഞ്ഞ നിറത്തിലുള്ള കറിയൊഴിച്ച പച്ചരിച്ചോറും ഒരു കുപ്പിയിൽ വെള്ളവുമായി ആ സന്യാസി നടന്നുവന്നു. ഭക്ഷണം കണ്ട് അവർ പിടഞ്ഞെഴുന്നേൽക്കാൻ ശ്രമിച്ചു. തടിച്ച ശരീരം വഴങ്ങാതിരുന്നപ്പോൾ അദ്ദേഹം കൈ നീട്ടി. അതിൽ പിടിച്ച് അവരെഴുന്നേറ്റു. പ്ലേറ്റ് കൈയിൽ വാങ്ങിയ ശേഷം അവർ തുറിച്ചുനോക്കി. "സിദ്ധാർഥകുമാരനെ പോലിരിക്കുന്നു."

നേർത്ത ചിരിയോടെ അദ്ദേഹം പറഞ്ഞു.

"ഞാൻ ഗുരുഅയാണ്. ഗുരുഅ ലിയാങ്."

അവർ പ്ലേറ്റ് വീഴാതെ ഒറ്റക്കയ്യിൽ ബാലൻസ് ചെയ്തു മറുകൈ അയാൾക്ക് നേരെ നീട്ടി.

"എന്റെ കൈയിലേക്ക് ഒന്നു തൊടൂ. സിദ്ധാർഥകുമാരന്റെ പുനർജ

ന്മമാണോ എന്ന് ഞാനറിയട്ടെ" നേർത്ത ചിരിയോടെ അദ്ദേഹം അവരുടെ തലയിൽ തലോടി. അവർ ഭക്ഷണം വാരിക്കഴിച്ചു. ഇടയ്ക്കവർ പറഞ്ഞു:

"ഞാനും എന്റെ മകൻ രാഹുലും ഉറങ്ങിക്കിടക്കുമ്പോൾ അദ്ദേഹത്തെ വിളിച്ചുണർത്തിക്കൊണ്ടുപോയി ഏതോ മരച്ചുവട്ടിലിരുത്തി, കറന്റടിപ്പിച്ച്, ഞങ്ങളെ ബോധമണ്ഡലത്തിൽനിന്നും നിഷ്കാസനം ചെയ്തു." അവരുടെ കണ്ണുകൾ നിറഞ്ഞു, രണ്ടു വജ്രസൂചികൾ പോലെ അത് തിളങ്ങി.

"എത്ര ജന്മങ്ങളായെന്നോ ഞാനദ്ദേഹത്തെ തേടി അലയുന്നു. ഈ ജന്മം അവസാനിക്കാറായിരിക്കുന്നു. നോക്കൂ എന്റെ ശരീരത്തെ ജരാനരകൾ ആക്രമിച്ചുകഴിഞ്ഞിരിക്കുന്നു. എന്റെ തൊലി ചുക്കിച്ചുളിഞ്ഞിരിക്കുന്നു. എന്റെ കാഴ്ചശക്തിയും കേൾവിയും കുറഞ്ഞുപോയി. എന്റെ നാളുകൾ തീർത്തും എണ്ണപ്പെട്ടിരിക്കുന്നു."

കാരുണ്യം നിറഞ്ഞ കണ്ണുകളോടെ അദ്ദേഹം പറഞ്ഞു.

"ഭക്ഷണം കഴിക്കൂ വിശപ്പുമാറട്ടെ"

തോഷ ഭക്ഷണം കഴിക്കുന്നത് നോക്കി അദ്ദേഹം അവർക്കരികെയിരുന്നു. കൈയിൽ തടിച്ച ബയന്റിട്ട ഒരു പഴയ പുസ്തകമുണ്ട്. ഇടയ്ക്ക് ഒരു പൂച്ചക്കുഞ്ഞിനെയെന്നപോലെ അതിനെ ഓമനിക്കുന്നു. അഖില കണ്ണിമവെട്ടാതെ നോക്കിയിരുന്നു. വിച്ചു നിലത്തുനിന്നും മിഠായിയുടെ ഒഴിഞ്ഞ റാപ്പെടുത്തു വായിലിട്ടു. അഖില അത് കണ്ടില്ല. അവൾ മറ്റൊന്നും കാണുമായിരുന്നില്ല. ആ പേരവൾ ഉച്ചരിച്ചുനോക്കി. "ഗുഅ ലിയാങ്."

ടിബറ്റൻ പേരുകൾ പഠിച്ചെടുക്കാനും മനസിൽ സൂക്ഷിക്കാനുമാണ് ഏറെ പ്രയാസമെന്ന് പലവട്ടം അനിലിനോട് പറഞ്ഞിട്ടുണ്ട്. സ്വന്തം വിദ്യാർഥിനികളുടെ പേരും ഇപ്പോഴും അപ്രാപ്യമായിത്തന്നെ നിലകൊള്ളുന്നു. എന്നിട്ടും ഗുഅ എന്ന രണ്ടക്ഷരം ഒറ്റത്തവണകൊണ്ട് നെഞ്ചിൽ തറഞ്ഞു.

സുപ്പയും ചെഞ്ചയും ഓടിക്കളിച്ചു വന്ന് തോഷ ഭക്ഷണം കഴിക്കുന്നത് നോക്കിനിന്നു.

"ഞങ്ങളോട് ഭക്ഷണത്തിന് ചോദിച്ചതാണ്" സുപ്പ പറഞ്ഞു

"കൊടുത്തില്ല."

"അതെന്താ" ഗുഅ കുട്ടിയുടെ നേർത്ത കൈ പിടിച്ചുകൊണ്ട് ചോദിച്ചു. എന്തോ പറയാൻ ശ്രമിച്ചെങ്കിലും കുട്ടികൾ പെട്ടെന്ന് മൗനം പാലിച്ചു.

"വിശക്കുന്നവർക്ക് ഭക്ഷണം കൊടുക്കുന്നതിനേക്കാൾ വലിയ പുണ്യമൊന്നും മനുഷ്യരായ നമുക്ക് ചെയ്യാനില്ല. അതറിയാമോ?"

ഗുഅ ശാന്തമായ ശാസനയോടെ പറഞ്ഞപ്പോൾ കുട്ടികൾ അനുസരണയോടെ തലയാട്ടി. ഭക്ഷണം കഴിച്ചു കഴിഞ്ഞു കൈയും മുഖവും കഴുകി തോഷ ഗുഅയെ നോക്കി.

"താങ്ക്സ്" എന്നു പറഞ്ഞു. പിന്നീടവർ നടന്നു. ഒരടിവയ്ക്കുമ്പോൾ അവരുടെ ശരീരഭാഗങ്ങൾ തുടിച്ചു തുള്ളി.

അഖില അവരെ നോക്കിനിന്നു.

“ആർ യു എ മദർ” ക്ഷോഭിതമായ കനത്ത ശബ്ദം തൊട്ടടുത്ത്. അഖില ഞെട്ടി. വിച്ചുവിന്റെ വായിൽനിന്നും രണ്ടു മൂന്നു കല്ലുകളും ചോക്ലേറ്റിന്റെ റാപ്പറും വിരലുകളിട്ട് പുറത്തെടുക്കകയാണ് ഗുരു. കുട്ടി കുതറുകയും ചുമയ്ക്കുകയും ചെയ്തു. തുപ്പൽ പുരണ്ട കല്ലുകളും ചതച്ചരച്ച മിഠായിക്കടലാസും വെളിയിലേക്കിട്ട് കൈ ഉടുവസ്ത്രത്തിൽ തുടച്ച് കോപാകുലമായ മിഴികളോടെ ഗുരു അഖിലയെ നോക്കി.

“ഞാൻ കണ്ടില്ലായിരുന്നെങ്കിൽ ഈ കുട്ടിക്ക് അപകടമുണ്ടായേനെ.” സ്ഫുടമായ ഇംഗ്ലീഷിൽ അദ്ദേഹം പറഞ്ഞു. അഖില വിതുമ്പിക്കരയുന്ന വിച്ചുവിനെ ചുമലിലേക്കണച്ചു. പിന്നെ കുറ്റബോധത്തോടെ പറഞ്ഞു:

“സോറി–വെരി സോറി.” ആ മുഖം ശാന്തമായി.

“എന്നോടെന്തിനാ സോറി പറയുന്നത് നന്ദിയും ക്ഷമയുമൊക്കെ ദൈവത്തോട് പറയുക.”

ഇരുകൈകളും മലർത്തിപ്പിടിച്ച് മേലോട്ടുയർത്തി ഗുരു പറഞ്ഞു.

“അതിനൊക്കെയുള്ള അർഹത അവിടെ മാത്രം.”

പിന്നീട് കരയുന്ന കുട്ടിയെ തലോടി. ആ കണ്ണുകൾ അവനെ സൂക്ഷ്മതയോടെ നോക്കി. കരയുമ്പോൾ അവന്റെ ചുണ്ടിലൂടെയും മൂക്കിലൂടെയും കണ്ണിലൂടെയും ഒലിച്ചിറങ്ങുന്നത് തന്റെ കൈയിലുള്ള നിറമുള്ള തുണികൊണ്ട് തുടച്ചു.

“പാവം പാവം കുട്ടി.”

ഇത്തവണ അഖിലയുടെ കണ്ണുകൾ നിറഞ്ഞു. വിച്ചുവിനോടോ തന്നോടോ സഹതപിക്കുന്നവർ ചുരുക്കമാണ്. ആരെങ്കിലും മൃദുവായൊന്നു സമീപിച്ചാൽ പോലും തൊണ്ട വിങ്ങി അവൾ കരഞ്ഞുപോകാറുണ്ട്.

അവളുടെ നിറഞ്ഞ കണ്ണുകളിലേക്ക് ഒരുനിമിഷം അദ്ദേഹം നോക്കിനിന്നു. പിന്നെ കുട്ടിയെ നോക്കി, അവന്റെ ശിരസ്സിലൂടെ ഒന്നു തലോടി വന്ന വഴിയെ ധൃതിയിൽ നടന്നുപോയി. മറ്റുള്ള ലാമമാരേക്കാൾ ചടുലമാണ് ആ നടപ്പ്. മറ്റുള്ളവരിൽനിന്നും വ്യത്യസ്തമായതെന്തൊക്കെയോ ആ ബുദ്ധഭിക്ഷുവിലുണ്ടെന്നവളോർത്തു. ഒന്നു പരിചയപ്പെടാൻ ശ്രമിച്ചില്ല. പേരുകൾപോലും ചോദിച്ചില്ല.

സന്ദർശകരുടെ പ്രവാഹമുണ്ടായിരുന്നു. നിരത്തിലും കോമ്പൗണ്ടിനകത്തും വാഹനങ്ങൾ നിറഞ്ഞിരുന്നു. വിവിധ ഭാവങ്ങളും വേഷങ്ങളും മുഖങ്ങളും നോക്കി അഖില പ്രതിമപോലിരുന്നു. ആരും അവളെ ശ്രദ്ധിക്കുന്നില്ല. താനൊരു സുന്ദരിയൊന്നുമല്ലെന്ന് ഇത്തരം സന്ദർഭങ്ങളിലാണ് അഖില ഓർക്കുന്നത്. യൗവനയുക്തമായ ശരീരമുണ്ട്. കേടുകളില്ലാത്ത മുഖമുണ്ട്. എന്നാലും ഒരിക്കൽക്കൂടി ഒന്നു നോക്കാനോ ആകർഷിക്കാനോ കഴിഞ്ഞിട്ടില്ല. പക്ഷേ വിച്ചുവിനെ എല്ലാവരും നോക്കുന്നുണ്ട്. അവനെ നോക്കി അടക്കം പറയുകയും കുട്ടികൾ തിരിഞ്ഞുനോക്കുകയും ചിരിക്കുകയും ചെയ്യുന്നു. എല്ലാ മുഖങ്ങളിലും സഹതാപവും അറപ്പും

പരിഹാസവുമൊക്കെ തെളിഞ്ഞുകിടക്കുന്നത് നിർവികാരതയോടെ അഖില കണ്ടു. അതിലവൾക്ക് പരാതിയില്ലായിരുന്നു. അവൾക്ക് വിശ്വാസമുണ്ട്. ഇത് അണ്ടലൂർക്കാവിലെ ദൈവത്താറ്ഈശ്വരന്റെ തീരുമാനമാണ്. ആ മണലിലൂടെ ഓടിക്കളിച്ചും മനംനൊന്ത് പ്രാർഥിച്ചും ആർത്തലച്ചു കരഞ്ഞും വളർന്നവളാണ്. അവളുടെ വിധി നിശ്ചയിക്കേണ്ടത് ഈശ്വരനൊരാൾ.

അനാഥയായ അവൾക്ക് വിദ്യാഭ്യാസം കൊടുക്കാനുള്ള ദയവെങ്കിലും അമ്മാവൻ കാണിച്ചതിൽ നന്ദിയുണ്ട്. അല്ലായിരുന്നെങ്കിൽ തന്റെ ജീവിതം അഗാധതയിലേക്കെന്നേ ആണ്ടുപോയേനെ.

കഷ്ടപ്പാടുകൾക്കിടയിൽ കൈത്തിരിപോലെ ഈശ്വരചിന്ത അവൾ കെടാതെ സൂക്ഷിച്ചിരുന്നു. *ബൈബിളിൽ* വായിച്ചിട്ടുണ്ട്, "കഷ്ടപ്പെടുന്നവനോടൊപ്പമാണ് എന്നും കർത്താവിന്റെ സ്നേഹം ഉണ്ടാകുന്നത്."

"ഭക്തരെ പരീക്ഷിക്കുകയെന്നതാണ് ഭഗവാന്റെ ഹിതം" എന്ന് *ഭാഗവത*ത്തിലുമുണ്ട്. പിന്നെ സങ്കടപ്പെടുന്നതിലെന്തു കാര്യം.

അവയവവൈകല്യമുള്ള കുഞ്ഞ് പിറന്നതോടെ ഗണേഷ് അകന്നു തുടങ്ങിയതാണ്. ഒരു ഗുണവുമില്ലാത്ത ആ ജന്മംകൊണ്ട് ദോഷമല്ലാതൊരു ഗുണവുമുണ്ടാകില്ലെന്ന് ഗണേഷ് പിറുപിറുത്തുകൊണ്ടിരുന്നു.

ആ ദിവസങ്ങളിലൂടെ ഒന്നോടിനോക്കാൻ പോലും അഖില ഇഷ്ടപ്പെടുന്നില്ല. ദുഷിച്ച ചിന്തകൾ നിരന്തരം തളർത്തിക്കളഞ്ഞേക്കും.

പരിചയമായതിനു ശേഷം അനിൽ കണ്ടുപിടിച്ച് തന്ന നഴ്സറി സ്കൂളിലെ ജോലി ഒരു കച്ചിത്തുരുമ്പായിരുന്നു. ധർമടത്തെ സ്പെഷ്യൽ സ്കൂളിൽ അങ്ങനെയാണ് വിച്ചുവിനെ ചേർത്തത്. പക്ഷേ അവന്റെ അമ്മയ്ക്കല്ലാതെ മറ്റാർക്കും അവനെ കൈകാര്യം ചെയ്യാനാവില്ലെന്ന് അപ്പോഴാണ് ശരിക്കുമറിഞ്ഞത്.

അനാഥയായാണ് വളർന്നത്. ഗണേഷ് വിട്ടകന്നപ്പോൾ വീണ്ടും അനാഥത്വമറിയാതിരുന്നത് വിച്ചുകൂട്ടുള്ളതു കൊണ്ടു മാത്രമാണ്. ടിബറ്റൻ സ്കൂളിൽ ജോലി കിട്ടിയത് നന്നായെന്നാണ് അവർക്ക് തോന്നിയത്. ചുങ്ങായിയെ പോലെ മറ്റാരും വിച്ചുവിനെ സ്നേഹിച്ചിട്ടില്ല. അറപ്പോടെയല്ലാതെ അവനെ ആരും നോക്കിയിട്ടില്ല. തൊടാനോ തലോടാനോ തയാറായിട്ടില്ല. ഇപ്പോൾ അത്രയും സ്നേഹത്തോടെ, കാരുണ്യത്തോടെ ഒരാൾ അവനെ തൊട്ടു, തലോടി. അതൊരു സന്യാസിയാണ്. അവന്റെ മൂർധാവിൽ കൈവച്ചപ്പോൾ ഒരുനിമിഷം അദ്ദേഹം കണ്ണടച്ചു. പ്രാർഥിച്ചതാവാം, അനുഗ്രഹിച്ചതാവാം. ആ സ്പർശനം തന്റെ മൂർധാവിലേറ്റതുപോലെ ഒരു മിന്നൽ തന്റെ ശരീരത്തിലുണ്ടായിരുന്നതായി അഖിലയ്ക്കനുഭവപ്പെട്ടു. ആ വിറയൽ ഇപ്പോഴും തന്നിലുണ്ടോ? ഉച്ച കഴിഞ്ഞ ചൂടുള്ള ഈ നേരത്ത്, ഇവിടെ നിന്നും എഴുന്നേറ്റു മാറാൻ തന്നെ പ്രേരിപ്പിക്കാതിരിക്കുന്നതിന്റെ രഹസ്യമെന്താവാം.

അവൾ ഗുഅ നടന്നുപോയ വഴിയെ നോക്കി. ഒരേ വേഷത്തിലും ഒരേ രൂപത്തിലും ലാമകൾ അവളെ കടന്നുപോയി. അഖിലയുടെ കണ്ണു

കൾ തിരിഞ്ഞുകൊണ്ടേയിരുന്നു. ചൂടുള്ള ഒരു കാറ്റ് അവളെ പൊള്ളിച്ചു കൊണ്ട് ഓടിയകന്നു. താക്കീതുപോലെ. ചുങ്ങായി കാത്തിരിപ്പുണ്ടാവും. വിച്ചുവിനേയുംകൊണ്ട് താൻ എങ്ങോട്ടെങ്കിലും പോകുന്നത് അവരിഷ്ടപ്പെടുന്നില്ല. അവർക്ക് അവനെ സ്വന്തം ചിറകിൻ കീഴെ സൂക്ഷിക്കാനാണിഷ്ടം.

ഇഷ്ടക്കേടോടെയാണവൾ എഴുന്നേറ്റത്. ചുരിദാറിന്റെ കീഴെ പൂഴിമണൽ പറ്റിയിട്ടുണ്ടായിരുന്നു. മുളകിട്ട് തീയിൽ ചുട്ടെടുത്ത ചോളപ്പൊരി കഴിച്ചെങ്കിലും വിശപ്പു തോന്നി. വിച്ചുവിനും വിശക്കുന്നുണ്ട്. അതാണവൻ ഇടയ്ക്കിടെ ഏങ്ങലടിക്കുകയും കണ്ണീരൊഴുക്കുകയും ചെയ്യുന്നത്. അവന്റെ കാര്യത്തിൽ ഈയിടെയായി താൻ തീർത്തും ഉദാസീനനായിരിക്കുന്നു. ചുങ്ങായി കൂട്ടുള്ളതുകൊണ്ടാവാം പങ്കിടാൻ മറ്റാരുമില്ലെങ്കിൽ ബന്ധങ്ങൾക്ക് ദാർഢ്യം കൂടുന്നു.

വിച്ചുവിന്റെ കൈപിടിച്ച് അഖില നടന്നു. അവൻ കൈ കുതറുകയും കോപിഷ്ഠനായി അവളുടെ മുടിയിഴകൾ പിടിച്ചുവലിക്കുകയും സ്വന്തം തലയിൽ തല്ലുകയുമൊക്കെ ചെയ്യുന്നുണ്ട്. വഴിവക്കിലൂടെ നടന്നുപോകുന്നവരും വഴിവാണിഭക്കാരും അവനെ അത്ഭുതത്തോടെ നോക്കി.

“എന്തു പറ്റി. കുട്ടി വയലന്റാണല്ലോ” മാന്യനായ ഒരാൾ മലയാളത്തിൽ ചോദിച്ചപ്പോൾ അഖില അത്ഭുതപ്പെട്ടു. എന്നാലും അയാളോടെന്തെങ്കിലും മറുപടി പറയാൻ തോന്നിയില്ല. ഉത്തരമില്ലാത്തപ്പോഴൊക്കെ ചെയ്യാറുള്ളതുപോലെ അവൾ വെറുതെ ചിരിച്ചു കാട്ടി. നടത്തം നിർത്തിയതുമില്ല.

“എവിടെയായിരുന്നു ഇത്ര നേരം”

ആംഗ്യഭാഷയുടെ മേമ്പൊടിയോടെ ചുങ്ങായി അധികാരത്തിൽ ചോദിച്ചു. അവർ മോമോസ് വച്ചിരുന്നു. മൈദ കുഴച്ചു പരത്തി, ചിക്കൻ പൊടിയായരിഞ്ഞ് അധികം മസാലകൾ ചേർക്കാതെ നിറച്ച് ഉരുട്ടിയെടുത്ത് ആവിയിൽ വേവിച്ചെടുത്ത ടിബറ്റൻ പലഹാരമാണത്. ധാരാളം വെളുത്തുള്ളി ചേർത്ത അധികം എരിവില്ലാത്ത ഒരു സോസും കൂട്ടുണ്ടാവും. വിച്ചുവിന് അതൊക്കെ ഇഷ്ടമാണ്.

വിച്ചു ഭക്ഷണം കഴിക്കുന്നത് നോക്കി അഖില വെറുതെയിരുന്നു. അപ്പോൾ അവൾ തോഷയേയും ദയാലുവായ ഭിക്ഷുവിനെയുമോർത്തു. അവൾക്കൊന്നും കഴിക്കാൻ തോന്നിയില്ല. അവൾ ആ യുവസന്യാസിയുടെ ശാന്തമായ കണ്ണുകളെക്കുറിച്ച് മാത്രമാണോർത്തത്.

മൂന്ന്

മഞ്ഞുമൂടിയ പർവതങ്ങൾക്കിടയിലെ തണുത്ത പ്രദേശത്തായിരുന്നു കുട്ടിക്കാലത്ത് സോങ്ചു ജീവിച്ചത്. മൂന്ന് കുട്ടികളായിരുന്നു സോങ്ചുവിന്റെ മാതാപിതാക്കൾക്ക്. ഏട്ടൻ യൂഹാവും അനിയത്തി ടോങ്കയും ചേർന്ന കുട്ടിക്കാലം സോങ്ചു ഓർക്കുന്നുണ്ട്.

സാമാന്യം നല്ലൊരു വീടായിരുന്നു അത്. ചുറ്റും കൃഷിസ്ഥലങ്ങളാണ്. കുറേ ഭാഗങ്ങൾ സോങ്ചുവിന്റെ അപ്പ മോഹയുടേതാണ്. ഗോതമ്പും ബാർലിയും ചോളവും വിളയുന്ന പാടങ്ങൾക്കുമീതെ പലവർണക്കിളികൾ പറന്നു. അധ്വാനശീലരും ശാന്തരുമായ കർഷകരുടെ ഗ്രാമമായിരുന്നു അത്. മഞ്ഞിന്റെ തണുപ്പിൽ വിളയുന്ന ഗോതമ്പിന് അസാധാരണ വലിപ്പമുണ്ടായിരുന്നു. ചെറിയ സ്വർണക്കുന്നുപോലെ കളത്തിൽ കൂട്ടിയിട്ട ഗോതമ്പുമണികൾ വെയിലേറ്റു തിളങ്ങി.

കന്നുകാലികളും യാക്കുകളും പറമ്പിലും തൊഴുത്തിലും ഒഴിഞ്ഞ വയലുകളിലുമൊക്കെ കൊഴുത്തു, മദിച്ചു, നിർഭയരായി നടന്നു. കുട്ടികൾ യാക്കുകളുടെ പുറത്തു കയറിയായിരുന്നു യാത്ര. "കുഷ" എന്ന യാക്കിനെയായിരുന്നു സോങ്ചുവും ഏറെ ഇഷ്ടപ്പെട്ടത്. കുട്ടികൾ അടുത്തു വന്നാൽ അത് തലയും മേലുമിളക്കി അവരുടെ ശരീരത്തോടുരുമ്മും. അതിന്റെ പുറത്തു കയറാൻ യൂഹാവും സോങ്ചുവും വഴക്കിടും. സോങ്ചുവിന്റെ അലമുറയിട്ട കരച്ചിൽ കേട്ട് അവരുടെ അമ്മ ഓടിയെത്തും. കൈയിലുള്ള കമ്പുപയോഗിച്ച് യൂഹാവുവിനെ അടിക്കുന്നതായി ഭാവിക്കും. അരുമ മകന്റെ കരച്ചിൽ നിർത്താനാണ് അഭിനയം. യൂഹാ നിലത്തു കിടന്ന് ഉരുളുകയും ഉറക്കെ കരയുന്ന ശബ്ദമുണ്ടാക്കുകയും ചെയ്യും. അത്രയുമായാൽ സോങ്ചു തൃപ്തനാവും. അനി

യത്തി ടോങ്ക സാധുപെൺകുട്ടിയാണ്. സോങ്ച്ചു അവളെയാണ് കൂടുതൽ സ്നേഹിക്കുന്നത്.

മലഞ്ചെരിവുകളിലെ കാട്ടിൽ വിളയുന്ന അപൂർവമായ ചുവന്ന പഴം കിട്ടിയാൽ സോങ്ച്ചു ടോങ്കക്കാണ് സമ്മാനിക്കുക. അവൾ അത് കടിച്ചീമ്പി തിന്നുന്നത് തൃപ്തനായി നോക്കിനിൽക്കുന്നതാണ് അവനിഷ്ടം.

തണുപ്പു കൂടുന്ന കാലങ്ങളിൽ വെള്ളം തണുത്തുറഞ്ഞ്, വെള്ള വിരിച്ച് കിടക്കുന്ന പാറക്കല്ലുകൾ പോലുള്ള തടാകത്തിലൂടെ സോങ്ച്ചു ടോങ്കയുടെ കൈപിടിച്ച് ഓടിനടക്കും. എല്ലുകൾ മരവിപ്പിക്കുന്ന തണുത്ത വെള്ളത്തിൽ കൈയിട്ട്, അത് അവളുടെ തണുത്ത കവിൾത്തടങ്ങളിൽ വച്ച് തണുപ്പിക്കുന്നതായിരുന്നു അവന്റെ വിനോദം. ടോങ്ക നുണക്കുഴികൾകാട്ടി ചിരിച്ചുകൊണ്ട് അതാസ്വദിക്കും.

യൂഹാ വികൃതിയായിരുന്നു. അനിയനെയും അനിയത്തിയെയും വെറുതെ കരയിക്കാനും കളിപ്പിക്കാനും അവനെപ്പോഴും മുൻകൈയെടുത്തിരുന്നു. പക്ഷേ, അത്തരം കൊച്ചുദ്രോഹങ്ങൾക്കിടയിലും ഏട്ടൻ അവരെ പൊന്നുപോലെ കാത്തുസൂക്ഷിച്ചിരുന്നു. മറ്റു കുട്ടികൾ അവരെ ഉപദ്രവിക്കുമ്പോൾ അവൻ ചാടിവീണു വിരട്ടിയോടിച്ചു.

ഗോതമ്പും ബാർലിയും പൊടിച്ച് വറുത്ത പഞ്ചസാരയും ഉപ്പും വെണ്ണയും ചേർത്ത് ഉരുട്ടിയെടുക്കുന്ന പലഹാരവും പാലും മധുരവും ചേർത്ത പാനീയവുമൊക്കെ അവൻ തന്റെ ഇളയ സഹോദരങ്ങൾക്ക് തന്റേതിൽനിന്നും വലിയ പങ്ക് കൊടുത്തിരുന്നു. കാടുകളിലും വയലുകളിലും കളിസ്ഥലങ്ങളിലും യൂഹാ സഹോദരങ്ങളെ അനുഗമിച്ചു. അവർക്ക് പൂക്കളും പഴങ്ങളും പറിച്ചുകൊടുത്തു. പാട്ടുകൾ പാടിയും കഥകൾ പറഞ്ഞും ഒപ്പം ചേർന്ന യൂഹായായിരുന്നു, അവരുടെ നേതാവും കൂട്ടുകാരനും.

ബുദ്ധക്ഷേത്രത്തിൽ കുട്ടികൾ യൂഹായോടൊത്തു പോയി. പ്രാർഥനകളും പാട്ടും ബ്യൂഗിൾ വായനയും പഠിച്ചു. നന്മയുടെ പാതയായിരുന്നു അത്. ശ്രീബുദ്ധൻ നടന്നുപോയ നീണ്ട വിശുദ്ധമായ പാത.

പ്രാർഥനാഗീതങ്ങളാലപിക്കാൻ ടോങ്കയായിരുന്നു കൂടുതൽ മിടുക്കി. അവളുടെ ശബ്ദം ആൺകുട്ടികളുടേതിൽനിന്നും വേറിട്ട് ഒരു പക്ഷിക്കുഞ്ഞിന്റെയത്രയും ബലഹീനമായിരുന്നു. അവളുടെ കമ്പിളിയുടുപ്പിലേക്ക്, തലയിൽ ചൂടിയ ചുവന്ന കാട്ടുപൂവിതളുകൾ പൊഴിഞ്ഞു കിടന്നു. അതിന് സുഗന്ധമുണ്ടായിരുന്നു. സോങ്ച്ചു ഒരെണ്ണം കൈയിലെടുത്തു മൂക്കിലേക്കടുപ്പിച്ചു. എത്ര അടുപ്പിച്ചിട്ടും സുഗന്ധം വന്നുചേരുന്നില്ല. കൈ വിരലുകൾ മൂക്കിനുള്ളിലേക്ക് തിരുകിക്കയറ്റിയപ്പോൾ ഓർക്കാപ്പുറത്ത് സോങ്ച്ചു തുമ്മുകയും ചീറ്റുകയും ചെയ്തു.

“എന്താദ് സോങ്ച്ചുപ്പാ ഞാൻ പറയാറില്ലേ, കൈവിരലുകളിങ്ങനെ മൂക്കിലിടരുതെന്ന്.”

പഞ്ച ദേഷ്യപ്പെട്ടു. അവളുടെ മുഖത്തേക്ക് തലയുയർത്തി നോക്കിയ സോങ്ച്ചു സ്ഥലകാലമറിയാതെ വിഹ്വലനായി. മഞ്ഞുമൂടിയ മലഞ്ചെരിവുകളോ യാക്കുകളും ചെമ്മരിയാടുകളും മേയുന്ന വയലേലകളോ ഇല്ല. മുറ്റത്ത് കുന്നുകൂടിയ ഗോതമ്പു മണികളോ ചോളമോ ഇല്ല. ഫാലനും മായുമില്ല. പതുപതുത്ത രോമങ്ങളുള്ള കുഷയില്ല. കുഞ്ഞുടുപ്പിട്ട ടോങ്കയില്ല. ആരുമില്ല. ഒന്നുമില്ല ഒന്നും.

സോങ്ച്ചു തന്റെ വീതിയുള്ള കൈമലർത്തി അതിലേക്കുറ്റുനോക്കി. ശൂന്യം. തങ്ങളുടെ ജീവിതം അർഥരഹിതമായ കവിതപോലെ, ചെളി നിറഞ്ഞ തടാകംപോലെ കൈപ്പിടിയിലൊതുങ്ങാതെ കിടക്കുന്നു.

പഞ്ച, മധുരമിടാത്ത ഇലച്ചായയുടെ നിറമുള്ള വെള്ളം ഒരു ഗ്ലാസിൽ പകർന്നുകൊടുത്തു. ഒരിറ്റിറക്കി സോങ്ച്ചു കണ്ണുചിമ്മി. വേണ്ട അയാൾക്ക് ദാഹം തോന്നിയിരുന്നില്ല. തൊട്ടുമുന്നിലെ ഒരുനിമിഷത്തിലാണ്, കൊഴുത്ത പാലിൽ ബാർലിപ്പൊടിയും ഉപ്പും കലക്കി അമ്മ വലിയ ലോട്ടയിൽ കുടിക്കാൻ കൊടുത്തത്. അതിന്റെ രുചി രസമുകുളങ്ങളിൽ കിടന്ന് തുടിക്കവെയാണ് പഞ്ചയുടെ ഈ കഷായം. അയാൾക്ക് ദേഷ്യവും സങ്കടവും തോന്നി. പഞ്ചയുടെ ചായവെള്ളം നിറച്ച സ്റ്റീൽ ഗ്ലാസ്സ് വലിച്ചെറിയണമെന്ന് തോന്നി.

അടുത്ത നിമിഷം കരുത്തുറ്റ ഒരു കൈ അയാളെ വിലക്കി. ആ കൈ പ്രകാശപൂർണമായ അഞ്ചിതളുകൾപോലെ അയാളിലെ അന്ധതയകറ്റി. ഉൾക്കാഴ്ചയുടെ അവബോധം സോങ്ച്ചുവിനെ തളർത്തി.

കോപവും വാശിയും അങ്ങ് മലകൾക്കകലെ, പണ്ടെങ്ങോ ഉപേക്ഷിച്ചാണ് ഇവിടെ വന്നിരുന്നത്. ഇവിടെ വികാരങ്ങൾക്ക് സ്ഥാനമില്ല. കാരണം ഇന്ത്യയെന്ന മഹാരാജ്യത്തിന്റെ ഏറ്റവും മഹത്തായ കനിവുകൾക്കിടയിൽ തൊഴുകൈയോടെ നിൽക്കുന്നവരാണ് ടിബറ്റുകാർ. ഈ ഒരിറ്റുവെള്ളംപോലും ജീവജലമാണ്. കാരുണ്യ കണികയാണ്. ഇതുപേക്ഷിക്കുവാൻ സോങ്ച്ചുവിനെ പോലുള്ളവർക്കധികാരമില്ല. അയാൾ കണ്ണുകൾ ഇറുകെയടച്ച് ആ കയ്പുവെള്ളം ഒറ്റവലിക്ക് കുടിച്ചു. പിന്നീട് തുറന്ന കണ്ണുകളിൽ വേദനയുടെ സാഗരമുണ്ടെന്ന് പഞ്ചയ്ക്ക് മനസിലായി. അലിവോടെ അവൾ ആ നരച്ച തലയിൽ കൈവച്ചു.

"പഞ്ചസാര തീർന്നുപോയതോണ്ടല്ലേ സോങ്ച്ചുപ്പാ. സാരമില്ല." ആ കണ്ണുനീരിൽ ഒരു രാജ്യത്തിന്റെ മൊത്തം അനാഥത്വവും നിസ്സഹായതയും അലയടിച്ചിരുന്നു. അയാൾ പഞ്ചയുടെ പ്ലാസ്റ്റിക് വളയിട്ട കൈകളിൽ പിടിച്ചു.

"ആ കുട്ടി വന്നില്ലേ."

"അഖിലയാണോ. അവൾ സമയം കിട്ടുമ്പോഴൊക്കെ സോങ്ച്ചുപ്പയെ കാണാൻ വരാറുണ്ടല്ലോ. അവളെ ഇഷ്ടമാണോ, എന്നേക്കാൾ."

നാണം കലർന്ന സന്തോഷത്തോടെ അയാൾ തലയാട്ടി.

"എന്റെ ടോങ്കയെ പോലെ."

കുഞ്ഞനിയത്തിയെ കുറിച്ച് സോങ്ച്ചു പലപ്പോഴും പറഞ്ഞിട്ടുണ്ട്. പഞ്ച നേർത്ത ചിരിയോടെ കേട്ടിരുന്നതേയുള്ളൂ.

അവളുടെ പണ്ഡലിന്റെ ഞൊറിവുകൾ ചൂണ്ടി അയാൾ ചോദിച്ചു:

"നിന്റെ ഭർത്താവെവിടെ?"

"സെൻചി വിദേശത്താണ് ഞാൻ പറഞ്ഞതൊക്കെ സോങ്ച്ചുപ്പാ പിന്നേയും മറന്നോ?"

അയാൾ ഒരു കുഞ്ഞിനെപ്പോലെ ചിരിച്ചു. പഞ്ച ചായക്കെറ്റിലുമായി അടുത്ത ആളുടെ ദാഹമകറ്റാനായി നീങ്ങി. അവളപ്പോൾ തന്റെ പ്രിയനെക്കുറിച്ചോർത്തു. ഒരുവർഷത്തിലേറെയായി ഇന്ത്യ വിട്ടുപോയിട്ട്. ഫോൺ വരുമ്പോഴൊക്കെ അവൾ ചോദിക്കുന്നത് ഒരേ വാക്കുകളാണ്.

"എന്നാണ് സെൻചി വരുന്നത്?"

"നിന്നെ കാണാൻ ആഗ്രഹമില്ലാഞ്ഞല്ല പഞ്ച. പണം സമ്പാദിക്കണം. നല്ല വീടും നമുക്കുണ്ടാകുന്ന കുട്ടികൾക്ക് ഉയർന്ന വിദ്യാഭ്യാസവും കൊടുക്കണം."

സെൻചിയുടേത് ചെറിയ ആഗ്രഹങ്ങളല്ല. ഇന്ത്യൻ യൂണിവേഴ്സിറ്റിയിൽനിന്നും ഉയർന്ന ബിരുദമെടുത്തയാളാണ്, റാങ്കോടു കൂടിയാണ് ജയിച്ചതും. എന്നിട്ടും ഗവൺമെന്റ് ജോലിയിൽ അയാൾ എപ്പോഴും പിന്തള്ളപ്പെട്ടു. പൗരാവകാശമില്ലാത്തവന് സർക്കാർ ജോലി ലഭിക്കാനിടയില്ലത്രെ.

"ആശ്രയം തേടി വന്നവർക്ക് കൂടുതൽ ആഗ്രഹങ്ങൾ വേണ്ട." സെൻചി തല കുനിച്ചിറങ്ങി. അയാളുടെ കൈയിൽ നക്ഷത്രങ്ങളുടെ തിളക്കമുള്ള സർട്ടിഫിക്കറ്റുകൾ കരിക്കട്ടകൾപോലെ ചലനമറ്റു കിടന്നു.

പിന്നീട് സ്വകാര്യ സ്ഥലങ്ങളിലായിരുന്നു ജോലിക്ക് ശ്രമിച്ചത്. അവിടേയും അപമാനിതനാവേണ്ടി വന്നപ്പോഴാണ് വിദേശത്തു പോകാനുള്ള ആഗ്രഹം കഠിനമായത്. അതിനും വിലക്കുകളുണ്ടായിരുന്നു.

നിരാശനായി ഒരു യാത്രയിൽ, മടിയിൽ തലചായ്ച്ച് ആകാശത്തേക്ക് നോക്കിക്കിടന്ന് സെൻചി പറഞ്ഞു:

"വെറുതെ–ഓരോ ആഗ്രഹങ്ങളും വെറുതെയാണ്. നമ്മൾ അഭയാർഥികളാണ്. നമ്മുടെ വഴികൾ നിശ്ചയിക്കുന്നത് ഒരിക്കലും നമ്മളല്ല. ശരീരവും മനസുമല്ലാതൊന്നും വിലപ്പെട്ടതായി നമുക്കില്ല."

"സെൻചി അങ്ങനെ നിരാശപ്പെടരുത്. സംസ്കാരസമ്പന്നമായ ഈ ഇന്ത്യ, ഓടിപ്പാഞ്ഞെത്തിയ നമ്മെ സ്വീകരിച്ചില്ലേ. ജീവിത മാർഗവും താമസിക്കാനിടവും തന്നില്ലേ. നമ്മളെന്നും അതോർത്ത് നന്ദിയുള്ളവരായിരിക്കേണ്ടതല്ലേ." സെൻചി കൈയുയർത്തി, തന്റെ തല കീഴോട്ടമർത്തി കവിളിൽ ചുംബിച്ചു.

“നന്ദിയുണ്ട് പഞ്ച. നമ്മുടെ മാതാപിതാക്കൾ കടന്നുവന്ന വഴിയേക്കുറിച്ചോർക്കുമ്പോൾ, അവരുടെ കഥകൾ കേൾക്കുമ്പോൾ, നിർഭയരായി ജീവിക്കാൻ അനുവാദം തന്ന ഈ ഇന്ത്യയോട് നന്ദിയുണ്ട്. പക്ഷേ......”

“എന്താണ് പക്ഷേ” എന്ന് പഞ്ച ചോദിച്ചില്ല.

അതവൾക്കറിയാം. ഒരു രേഖയുടെ ബലമെന്തെന്ന് അറിഞ്ഞവരാണ് ടിബറ്റുകാർ. ആ രേഖയ്ക്കപ്പുറത്തേക്ക് ഒരു വിരലൂന്നിയാലും അത് ശിക്ഷാർഹമാണ്. തലങ്ങും വിലങ്ങും കീഴെയും മീതെയും ആ രേഖകളുണ്ട്. ഒരു വിരൽ നീട്ടിയാൽ, ഒരു മുടി പറന്നാൽ അതിത്രക്കേ ആകാവൂ എന്ന വിലക്കുകളും നിയമങ്ങളുമുണ്ട്.

സെൻചി ആഗ്രഹിക്കുന്നത് സ്വാതന്ത്ര്യമാണ്. സെൻചിയെപോലെ ചിന്തിക്കുന്നവരാണ് ഓരോ ടിബറ്റൻസും. പക്ഷേ അവരാരും വിഷാദമഗ്നരാകുന്നില്ല. കരഞ്ഞു ബഹളമുണ്ടാക്കുന്നില്ല.

“ഞങ്ങൾ തൃപ്തരാണ്. സന്തുഷ്ടരാണ്.”

ആരും പറഞ്ഞേക്കാവുന്ന വാക്കുകൾ.

“കളവാണ്. ശുദ്ധകളവ്” സെൻചി ശബ്ദമുയർത്തി.

“ചവിട്ടി നിൽക്കാൻ അടിത്തറയില്ലാത്തവരുടെ വിഡ്ഢിത്തമാണിത്. ഞാനത് വിശ്വസിക്കുന്നില്ല. ഞാനതേറ്റു പറയുകയുമില്ല. എന്റെ കാലടികൾ, കരുത്തോടെ ചവിട്ടി നിൽക്കാൻ എനിക്കവകാശപ്പെട്ട ഭൂമി എനിക്കുവേണം. എന്റെ വാക്കുകൾക്ക് വിലമതിക്കുന്ന കാതുകൾ. എന്റെ വിദ്യാഭ്യാസത്തിനുതകുന്ന ജോലി.”

പഞ്ച മിണ്ടിയില്ല. അവൾക്ക് പേടിയായിരുന്നു. സെൻചിയുടെ ഈ അതൃപ്തിപോലും അയാൾക്കവകാശപ്പെട്ടതല്ല. ഒന്നു നെടുവീർപ്പിടാൻപോലും പഞ്ച പേടിച്ചു.

ഒടുവിൽ അയാൾക്ക് വിദേശത്ത് പോകാനവസരമുണ്ടായി. എതിർപ്പും വിഷമമുണ്ടായിട്ടും പഞ്ച മിണ്ടിയില്ല. ഒരിടത്തും സെൻചിയെ തളച്ചിടാനാവില്ലെന്ന് അവൾക്കറിയാം. ആ അതൃപ്തി യുവത്വത്തിന്റെ പ്രതിഷേധമാണ്. സത്യത്തെ നിരാകരിക്കലാണ്. പ്രണയവിവാഹം ചെയ്ത പഞ്ചയെ തനിച്ചാക്കി സെൻചി പോയി. പഞ്ച ചെറിയ ഒറ്റമുറിയുള്ള വീട് അടച്ചുപൂട്ടി അനാഥാലയത്തിലേക്ക് താമസം മാറ്റി. ഓഫീസ് സെക്രട്ടറി അത്ഭുതപ്പെട്ടു.

“അവരെ ശുശ്രൂഷിക്കാൻ നീ ഇഷ്ടപ്പെടുന്നെന്നോ?”

“മാതാപിതാക്കളില്ലാത്തവളാണ് സർ ഞാൻ.”

“ഭാരിച്ച ജോലിയാണ് കുട്ടീ” അയാൾ നിരുത്സാഹപ്പെടുത്തി. “എല്ലാം നഷ്ടമായവരാണ്. അവരെ മാനേജ് ചെയ്യാൻ ഏറെ പണിപ്പെടും.”

“സാരമില്ല സർ. വൃദ്ധരെ ഭാരമായി കരുതുന്നവളല്ല ഞാൻ. ഇവിടെ ഈ ക്യാമ്പുകളിൽ ജീവിക്കുന്നവരുടെ വഴികൾ നമ്മുടേതുപോലെ സുഖകരമായിരുന്നില്ലെന്ന് എനിക്കറിയാം. ജീവനും മുറുകെപ്പിടിച്ചുള്ള നെട്ടോ

ട്ടത്തിനൊടുവിൽ ഒറ്റപ്പെട്ടുപോയവരെ ശുശ്രൂഷിക്കാനും അവരുടെ വേദനയിലും ഓർമകളിലും പങ്കുചേരാനും കഴിയുന്നതും പുണ്യമായാണ് ഞാൻ വിശ്വസിക്കുന്നത്."

സെക്രട്ടറി അവളുടെ വാക്കുകൾക്ക് കാതോർത്ത് നെടുവീർപ്പിട്ടു. അമ്പതിലേറെ പ്രായമുള്ള ആ മനുഷ്യനുമുണ്ടാകും തിക്താനുഭവങ്ങൾ.

"നല്ലവളായ നിന്നെ തനിച്ചാക്കി സെൻചി പോകരുതായിരുന്നു." അയാൾ പറഞ്ഞു.

കുശാൽ നഗറിന്റെ ഏകാന്തതയിലേക്ക് വലിച്ചെറിയപ്പെട്ടു എന്ന സങ്കടമൊന്നും പഞ്ചയിലില്ലായിരുന്നു. അവൾ മനസിന് ചുറ്റും വേലി കെട്ടിയില്ല. നിർഭയമായി, നിസ്സാരമായി, ഒരു വളർത്തുപക്ഷിയെ പോലെ അതിനെ തുറന്നു വിട്ടു. എവിടെയും സഞ്ചരിക്കാം. ലോകത്തെവിടെയും. പിന്നെങ്ങനെ തനിച്ചാകും. കാണാൻ പഞ്ച ആഗ്രഹിക്കുന്നത് കേരളമാണ്. അഖില അവളോട് കേരളത്തെക്കുറിച്ച് പറഞ്ഞിട്ടുണ്ട്. കേരളത്തിലെ പെൺകുട്ടികൾ സുന്ദരികളാണ്. യുവാക്കളുടെ മുഖം പൗരുഷത്താൽ ജ്വലിക്കുന്നതാണ്. ഫോട്ടോഗ്രാഫറായ അനിലിനെ അയാളറിയാതെ നോക്കിയിരിക്കാൻ പഞ്ചക്കിഷ്ടമാണ്. അയാളുടെ കൂട്ടുപുരികവും ഓജസ്സുള്ള കണ്ണുകളും പഞ്ചയെ വെറുതെ വ്യാമോഹിപ്പിക്കും.

പ്രധാനനഗരമായ ധർമ്മശാലയിലും നേപ്പാളിലുമൊക്കെ പഞ്ചയ്ക്ക് ബന്ധുക്കളുണ്ട്. ഫെബ്രുവരിയിലെ പുതുവർഷത്തിൽ ഒരു ഗ്രീറ്റിംഗ് കാർഡ് അയക്കുക എന്നതിലപ്പുറമൊന്നും ആ ബന്ധങ്ങളിലുണ്ടായിരുന്നില്ല.

ഭൂമിയൊക്കെ ചുറ്റി സഞ്ചരിക്കാൻ പഞ്ചയും ആഗ്രഹിക്കുന്നുണ്ട്. പക്ഷേ ഒരിക്കലെങ്കിലും ഒന്നു കാണാനുള്ള ആർത്തിയാണ് ടിബറ്റിനെക്കുറിച്ചുള്ളത്. അതാണ് നമ്മുടെ മാതൃരാജ്യം. സ്കൂളിൽ അവൾ ടിബറ്റിനെക്കുറിച്ച് പഠിച്ചിട്ടുണ്ട്. ഭാഷ, സംസ്കാരം, മതം, നിയമങ്ങൾ. പിന്നെ അനുഭവിക്കേണ്ടിവന്ന ദുരിതങ്ങൾ. മുതിർന്നവരുടെ ഗൃഹാതുരത്വത്തിന്റെ കഥകൾക്കിടയിലൂടെ അദമ്യമായ ആ ആർത്തിയുടെ രേണുക്കൾ അവളിലേക്കും പറന്നെത്തി അണഞ്ഞുപോയ ഹൃദയത്തെ ഉണർത്താറുണ്ട്.

മഞ്ഞു മൂടിക്കിടക്കുന്ന ആ ഉയർന്ന പ്രദേശത്തായിരുന്നു അവരുടെ പൂർവികർ ജീവിച്ചിരുന്നത്, ലോകത്തിന്റെ മേൽക്കൂര എന്നു വിശേഷിപ്പിക്കുന്ന അവരുടെ സ്വന്തം രാജ്യത്തിൽ. അവർക്കവിടെ സന്തോഷമായിരുന്നു. പരസ്പരം സ്നേഹിച്ചിരുന്നു. കമ്പിളി വസ്ത്രങ്ങൾ നെയ്തും വയലേലകളിൽ കൃഷിചെയ്തും കന്നുകാലികളെ വളർത്തിയും ഒരു സംസ്കാരം കരുപ്പിടിപ്പിച്ചവരായിരുന്നു. അവരുടെ വീട്ടുമുറ്റത്തും വയലുകളിലും മരക്കൊമ്പുകളിലും ക്ഷേത്രങ്ങളിലും നിറമുള്ള കൊടികൾ പറന്നു കളിച്ചിരുന്നു.

പരമശാന്തനും അഹിംസാവാദിയുമായ ശ്രീബുദ്ധന്റെ അവതാര പുരുഷൻ ദലൈലാമയുടെ ചിറകിൻ കീഴിൽ സ്വസ്ഥമായ ജീവിതം നയിച്ചിരുന്നു.

ഒരുനാൾ ആ ജീവിതങ്ങൾക്ക് മേലെ കാർമേഘങ്ങൾ നിരന്നു. ഇടിമുഴങ്ങി. കനൽ പ്രവാഹത്തിൽ ഒരു ജനതയുടെ മോഹങ്ങൾ കത്തിയെരിഞ്ഞു. പ്രളയക്കെടുതിയിൽ അവരുടെ ചവിട്ടടികൾ നഷ്ടപ്പെട്ടു. പഞ്ചയ്ക്കതോർക്കാൻ വയ്യ. ടിബറ്റിനെക്കുറിച്ചോർത്താൽ, നെഞ്ച് വേവാതിരിക്കാൻ, കണ്ണുകൾ നിറയാതിരിക്കാൻ ഈ പാവം അഭയാർഥികൾക്കൊരിക്കലും വയ്യ.

നാല്

"ചിൽഡ്രൻസ് വില്ലേജ്" എന്നു വിശേഷിപ്പിക്കുന്ന ടിബറ്റൻ സ്കൂളിന്റെ മുറ്റത്തൂടെ നടക്കുമ്പോൾ ചെദൻ ഇംഗ്ലീഷിൽ തുരുതുരാ സംസാരിക്കുന്നുണ്ടായിരുന്നു. ഇന്നവളുടെ പിറന്നാളാണ്. ആകെയുള്ള അതിഥി താൻ മാത്രമാണെന്നാണ് പറഞ്ഞിട്ടുള്ളത്. പഞ്ചയെ വിളിക്കാ ഞ്ഞിട്ടല്ല. അന്തേവാസിയായ വൃദ്ധ അസുഖമായി കിടക്കുകയാണെ ന്നാണ് മറുപടി പറഞ്ഞത്.

"ഇന്ത്യക്കാരായ നിങ്ങൾ ഞങ്ങളുടെ അതിഥികളായെത്തുന്നത് പുണ്യമാണെന്ന് കരുതുന്നവരാണ് ടിബറ്റൻസ്."

ചെദൻ ആത്മാർഥതയോടെ പറഞ്ഞു. അവളുടെ സിൽക്ക് നൂലു കൾ പോലുള്ള മുടി വരണ്ട് തണുത്ത കാറ്റിൽ ഇളകിപ്പറന്നു. അഖി ലയ്ക്ക് ചെദനോട് കൂടുതലായൊരടുപ്പവും സ്നേഹവും തോന്നിയിട്ടുണ്ട്. സ്കൂളിൽ ചെന്ന കാലം മുതൽ മറ്റാരെക്കാളും സൗഹൃദമാണ് ചെദൻ കാണിക്കുന്നത്. മറ്റുള്ളവർ അകന്നുമാറി നിൽക്കുന്നു. അവരുടെ കണ്ണു കളിലും പെരുമാറ്റത്തിലുമുള്ള അകൽച്ച പക്ഷേ അഖിലയ്ക്ക് പുത്തരി യായിരുന്നില്ല. അങ്ങനെയല്ലാത്ത ഒരവസ്ഥയാണ് അവളെ എന്നും അത്ഭു തപ്പെടുത്താറുള്ളത്. അതുകൊണ്ടാവാം ചെദന്റെ ഹൃദ്യമായ പെരുമാ റ്റത്തെ അമ്പരപ്പോടെ അവൾ എതിരേറ്റത്.

ചെദന്റെ വീട്ടിലേക്കുള്ള വഴിയിൽ അഖില ഒരുനിമിഷം നിന്നു. വീട്ടിൽ വിച്ചുവുണ്ട്. അവനെക്കൂടാതെ ഒരു പാർട്ടിയിൽ പങ്കെടുക്കാൻ അഖിലയ്ക്ക് മനസുണ്ടായിരുന്നില്ല. ചെദനെ തള്ളിക്കളയുന്നത് അതി ലേറെ പ്രയാസമാണ്. ക്ഷണം നിരാകരിച്ചാൽ ചെദൻ സങ്കടപ്പെട്ടേക്കും.

വിച്ചുവിനെ കൊണ്ടുപോയാൽ, ഭക്ഷണം കാണുമ്പോൾ അവൻ ആക്രാന്തത്തോടെ ചാടി വീഴും. വാശിപിടിച്ചു കരഞ്ഞും നിലത്തു കിട

ന്നുരുണ്ടും പ്രശ്നങ്ങളുണ്ടാക്കും. ചുണ്ടായി ഉണ്ടാക്കിയെടുക്കുന്ന ഭക്ഷണം കഴിച്ച്, അവരുടെ തലോടലേറ്റ്, ടിബറ്റൻ താരാട്ടു പാട്ടുകൾ കേട്ട് അവൻ ഉറങ്ങുകയാവും. അല്ലെങ്കിൽ നിറമുള്ള ബോൾകൊണ്ട് ചുണ്ടായിയോടൊത്ത് കളിക്കുകയാവും.

കോൺക്രീറ്റ് ചെയ്ത ചെറിയ വീടാണ് ചെദന്റേത്. അവളുടെ അമ്മയും രണ്ടനിയത്തിമാരും അനിയനും അഖിലയെ എതിരേറ്റു. ചെറിയ വരാന്തയുടെ ഒരറ്റത്തിരുന്ന് അവളുടെ അച്ഛൻ നിർവികാരനായി ഹുക്ക വലിക്കുന്നു. അഖിലയെയോ ചെദനെയോ അയാൾ കണ്ടില്ല. കണ്ടതായി ഭാവിച്ചില്ല. “അപ്പയിന്ന് ചാങ്ങടിച്ചിട്ടുണ്ട് അഖില. എന്റെ പിറന്നാളാഘോഷത്തിന്റെ ഭാഗമായിട്ടാണ്.”

ചെദൻ പറഞ്ഞ “ചാങ്” അഖിലയ്ക്ക് മനസിലായില്ല.

“റാഗി കുതിർത്ത് വാറ്റിയെടുക്കുന്ന ഒരുതരം ലഹരി പാനീയമാണ്. അപ്പയ്ക്കതില്ലാതെ പറ്റില്ല. സന്തോഷവും സങ്കടവും കാരണമാക്കി കുടിച്ചുകൊണ്ടേയിരിക്കും. ഈ വീടിന്റെ സന്തോഷം ഇല്ലാതാക്കുന്നത് അപ്പയുടെ ഈ സ്വഭാവമാണ്.” ശബ്ദം താഴ്ത്തി ചെദൻ പറഞ്ഞു.

ചെദന്റെ കുടുംബാംഗങ്ങൾ തെളിഞ്ഞ ചിരിയോടെ അഖിലയെ കൺനിറയെ നോക്കിക്കൊണ്ടു നിന്നു. അഖില ബാഗിൽ കരുതിയ ശംഖ് മാലകളും മധുരപലഹാരങ്ങളും അവർക്ക് നൽകി. അതിൽ കന്യാകുമാരിയിൽനിന്നും കൊണ്ടുവന്ന ആ മാലകൾ പെൺകുട്ടികൾക്കിഷ്ടമായി. പലഹാരങ്ങൾ അവർ അപ്പോൾ തന്നെ പങ്കുവെച്ചു. ചെറിയ മേശപ്പുറത്ത് ടിബറ്റൻ രീതിയിലുള്ള ഭക്ഷണസാധനങ്ങൾ ചെദന്റെ അമ്മ നിരത്തിവച്ചു. അതിൽ ഖഫ്സയും മൊമോസും ചുണ്ടായി ഉണ്ടാക്കാറുള്ളതാണ്. എല്ലാവരും ചേർന്ന് വിളിച്ചിട്ടും ചെദന്റെ അപ്പ വന്നില്ല. അയാൾ എന്തൊക്കെയോ പിറുപിറുത്തുകൊണ്ടിരുന്നു.

എല്ലവരും പ്രാർഥനാമന്ത്രങ്ങൾ ചൊല്ലി. ചെദന്റെ അമ്മ അഖിലയെ ഗാഢമായാശ്ലേഷിച്ചു. ചുമരിൽ ദലൈലാമയുടെ ചില്ലിട്ട വലിയ ചിത്രമുണ്ടായിരുന്നു. “ഹി ഈസ് അവർ ഗോഡ് യൂ നോ” ചെദൻ ഭക്തിപൂർവം പറഞ്ഞു.

“എനിക്കറിയാം” അഖില പറഞ്ഞു. ദലൈലാമയെ നമ്മൾ ഇന്ത്യക്കാരും സ്നേഹിക്കുന്നുണ്ടെന്ന് പറഞ്ഞപ്പോൾ ആ മുഖങ്ങളൊന്നാകെ വിടരുന്നത് അഖില കണ്ടു. ഈ ഹൃദയങ്ങളുടെ പ്രകാശമാണ്, ആ അവതാര പുരുഷന്റെ മഹത്വമെന്നവൾക്ക് തോന്നി.

ചെദനും അനിയത്തിമാരും ടിബറ്റൻ ഭാഷയിലുള്ള ഗാനങ്ങൾ പാടി. കേൾക്കാനിമ്പമുണ്ട്. ഒന്നും മനസിലായില്ലെങ്കിലും അറിയാതെ അഖില അതിൽ ലയിച്ചുപോയി. കണ്ണടച്ചപ്പോൾ ഏതോ ബുദ്ധക്ഷേത്രത്തിന്റെ സ്വർണത്താഴികക്കുടം അവളുടെ കണ്ണുകളിൽ തിളങ്ങി. പൈൻമരങ്ങൾക്കിടയിലൂടെ ചെറിയ കാലുകൾ പെറുക്കിവച്ചോടുന്ന ചെറിയ പെൺകുട്ടി. അകലെ മലകൾക്കുമീതെ മഞ്ഞിന്റെ കൂടാരം. മഞ്ഞൊഴുകി അരുവിയായി പുഴയിലേക്ക് പതിക്കുന്നു. മഞ്ഞനിറമുള്ള പുഴയിലൂടെ

ഒരു കളിയോടം ഒഴുകുകയാണ്. സൂക്ഷിച്ചു നോക്കിയപ്പോൾ അതിൽ നിറയെ മനുഷ്യരുടെ ശരീരാവയവങ്ങൾ. അഖില ഞെട്ടി കണ്ണുകൾ തുറന്നപ്പോൾ ചെദന്റെ അമ്മ അവളുടെ കൈയിൽ പിടിച്ചു നിൽക്കുന്നു. സ്ഥലകാലഭ്രമം നഷ്ടപ്പെട്ടതുപോലെ അഖില അവരെ പകച്ചു നോക്കി.

"വിച്ചുവിനെ കൊണ്ടുവരാമായിരുന്നു അഖില" ചെദൻ പറഞ്ഞു. അഖില നിസ്സഹായതയോടെ കൈ മലർത്തി. "അവൻ നിങ്ങളുടെ പാർട്ടി അലങ്കോലപ്പെടുത്തും. അവൻ കാരണം സ്വൈര്യത നഷ്ടമാകും ചെദൻ. ചിലപ്പോൾ വിച്ചു ആകെ വയലന്റാകും."

ചെദൻ അഖിലയെ കെട്ടിപ്പിടിച്ചു. പിന്നെ പ്രതിമ പോലിരിക്കുന്ന അപ്പയെ ചൂണ്ടിക്കാട്ടി.

"നോക്കൂ അഖില, കഞ്ചാവടിക്കുകയാണപ്പാ. ചാങ് കഴിച്ചതിന് മേലെയാണീ ലഹരി. ബോധം കെടുമ്പോൾ ഞങ്ങളെ ഉപദ്രവിക്കും. വീട്ടുസാധനങ്ങൾ നശിപ്പിക്കും. ഇവിടെ അദ്ദേഹമുണ്ടാക്കുന്നത്രയും സ്വൈരക്കേട് എട്ടുവയസുള്ള ഒരു കുട്ടി എങ്ങനെ ഉണ്ടാക്കും. അവന് ബുദ്ധിയില്ലാഞ്ഞിട്ടല്ലേ. ഇതു ബുദ്ധി കൂടിപ്പോയിട്ടാ. സ്ഥിരത നഷ്ടപ്പെട്ട ഒരു ജനതയാണ് നമ്മൾ. നിങ്ങൾ നൽകിയ സൗജന്യത്തെ, ഈശ്വരചിന്തയോടെ സൗമ്യമായി ഉപയോഗിക്കപ്പെടേണ്ടതിനുപകരം ഇത്തരം കുറച്ചു പേരെങ്കിലും, ഈ മഹത്തായ രാജ്യത്തിനും അഭയാർഥികളായ ഞങ്ങൾക്കും മാനക്കേടുണ്ടാക്കുകയാണ്."

ഇപ്പോൾ അഖിലയ്ക്ക് അവളെ ആശ്വസിപ്പിക്കേണ്ടിവന്നു. "സ്വൈരക്കേടുണ്ടാക്കുന്നെങ്കിലും നിനക്ക് അപ്പ, അമ്മ, സഹോദരങ്ങൾ എല്ലാമുണ്ട്. എനിക്കിതൊന്നുമില്ല. ഒരപകടത്തിൽ രണ്ടുപേരും നഷ്ടമായി. സഹോദരങ്ങളുമില്ല."

"അഖില" എന്ന പേരിനെക്കാൾ "അനാഥ"യെന്ന വിളിപ്പേരാണ് ഞാൻ കേട്ടുകൊണ്ടിരുന്നത്. സ്വന്തമായി എന്തെങ്കിലുമൊക്കെ നഷ്ടപ്പെടാത്തവരായി ഈ ഭൂമിയിൽ ആരുണ്ട്." ഭിത്തിയിൽ തൂക്കിയിട്ട ഒരു കുഞ്ഞുലാമയുടെ ചിത്രം അപ്പോഴാണ് അഖില കണ്ടത്. ആ മുഖം പരിചിതമാണല്ലോ. "ചെഞ്ച – ഇളയ മകനാണ്. ഇവിടെ മൊണാസ്ട്രിയിലുണ്ട്."

"ഞാനിവനെ കണ്ടിരുന്നു." അഖില തോഷ എന്ന തടിച്ച സ്ത്രീയെ കളിയാക്കിയ ആ കുസൃതിയെ ഓർത്തു.

"എന്തിനാണവനെ –" അഖില നിർത്തി. ചെദൻ വിശദീകരിച്ചു.

"എന്റെ മൂത്ത സഹോദരനായിരുന്നു ബുദ്ധഭിക്ഷുവായി ബുദ്ധാശ്രമത്തിൽ ചേർന്നത്. അന്ന് ഞങ്ങളൊക്കെ നേപ്പാളിലായിരുന്നു. അവിടെ വച്ച് അസുഖം ബാധിച്ച് അദ്ദേഹം മരിച്ചുപോയി. ചെഞ്ച ജനിച്ചപ്പോൾ, അവൻ മരിച്ചുപോയ സഹോദരന്റെ തത്സ്വരൂപമായിരുന്നു. കുടുംബത്തിൽ ഒരാളെങ്കിലും ബുദ്ധമതപ്രചാരകനാകേണ്ടതുണ്ട് എന്നാണ് ഞങ്ങളുടെ വിശ്വാസം. ചെഞ്ചയെ അതുകൊണ്ടാണ് ആശ്രമത്തിലേക്കയച്ചത്."

കുസൃതി നിറഞ്ഞ ആ കണ്ണുകളിലേക്ക് നോക്കിയപ്പോൾ ആ സന്യാസവേഷം അവന് ഒട്ടും ചേരുന്നില്ലെന്നാണ് അഖിലയ്ക്ക് തോന്നിയത്. ഓടിച്ചാടിക്കളിക്കാനും തോഷയെ കളിയാക്കാനും വെമ്പുന്ന ഒരു പന്ത്രണ്ടു വയസുകാരൻ. അവൻ വേദമന്ത്രങ്ങളുടെയും കനത്ത ശിക്ഷണത്തിന്റെയും ചങ്ങലയ്ക്കുള്ളിൽ ബന്ധിതനാകുന്നു. കുടുംബത്തിന്റെ സുരക്ഷിതത്വത്തിൽനിന്നും നിർവികാരതയുടെ പരബ്രഹ്മം തേടിയുള്ള യാത്ര. അവൾക്ക് സങ്കടം തോന്നി.

"അമ്മയ്ക്ക് സങ്കടാവില്ലേ ചെദൻ, ചെഞ്ചയെ പിരിഞ്ഞുനിൽക്കാൻ." ചെദൻ പുഞ്ചിരിച്ചു.

"മക്കളെ വിട്ടുപിരിയുന്ന സങ്കടം ഭൂമിയിലെ എല്ലാ അമ്മമാർക്കും ഒന്നുപോലെ തന്നെയാണഖില. ഭാഷയോ നാടോ വ്യത്യസ്തമായാലും എല്ലാ അമ്മയും ഒന്നാണ്. ചെഞ്ചയെ പിരിഞ്ഞപ്പോൾ ഒരുമാസത്തോളം അമ്മ സങ്കടപ്പെട്ടു. ഞങ്ങൾക്കുമുണ്ട് വിഷമം. പക്ഷേ......"

ചെദന്റെ കണ്ണുകളിലെ സങ്കടം മാഞ്ഞുപോയി. അവിടെ അദമ്യമായ ഒരു പ്രകാശം സ്ഫുരിച്ചു.

"ഓരോ വീട്ടിലും ഒരു കുഞ്ഞെങ്കിലും ബുദ്ധഭിക്ഷുവാകണം. അതാണ് പുണ്യം. ശ്രീബുദ്ധന്റെ പ്രചാരകനായി, അഹിംസയുടെയും ജാതിരാഹിത്യത്തിന്റെയും കാൽവെപ്പുമായി ഭൂമിയിലെവിടെയുമെത്താൻ നമ്മൾ ചെയ്യുന്ന ത്യാഗവും സന്നദ്ധതയുമാണിത്. ദലൈലാമയുടെ ശിക്ഷണത്തിലേക്ക് പറഞ്ഞയക്കാൻ ഞങ്ങൾക്കൊരു മടിയുമില്ല. അദ്ദേഹം പറയുന്നതാണ് കർമം, കേൾക്കുന്നതാണ് കരുത്ത്. ഞങ്ങളുടെ പഞ്ചേന്ദ്രിയങ്ങളും അദ്ദേഹത്തിനുവേണ്ടി മാത്രം തുടിക്കുകയെന്നതാണ് പുണ്യം."

അഖിലയ്ക്ക് ഒന്നും മിണ്ടാൻ കഴിഞ്ഞില്ല. നോബൽ സമ്മാന ജേതാവായ ടെൻസി ഗ്യാറ്റ്സോ എന്ന ദലൈലാമയെക്കുറിച്ച് അവൾ പത്രങ്ങളിൽ വായിച്ചിട്ടുണ്ട്. ബുദ്ധന്റെ പുനർജന്മമെന്ന് വിശ്വസിക്കുന്ന അദ്ദേഹത്തിന്റെ ചിന്തകളും ചെയ്തികളും, അഹിംസയിലും അക്രമരാഹിത്യത്തിലും ബുദ്ധമതതത്വങ്ങളിലും മാത്രമാണ്.

എങ്കിലും ചെഞ്ച എന്ന കുട്ടിയോട് അഖിലയ്ക്ക് സഹതാപമാണ് തോന്നിയത്. അമ്മയുടെ മടിയിലിരിക്കാനും ആ മടിയിൽ തല ചായ്ച്ചു കിടക്കാനും ആഗ്രഹിക്കുന്ന അവന്റെ പ്രായം. ഭൂമിയിലെ ദുഃഖങ്ങളകറ്റാനുള്ള വഴിയന്വേഷിച്ച് സർവസംഗ പരിത്യാഗിയായി അവനെ ആത്മീയതയുടെ വഴിയിലേക്കിറങ്ങാൻ നിർബന്ധിതനായിരിക്കയാണ്.

ചെദനോടും കുടുംബത്തോടും യാത്ര ചോദിച്ചിറങ്ങിയപ്പോൾ ചെഞ്ച മാത്രമാണ് മനസിലുടക്കിനിന്നത്. ജീവിതമെന്തെന്നറിയാതെ, സുഖഭോഗങ്ങളോ കുസൃതിത്തരങ്ങളോ ഇല്ലാതെ ഭക്ഷണം മാത്രം ലക്ഷ്യമാക്കി ജീവിക്കുന്ന വിച്ചുവും ചെഞ്ചയും അഖിലയുടെ മനസിലൂടെ കടന്നുപോയി.

ജീവിതം സമ്മാനിക്കുന്നതേറെയും കയ്പാണ്. കയ്പുനീർ കുടിച്ചു കുടിച്ചു മധുരമറിയാതെ പോയ കുറേ ജന്മങ്ങൾ.

വഴിയിൽ അനിലുണ്ടായിരുന്നു. അവന്റെ ബൈക്കിന് മുന്നിൽ മഞ്ഞ നിറമുള്ളൊരു പൂക്കുല. "എന്താദ്" അഖില ചോദിച്ചു.

"എന്റെ ഗേൾഫ്രണ്ട് തന്നതാണ്. ഒരു ടിബറ്റൻ സുന്ദരി." അനിൽ കളി പറയുംപോലെ ചുണ്ട് വക്രിച്ചു കാണിച്ചു.

സന്ധ്യ ഇളംചുവപ്പാർന്ന കുശാൽ നഗറിനെ പുണർന്നു. വഴിയോരങ്ങളിൽനിന്നും പ്രാർഥനാഗീതങ്ങൾ കേട്ടു തുടങ്ങി.

"ഇതെങ്ങോട്ടാ സന്ധ്യക്ക്" അനിൽ ചോദിച്ചു.

"ചെദന്റെ പിറന്നാളുണ്ടു വരികയാ."

"ടീച്ചർക്ക് എന്നേം വിളിക്കായിരുന്നു. നല്ലൊരു പാർട്ടി മിസ്സായല്ലോ."

"ഇവിടെ കൊറേ നാളായല്ലോ. കൊതി തീർന്നില്ലേ?"

"കൊതിപ്പിക്കുന്നതോരോന്നും പുതുതായി മനസ്സ് കണ്ടെത്തും അഖില. അതു നിനക്കറിയില്ലേ. അതാണീ ഭൂമിയുടെയും മനുഷ്യമനസിന്റെയും പ്രത്യേകത. പുതുമകൾ പിറക്കുകയും അതിനു പിറകെ ഓടുകയുമാണല്ലോ ജീവിതം."

ചുറ്റും വരണ്ടുകിടക്കുന്ന പാടശേഖരങ്ങൾ മാത്രം. തണുത്ത കാറ്റ് വാശിയോടെ അവരെ ചുറ്റിവരിഞ്ഞു.

"ഗണേഷ് എന്നെ വിളിച്ചിരുന്നു" അനിൽ അവളെ സസൂക്ഷ്മം നോക്കിയിട്ടാണ് പറഞ്ഞത്. അയാൾക്കറിയാം അവൾ തീരെ കേൾക്കാനിഷ്ടപ്പെടാത്തതാണ് താൻ പറയുന്നതെന്ന്. അഖില പ്രതികരിക്കാതെ നിന്നു. അവളുടെ മുഖത്തേക്ക് ഇരുളിരച്ചു കയറുന്നത് അയാൾ കണ്ടു.

"തന്നെ കുറേ പഴി പറഞ്ഞു." പിന്നെ എനിക്കൊരു താക്കീതും. ബന്ധമൊഴിയാത്ത കാലംവരെയും അയാൾ മാത്രമാണ് തന്റെ അവകാശിയെന്ന്."

"ബന്ധമൊഴിയാൻ ഞാനെന്നേ തയാറാണ്. അത് പലതവണ ഞാൻ പറഞ്ഞു കഴിഞ്ഞു." ടെംപിളിലെ ലാമമാരും ബുദ്ധഭിക്ഷുണികളും വഴിയിലൂടെ നടക്കുന്നുണ്ടായിരുന്നു. അവരിൽ പലരും അവരെ നോക്കി തല അൽപ്പം താഴ്ത്തി അഭിവാദ്യങ്ങളർപ്പിച്ചു. നിർലോഭമായ ഹൃദയം തുറന്ന ചിരി അവരുടെ മുഖത്തുണ്ടായിരുന്നു.

അഖിലയുടെ മുഖം മങ്ങിപ്പോയിരുന്നു. തണുത്ത കാറ്റ് മരവിപ്പിച്ചുകളഞ്ഞ ജീവനുള്ള പ്രതിമ പോലെയാണവൾ നിൽക്കുന്നത്.

"നിന്റെ നമ്പർ ചോദിച്ചു. നിനക്ക് മൊബൈൽ ഫോണില്ലെന്ന് ഞാൻ പറഞ്ഞതയാൾ വിശ്വസിച്ചിട്ടില്ല."

ഒന്നു നിർത്തിയശേഷം അനിൽ പറഞ്ഞു. ഗണേഷ് ചിലപ്പോൾ ഇങ്ങോട്ടു വന്നേക്കാം.

അഖില വാശിയോടെ തലയുയർത്തി. "എന്തിന് – ഇനിയും എന്താണയാൾക്ക് വേണ്ടത്."

അനിലിന്റെ ബൈക്കിന് മുന്നിലെ മഞ്ഞപ്പൂക്കൾ അൽപ്പാൽപ്പമായി നുള്ളിയെടുത്ത് അവൾ ടാറിട്ട റോഡിലേക്കെറിഞ്ഞു.

"നല്ല തണുപ്പുണ്ട്. നിന്ന് വിറയ്ക്കേണ്ട. താൻ പൊയ്ക്കൊള്ളൂ." ദയവോടെ അനിൽ പറഞ്ഞു. അഖിലയുടെ ഈ മരവിച്ച മുഖം കാണാൻ

തുടങ്ങിയിട്ട് കാലമേറെയായിരിക്കുന്നു. സാധാരണ പെൺകുട്ടികളെ പോലെ അവൾ കരയാത്തതെന്തെന്ന് പല സന്ദർഭങ്ങളിൽ അനിൽ അത്ഭുതപ്പെട്ടിട്ടുണ്ട്.

അഖില യാത്ര പറയാതെ നടന്നു. അവളുടെ മനസാകെ കലങ്ങിമറിഞ്ഞിട്ടുണ്ടെന്ന് ആ മുഖം വ്യക്തമാക്കിയിരുന്നു. ബൈക്ക് സ്റ്റാർട്ട് ചെയ്തിട്ടും ഒന്നുരണ്ടു നിമിഷം അയാൾ അവൾ പോയ വഴിയെ നോക്കി നിന്നു.

“ഗേൾ ഫ്രണ്ടാണോ” ചിരിയോടെ ഒരു ലാമ അന്വേഷിച്ചു.

“അതെ” എന്ന് അനിൽ മറുപടി പറഞ്ഞു.

ചുണ്ടായി കമ്പിളിക്കുപ്പായമിട്ട് തലയിൽ മഫ്ളറും കെട്ടി വിച്ചുവിന്റെ അരികെ പായ നിവർത്തി കിടന്നു കഥകൾ പറയുകയാണ്, അവരുടെ ഭാഷയിൽ. വിച്ചു അതൊന്നും ശ്രദ്ധിക്കുന്നില്ല. അവൻ ഒരു പ്ലാസ്റ്റിക് ബോൾ വായിലിട്ടു കടിക്കാൻ ശ്രമിക്കുകയും, അതവന്റെ ഉമിനീരിൽ കുതിരുമ്പോൾ അവരുടെ ഫ്രോക്കിൽ ഉരുട്ടിയെടുക്കുകയും ചെയ്യുന്ന ചുണ്ടായി പറയുന്നതൊന്നും അവൻ കേൾക്കുന്നില്ല. ലോകത്തിന്റെ ഒരു ശബ്ദവും ഒരിക്കലും അവൻ കേട്ടിട്ടില്ല. ചുണ്ടായി അവൻ കേൾക്കാനുമല്ല പറയുന്നതും പാടുന്നതും. മറ്റാരും കേൾക്കാനില്ലാത്തപ്പോൾ സ്വയം പറയുകയും ചിരിക്കുകയും കരയുകയും ചെയ്യുന്നതൊരത്ഭുതമല്ല. എവിടെയും അനാഥർ ഒന്നുപോലെയാണ്. ഒരേ ചിന്തകളും ഒരേ വികാരങ്ങളും.

ചുണ്ടായിക്ക് ഇന്നൊരു ലക്ഷ്യമുണ്ട്. നഷ്ടപ്പെട്ട കുഞ്ഞനിയനെ തേടുകയാണവർ. കുറേനാൾ ധർമശാലയിലായിരുന്നത്രേ. അവിടെ അവർ ദലൈലാമയെ നേരിട്ട് കണ്ട് തന്റെ ജീവിതലക്ഷ്യം പറഞ്ഞതാണ്. പക്ഷേ നിസ്സഹായനായിരുന്നു. ഉറ്റവരിലാരെങ്കിലും നഷ്ടപ്പെടാത്തവരായി ഒരു ഭയാർഥിക്കുടുംബവും എവിടെയുമുണ്ടാകില്ലെന്ന് അദ്ദേഹം പറഞ്ഞതാണ്. പേരുപോലും ചുണ്ടായി ഓർക്കുന്നില്ല. പക്ഷേ ഓമനത്തം നിറഞ്ഞ ആ മുഖം മനസിലുണ്ട്. അതെവിടെ കണ്ടാലും, എത്ര കാലം കഴിഞ്ഞാലും താൻ തിരിച്ചറിയും എന്ന ശാഠ്യത്തിലാണവർ. പിന്തിരിപ്പിക്കാൻ ശ്രമിക്കുന്നത് വൃഥാവിലാണെന്ന് അനിൽ പറഞ്ഞിരുന്നു.

അഖിലയെ കണ്ടപ്പോൾ ചുണ്ടായി കണ്ണുകളിൽ ചിരി നിറച്ചു. എന്തോ ചോദിച്ചു. ഭക്ഷണം കഴിക്കാനാണ്. താൻ വിശന്നാണ് വന്നിരിക്കുന്നതെന്നവർ ആശങ്കപ്പെടുന്നു. തന്റെ വിശപ്പിനെക്കുറിച്ചോർക്കാൻ ഒരിക്കലും ആരുമുണ്ടായിരുന്നില്ല. അകാലത്തിൽ മരണപ്പെട്ട അമ്മയാണോ തന്റെ മുന്നിലിരിക്കുന്നത്. അഖില അവരുടെ കൈപിടിച്ചു ചുംബിച്ചു. അവളുടെ സ്നേഹപ്രകടനത്തിൽ അടങ്ങിക്കിടന്ന നന്ദിയുടെ മഹാപ്രവാഹമൊന്നും ആ പാവത്തിന് മനസിലായിക്കാണില്ല.

“അവനെന്തെങ്കിലും കഴിച്ചോ ചുണ്ടായി” അഖില മലയാളത്തിൽ ചോദിച്ചത് അവർക്ക് മനസിലായിരിക്കുന്നു. അവർ തലയാട്ടി. അരിയും കോഴിയിറച്ചിയുമൊക്കെ ചേർത്ത് അവർ ഉണ്ടാക്കിയെടുത്ത പേരറിയാത്ത

ഭക്ഷണം പാത്രത്തിലുണ്ടായിരുന്നു. അഖില അൽപ്പമെടുത്തു രുചിച്ചു നോക്കി. ചുണ്ടായി എന്തുണ്ടാക്കിയാലും സ്വാദുണ്ടാകും.

ചൂടുവെള്ളത്തിലുള്ള കുളി കഴിഞ്ഞപ്പോൾ തണുപ്പ് കൂടിയതായി തോന്നി. വിറയലോടെ സ്വെറ്ററെടുത്തിട്ടു. കടുംനീല നിറത്തിലുള്ള ആ സ്വെറ്റർ അനിലിന്റെ സമ്മാനമാണ്. വിച്ചു ചുണ്ടായിയുടെ കിടക്കയിൽ ഉറക്കംപിടിച്ചിരുന്നു. അവന്റെ ചുണ്ടുകളുടെ കോണിലൂടെ ഉമിനീർ ഒലിച്ചിറങ്ങി തലയണ നനയ്ക്കുന്നു. തന്റെ മകനാണ് ഉറങ്ങിക്കിടക്കുന്നത്. എല്ലാ സ്ത്രീകളെയും പോലെ പത്തു മാസം വയറ്റിൽ ചുമന്നവൻ. പക്ഷേ ഒരമ്മയുടെ മനോനിലയിലേക്കുയർന്നു സന്തോഷിക്കാനോ സംതൃപ്തിയടയാനോ കഴിഞ്ഞിട്ടില്ല.

അവൾ അവന്റെ തലയിൽ ഒന്നു തലോടി. ദേഷ്യം വരുമ്പോഴൊക്കെ സ്വന്തം തലമുടി പിച്ചിപ്പറിച്ചെടുക്കുന്നതുകൊണ്ട് മിക്കവാറും തല ശൂന്യമായിരിക്കുന്നു. ചെറിയ മൊട്ടത്തലയിൽ അവൾ പതിയെ ഒരുമ്മ വച്ചു.

“ഇന്ന് തണുപ്പേറെയാണ്” ചുണ്ടായി പറഞ്ഞു. അവരുടെ വാക്കുകൾ കിടുകിടുക്കുന്നുണ്ടായിരുന്നു. ജനാലകളും വാതിലുമടച്ചുപൂട്ടി അവർ തണുപ്പിനെ വെളിയിലാക്കാൻ ശ്രമിച്ചതാണ്. ദുരന്തങ്ങളുടെ ഹൃദയശൂന്യതയോടെയാണ് മഞ്ഞുകാറ്റ് ഓടിക്കയറി വരുന്നത്. ആർക്കും ഒന്നിനും പ്രതിരോധിക്കാനാവാതെ.

അഞ്ച്

പ്രിൻസിപ്പലിന്റെ റൂമിലിരുന്നു സംസാരിക്കുന്ന തടിച്ച സ്ത്രീരൂപം അഖിലയെ അത്ഭുതപ്പെടുത്തി. അവർ വളരെ ഭംഗിയായി ഇംഗ്ലീഷ് സംസാരിക്കുന്നുണ്ട്. പ്രിൻസിപ്പൽ സീരിയസായിത്തന്നെയാണ് അവരോട് സംസാരിക്കുന്നത്.

സുവർണക്ഷേത്രാങ്കണത്തിൽ, കുട്ടികളോട് വഴക്കിടുകയും വിശക്കുന്നു എന്നു കേണപേക്ഷിച്ച് വെറും തറയിൽ കിടക്കുകയും ചെയ്യുന്ന ഒരു ഭ്രാന്തിയായാണ് അഖില അവരെ അറിയുന്നത്. ഓഫീസ് റൂമിലേക്ക് കയറിച്ചെന്നിടപെടാനുള്ള സ്വാതന്ത്ര്യം അഖിലയ്ക്കില്ല. മുന്നിൽ വെട്ടിത്തെളിച്ച വഴിയിലേക്കുപോലും ഒരു കാൽ വയ്ക്കാനവൾ അറച്ചു നിൽക്കും. ഈ ഭൂമിയിൽ ഒന്നിനും അർഹതയില്ലാത്ത മനുഷ്യജന്മമാണ് തന്റേതെന്നവൾ വിശ്വസിക്കുന്നു.

ലഞ്ച് ടൈമിൽ അവൾ അവരെ വീണ്ടും കണ്ടു. സ്കൂൾമുറ്റത്ത് തണലിലിരുന്നവർ ഒരു കടലാസു പൊതിയിൽനിന്നും ഭക്ഷണം കഴിക്കുകയാണ്. അഖില അവർക്കൽപ്പമരികിലിരുന്നു. ആ സ്ത്രീ മറ്റൊന്നും ശ്രദ്ധിക്കുന്നില്ല. ഈ ഭക്ഷണപ്പൊതിയല്ലാതെ ലോകത്തിൽ മറ്റൊന്നുമില്ലെന്ന മട്ടിലാണവരുടെ തീറ്റ.

“മാഡം” അഖില ഒന്നു വിളിച്ചു. അവർ ഭക്ഷണം കഴിച്ച് കൈയും ചുണ്ടും തുടച്ചതല്ലാതെ പ്രതികരിച്ചതില്ല. അഖില പഠിപ്പിക്കുന്ന ക്ലാസിലെ പെൺകുട്ടി അവർക്കടുത്തേക്ക് വന്നു. അവളുടെ കുഞ്ഞുകണ്ണുകളിൽ കൗതുകമുണ്ടായിരുന്നു. അഖില അവളെ നോക്കി വാത്സല്യത്തോടെ ചിരിച്ചു. ക്ലാസിലെ മിടുക്കിക്കുട്ടിയാണവൾ. അവൾ തോഷയെ നോക്കി ആദരവോടെ ചിരിച്ചു. “നിനക്കറിയോ അവരെ.”

“അറിയാം. ഡോക്ടർ തോഷ.”

"ഡോക്ടറോ – ഡോജ ആർ യു ലയിങ്" അഖിലയ്ക്ക് ദേഷ്യം വന്നു.

അവൾ കണ്ണു തുറിച്ച്, തലയാട്ടി ദൃഢമായി പറഞ്ഞു:

"സത്യമാണ് മിസ്. എന്റെ ഡാഡിക്കറിയാം. പക്ഷേ ചികിത്സിക്കാറൊന്നുമില്ല. ഏറെ പഠിച്ചപ്പോൾ അവർ അബ്നോർമലായത്രേ. ഇപ്പോഴും നാഡിമിടിപ്പും കൃഷ്ണമണിയുമൊക്കെ നോക്കി അവർ രോഗത്തെക്കുറിച്ചു പറയും. ഭേദമാകാത്ത ഒരു രോഗിയുടെ കൺപോളകൾ താഴ്ത്തി നോക്കി രോഗം പറഞ്ഞിട്ടാണ് ഇവിടുത്തെ വലിയ ഡോക്ടർക്ക് മനസിലായത്. ആ ഡോക്ടറാണ് അപ്പയോട് പറഞ്ഞത്. ഇവർക്ക് മറ്റാരെക്കാളും കൂടുതൽ കാര്യങ്ങളറിയാമെന്ന്. വലിയ യൂണിവേഴ്സിറ്റിയിൽ നിന്നാണത്രേ എം ഡിയായത്." അഖിലയ്ക്കത് വിശ്വസിക്കാതിരിക്കാനും കഴിഞ്ഞില്ല. 'എന്റെ സിദ്ധാർഥനെവിടെ' എന്നവർ ചോദിക്കുന്നത് താനും കേട്ടതാണല്ലോ.

ഡോജ ടിബറ്റൻ ഭാഷയിൽ അവരോടെന്തോ ചോദിച്ചു. അവളോടവർ പ്രതികരിച്ചു. അവളോട് സംസാരിക്കുകയും വാത്സല്യത്തോടെ കവിളിൽ തട്ടുകയും ചെയ്തു. തൊട്ടടുത്തിരുന്നിട്ടും അഖിലയെ അവർ കണ്ടതായി ഭാവിച്ചില്ല. സ്കൂളിൽ ടിബറ്റൻ ഭാഷ നിർബന്ധമാക്കിയിരുന്നതിന്റെ ആവശ്യകതയെക്കുറിച്ച് അഖില ഓർത്തുപോയി. സ്വന്തം സംസ്കാരം നിലനിർത്താൻ അവർ കിണഞ്ഞു പരിശ്രമിക്കുന്നുണ്ട്. ലോകത്തിന്റെ ഏത് മൂലയിലായാലും തലമുറകൾക്കിപ്പുറവും സ്വന്തം ഭാഷയും സംസ്കാരവും അവർ പൂർണമായി പാലിക്കുന്നു. വേഷവിധാനങ്ങളിലോ ഭക്ഷണവൈവിധ്യങ്ങളിലോ ഒന്നും തന്നെ മറ്റാരെയും അനുകരിക്കാതിരിക്കാനുള്ള ശ്രമത്തിലാണ് പഴയ തലമുറ. അന്യാധീനപ്പെട്ടു പോയ മാതൃരാജ്യം ഒരിക്കൽ തങ്ങൾക്ക് തിരിച്ചു കിട്ടുമെന്ന പ്രതീക്ഷയിലാണവർ. ഇന്നല്ലെങ്കിൽ നാളെ അത് പ്രാപ്യമാകും. ഒന്നുമൊന്നും പുതുതായി ചേർത്തുവയ്ക്കാതെ, പഴയതൊന്നും ചോർന്നുപോകാതെ, സ്വതന്ത്രജീവിതം കൈവരിക്കുന്ന നാളുകൾ കാത്തിരിക്കുകയാണവർ.

"ഞങ്ങളുടെ ഇംഗ്ലീഷ് ടീച്ചറാണ്" ഡോജ തോഷയ്ക്ക് പരിചയപ്പെടുത്തി. അവർ ഇടുങ്ങിയ കണ്ണുകളുയർത്തി അവളെ ഒന്നു നോക്കി. പിന്നെ ഇംഗ്ലീഷിൽ ചോദിച്ചു:

"കന്നടക്കാരിയാണോ."

"അല്ല മലയാളിയാണ് ഫ്രം. കേരള."

"ഫ്രം കേരള" അവർ എന്തോ ഓർത്തുനിന്നു. സ്വതേ ഗൗരവം നിറഞ്ഞ മുഖമാണ്. നേർത്ത ചിരി ചുണ്ടുകളിലുണ്ടോ എന്നൊരു സംശയവും അഖിലയ്ക്ക് തോന്നാതിരുന്നില്ല. അവരുടെ കണ്ണുകളിൽ പ്രകാശമുണർന്നു. ഒരു കുഞ്ഞിനെപ്പോലെ പെട്ടന്നവർ ഉത്സുകയായി. "എനിക്കോർമ വന്നു. വൺ മിസ് രഞ്ജിനി. ഫ്രം കേരള." ആ പേരവരുടെ വായിലൊതുങ്ങുന്നില്ല. അനായാസമായി ഇംഗ്ലീഷിൽ അവർ സംസാരിച്ചു.

"എന്റെ ക്ലാസ്മേറ്റായിരുന്നു. നല്ല സുന്ദരി. ധാരാളം മുടി. അവൾ

ക്കെന്നെ ഇഷ്ടമായിരുന്നു. മറ്റുള്ളവർ ഞങ്ങൾ ടിബറ്റുകാരെ അഭയാർഥികളായി പുറന്തള്ളിയപ്പോൾ രഞ്ജിനി മാത്രം സ്നേഹിച്ചു. തൈര് ചേർത്ത ചോറ് നൽകിയിരുന്നവൾ. പിന്നെ നാട്ടിൽനിന്നും കൊണ്ടു വരുന്ന മലയാള പലഹാരങ്ങളും. അതിനൊക്കെ നല്ല സ്വാദുണ്ടായിരുന്നു. നിങ്ങൾ മലയാളികൾ അലിവും സ്നേഹവുമുള്ളവരാണ്."

അഖിലയ്ക്ക് സന്തോഷമായി. അവൾ സ്വാതന്ത്ര്യത്തോടെ അവരുടെ കൈ പിടിച്ചു.

"ഡോക്ടറാണല്ലേ. എത്ര മഹത്വമുള്ള ജോലിയാണ്."

അവരുടെ മുഖം ദുഃഖപൂർണമായി. ചെറിയ കാറ്റിൽ സ്കൂൾമുറ്റത്തേക്ക് ഇലകളും വെളുത്ത പൂക്കളും കൊഴിഞ്ഞുവീണു. കുട്ടികൾ കളിക്കുന്നതു നോക്കി അവർ ഒരുനിമിഷമിരുന്നു അവരെന്താണോർക്കുന്നത്. സ്വന്തം ബാല്യമോ? ബാല്യത്തെ ഓർക്കാത്ത ഒരു മനസും ഭൂവിലുണ്ടാവില്ല.

"ധർമശാലയിലെത്തുമ്പോൾ ഞാൻ കുട്ടിയായിരുന്നു. മൂന്നോ നാലോ വയസ്സ്." അവർ സ്വന്തം ജീവിത കഥ പറഞ്ഞുതുടങ്ങി.

വലിയ ഓർമകളൊന്നും ആ പലായനത്തെക്കുറിച്ച് തോഷയ്ക്കോർമയില്ല. മാസങ്ങളോളമുള്ള കൊടുംയാതനകൾ നിറഞ്ഞ യാത്രയും ഭിക്ഷാടനവും രോഗങ്ങളും ഒടുവിൽ ഇന്ത്യയിലെത്തിച്ചേർന്നു. കുട്ടികളെ ഇഷ്ടപ്പെടുന്ന ജവഹർലാൽ നെഹ്റുവിനെ അവർ വ്യക്തമായി ഓർക്കുന്നുണ്ട്.

അന്ന് അദ്ദേഹം കാരുണ്യം നൽകിയില്ലായിരുന്നെങ്കിൽ എന്തായിരുന്നേനെ അവസ്ഥ എന്നവർ ഇപ്പോഴും പേടിക്കുന്നു. തോഷയുടെ കണ്ണുകളിൽ ഭീതിയും നിസ്സഹായതയും തുളുമ്പി. അവരോടൊപ്പം അപ്പനും അമ്മയും സഹോദരങ്ങളുമുണ്ടായിരുന്നു.

വലിയൊരു കൂടാരക്കീഴെ തിങ്ങിപ്പാർക്കുന്നവർക്കിടയിൽനിന്നും തോഷയെ പോലുള്ള കുട്ടികൾ ഒരുനാൾ അകറ്റപ്പെട്ടു. വലിയ മലകൾ കുത്തിത്തുരന്നു റോഡുണ്ടാക്കുന്ന പണിയിലായിരുന്നു തോഷയുടെ മാതാപിതാക്കൾ.

കുട്ടികൾക്ക് വിദ്യാഭ്യാസവും മറ്റു സൗകര്യങ്ങളുമുണ്ടാവാൻ തോഷയും മറ്റു കുട്ടികൾക്കൊപ്പം മാതാപിതാക്കളിൽനിന്നും വേർപെട്ടു. മൂത്ത സഹോദരൻ ഒപ്പമുണ്ടായിരുന്നു. എന്നാലും അപ്പനമ്മമാരെ വേർപെട്ട ദുഃഖം ഇപ്പോഴും ആ മനസിലുണ്ട്. മുലപ്പാലിന്റെ മാധുര്യം പെട്ടെന്നൊരുനാൾ തുടച്ചുനീക്കപ്പെട്ടതിന്റെ കഠിനവ്യഥയിൽ തോഷയുടെ കണ്ണുകൾ നിറഞ്ഞു.

"പിന്നെ അവരെ കണ്ടിട്ടില്ല."

"ഇല്ല. പിന്നൊരിക്കലും കണ്ടിട്ടില്ല. സഹോദരൻ കുറച്ചുകാലം ഒപ്പമുണ്ടായിരുന്നു. പിന്നെ ട്രക്ക് ഡ്രൈവറായി ബീഹാറിലേക്ക് പോയി. ഞാൻ നന്നായി പഠിക്കുമായിരുന്നു. എല്ലാ ക്ലാസിലും കൂടുതൽ മാർക്ക് വാങ്ങി പഠിച്ചു. ജർമനിയിലെ പണക്കാരായ ദമ്പതികൾ എന്റെ പഠിത്തം സ്പോൺസർ ചെയ്തു."

"നിങ്ങൾ ഭാഗ്യവതിയാണ് ഡോക്ടർ. ദുരിതക്കടലിലും വിജയിക്കാൻ കഴിഞ്ഞല്ലോ."

"ശരിയാണ്" അവർ സമ്മതിച്ചു. "കഠിനമായ പ്രയത്നമായിരുന്നു. മറ്റാരും, ഒന്നും തനിക്കില്ലെന്ന തോന്നലിൽ മരണപ്പിടച്ചിലോടെ മുന്നോട്ടു കുതിക്കും. ആ കുതിപ്പിൽ ഞാൻ ലക്ഷ്യസ്ഥാനത്തെത്തി. പക്ഷേ മാർഗം കഷ്ടത നിറഞ്ഞതായിരുന്നു.

പഠനനിലവാരമുള്ള, പണക്കാരായ ബുദ്ധികൂർമതയുള്ള വിദ്യാർഥികളിലും സംസ്കാരം ഒട്ടുമില്ലാത്തവരുണ്ടായിരുന്നു. വിദ്യാഭ്യാസമോ ബന്ധങ്ങളോ പ്രായമോ അല്ല സംസ്കാരത്തിന്റെ മാനദണ്ഡമെന്ന് ഞാനറിയുന്നത് മെഡിക്കൽ കോളേജിൽനിന്നാണ്. ഇന്ന് നിങ്ങൾ 'റാഗിങ്' എന്ന വിശേഷാൽ പദംകൊണ്ട് നിസ്സാരമാക്കിയേക്കാം. പക്ഷേ അന്ന് ഞാനനുഭവിച്ചത് ചില്ലറക്കാര്യങ്ങളല്ല.

"നിന്റെ നാടേതാ, രാജ്യമേതാ" ചോദ്യങ്ങളായിരുന്നു കൂടുതലും. അത്തരം ചോദ്യങ്ങൾ ആക്ഷേപമായിത്തോന്നുന്നതാണ് ഞങ്ങളുടെ ശാപം. 'ഞാൻ ഇന്ത്യയിൽ നിന്നാണെന്ന' മറുപടി പറഞ്ഞാൽ അവർ ആർത്തു ചിരിക്കും. ഇന്ത്യയോ? ടിബറ്റിൽനിന്നും ഭാണ്ഡം മുറുക്കി തെണ്ടാനിറങ്ങിയ നിങ്ങൾക്ക് ഇന്ത്യയിലെന്തു കാര്യം. നിങ്ങൾ വെറും അഭയാർഥികൾ. ഭിക്ഷയെടുത്തു ജീവിക്കുന്നവർ. എന്നെ അവർ 'ഭിക്ഷക്കാരി' എന്നാണ് വിളിക്കുക. ഞാനതംഗീകരിച്ചു. ഭിക്ഷക്കാരെയെന്നപോലെ അവരുടെ എച്ചിൽ തീറ്റിക്കും. അവരുടെ പഴയ വസ്ത്രങ്ങൾ ധരിപ്പിക്കും. എനിക്ക് പരാതിപ്പെടാൻ അവകാശമില്ലായിരുന്നു. അധ്യാപകരോട് പറഞ്ഞപ്പോൾ അവർ പരിഹസിച്ചു.

"ആ കുട്ടികൾ തെറ്റല്ലല്ലോ പറയുന്നത്" എന്നാണ് പ്രിൻസിപ്പൽ എന്നോട് ചോദിച്ചത്.

ഞാൻ പരാതിപ്പെട്ടതിന്റെ പണിഷ്മെന്റായി അവർ എന്റെ മുടി മുറിച്ചു. മുട്ടുകുത്തി നിർത്തിച്ചു. ദേഹോപദ്രവങ്ങൾ പലതും. ആൺപെൺ ഭേദമില്ലാതെ അപമാനം, അപമാനം മാത്രം. എല്ലാം വിട്ടെറിഞ്ഞ് ഓടിപ്പോകാൻ ഞാനാഗ്രഹിച്ചതാണ്. പക്ഷേ അതിനും എനിക്കനുവാദമില്ല. എന്റെ സ്പോൺസർമാരെ ചതിക്കാൻ ഞാനൊരുക്കമായിരുന്നില്ല. അവരുടെ കാരുണ്യം സ്പോയിൽ ചെയ്യാൻ എനിക്കെന്തവകാശം. നിസ്സഹായയും നിരാലംബയുമായ ഒരു പെൺകുട്ടിയുടെ മെഡിക്കൽ ജീവിതത്തെക്കുറിച്ച് ഇത്രയും വാക്കുകളിൽ പറഞ്ഞവസാനിപ്പിക്കാമോ. ഒരു നെടുവീർപ്പിൽ, ദുരിതങ്ങൾ നിറഞ്ഞ ആ കാലഘട്ടത്തെ ആട്ടിയകറ്റിയതിനു ശേഷം, ആത്മവിശ്വാസത്തോടെ അവർ പറഞ്ഞു തുടങ്ങി:

"എന്നിട്ടും റാങ്കോട് കൂടിയാണ് ഞാനവിടുന്നിറങ്ങിയത്. എന്നോട് കിടപിടിക്കാൻ മറ്റൊരു വിദ്യാർഥിയും അന്ന് ആ കോളേജിലില്ലായിരുന്നു. പക്ഷേ പുറത്തിറങ്ങിയ എനിക്ക് ജോലി കിട്ടിയില്ല. വളരെ തുച്ഛമായ വരുമാനത്തിലാണ് പ്രൈവറ്റ് ഹോസ്പിറ്റലുകളിൽ ഞാൻ ചികിത്സ തുടങ്ങിയത്. അതിലും വിജയക്കൊടി ഉയർന്നപ്പോൾ മറ്റ് ഡോക്ടേഴ്സ്

എന്റെ ശത്രു നിരയിലായി. 'എരപ്പാളി ഡോക്ടർ' എന്നൊരു പുതിയ പേരിലാണ് പിന്നീട് ഞാൻ അറിയപ്പെട്ടത്. ചികിത്സയുടെ ഫീസ് തരാൻ പോലും പലരും തയാറായില്ല. അവരുടെയൊക്കെ കാരുണ്യത്തിലാണ് ഞങ്ങളെ പോലുള്ളവർ ഓരോ രാജ്യങ്ങളിലായി കഴിഞ്ഞുകൂടുന്നത്. അതുകൊണ്ട് വാടകയിനത്തിൽ പണം അങ്ങോട്ട് കൊടുക്കണമെന്ന് പരിഹസിച്ചിട്ടുണ്ട്." അഖില സ്തബ്ധയായിരുന്നു. കേട്ടിരിക്കാൻ താൽപ്പര്യമില്ലാത്ത വിഷയങ്ങളായതിലാവാം ഡോജ കൂട്ടുകാർക്കൊപ്പം കളിയിൽ ചേർന്നത്.

"പലയിടങ്ങളിൽ ഞാൻ ജോലി ചെയ്തു. എനിക്ക് നീതി കിട്ടിയില്ല. എന്റെ മനസ്സ് സ്വാതന്ത്ര്യം കൊതിച്ചു. സ്ഥാനമാനങ്ങൾ ആഗ്രഹിച്ചു. അതിനായി ഒരു വഴിയേയുള്ളൂ. ടിബറ്റ് തിരികെ കിട്ടണം. ചൈനാ ഗവൺമെന്റിന് ഞാനെന്റെ പേഴ്സണലായ അപേക്ഷ അയച്ചു. ഈ ഭൂമിയിൽ മറ്റാരെയുംപോലെ ജീവിക്കാൻ ഞങ്ങൾക്കും സ്വാതന്ത്ര്യമുണ്ട്. ഞങ്ങളുടെ രാജ്യത്തെ, ഞങ്ങളുടെ വിശ്വാസങ്ങളെ, സംസ്കാരത്തെ ഞങ്ങൾക്ക് തിരിച്ചു തരണം എന്ന്.

ആസ്ത്രേലിയയിലായിരുന്നു ഞാൻ. എനിക്ക് ഭീഷണികൾ വന്നു, വകവരുത്തിയേക്കും എന്ന മുന്നറിയിപ്പുണ്ടായി. ജീവനിൽ എനിക്കും പേടിയുണ്ട്. ഞാൻ ഇന്ത്യയിലേക്ക് പോന്നു. ഇവിടെ ദലൈലാമയുണ്ട്. അദ്ദേഹത്തിന്റെ ചിറകിൻ കീഴിൽ, ഇന്ത്യയിൽ ഞങ്ങൾ സുരക്ഷിതരാണെന്നതാണ് സത്യം. പക്ഷേ ഇവിടെയും വിലക്കുകളുണ്ട്, മതിലുകളുണ്ട്. വേലികളില്ലാതെ ജീവിക്കണമെങ്കിൽ സ്വന്തം രാജ്യം വേണം. അതിനിയും വിദൂരതയിലാണ്. ഒരുപാടകലെ."

അവർ വിദൂരതയിലേക്ക് കൈ ചൂണ്ടി. അങ്ങ് ആ ചൂണ്ടുവിരലുകൾക്കപ്പുറത്ത് അവരുടെ സ്വപ്നഭൂമി കാത്തുകിടക്കുന്നു. അവിടെ, എവിടെയോ അവരുടെ സ്വന്തമായൊരിത്തിരി ഇടമുണ്ട്. പൂർവികരുടെ ആത്മാക്കളുണ്ട്. അവരുടെ ശ്വാസനിശ്വാസങ്ങൾ ഈ മഞ്ഞു കാറ്റിൽ അലയടിക്കുന്നുണ്ട്.

അഖിലയെ അണച്ചുപിടിച്ചവർ സ്നേഹത്തോടെ പറഞ്ഞു:

"നിങ്ങൾ കേരളീയരെക്കുറിച്ച് എനിക്കറിയാം. രഞ്ജിനിയായിരുന്നു എന്റെ ഏക സുഹൃത്ത്. അവൾ ഫോട്ടോഗ്രാഫുകൾ കാണിച്ചിട്ടുണ്ട്. പുഴകളും മലകളും പച്ചപ്പും നിറഞ്ഞ സുന്ദരമായ നാട്. സംസ്കാരത്തനിമയുള്ള കേരളം കാണാൻ എനിക്ക് ആഗ്രഹമുണ്ട്. ടീച്ചർ നിങ്ങൾ പോകുമ്പോൾ എന്നെയുംകൊണ്ട് പോകാമോ. എനിക്കവിടമൊക്കെ കാണണം."

അഖില ഒന്നും മിണ്ടിയില്ല. അവരെപ്പോലെ ഒരഭയാർഥി മാത്രമാണ് താനും. സ്വന്തം നാടോ വീടോ ഇല്ല. തോഷയെ കൂട്ടിക്കൊണ്ടു ചെന്നുകയറാനിടമില്ല. സ്നേഹസ്വീകരണങ്ങളോ ബന്ധങ്ങളുടെ നിറപ്പകിട്ടോ ഇല്ല. പക്ഷേ അത് ഈ പാവം സ്ത്രീയോടെങ്ങനെ പറയും. പറഞ്ഞാലും അവരത് വിശ്വസിക്കുമോ. സംസ്കാരസമ്പന്നമായ ഒരു രാജ്യത്ത് സർവരാലും

നിരാകരിക്കപ്പെട്ട ഒരു സ്ത്രീയുടെ കഥകൾ അവർ ഉൾക്കൊള്ളുമോ. "മാരീഡല്ലേ" അഖില വിഷയം മാറ്റാനാണ് ചോദിച്ചത്. ഒരു വൻ കുഴിയിലേക്ക് തള്ളപ്പെട്ടതിന്റെ ആകുലതയോടെ നിമിഷാർധത്തിന്റെ നിശ്ശബ്ദതയ്ക്ക് ശേഷം അവർ പറഞ്ഞു:

"നോക്കൂ ടീച്ചർ വളരെ ചെറിയ പ്രായത്തിൽ ഒറ്റപ്പെട്ടുപോയ ഒരു പെൺകുട്ടിയാണ് ഞാൻ. ബുദ്ധനെക്കുറിച്ചല്ലാതെയുള്ള ചിന്തകളേതും എന്നെ മുറിവേൽപ്പിക്കുന്നതായിരുന്നു. പ്രാർഥന മാത്രമായിരുന്നഭയം. അതുകൊണ്ടാവാം ഒരു ചാന്ദ്രമാസത്തിൽ ഞാനൊരു സ്വപ്നം കണ്ടത്."

"സ്വപ്നമോ" അഖിലയ്ക്ക് ആകാംക്ഷയായി.

"അതൊരു ദിവ്യസ്വപ്നമായിരുന്നു. സ്വർണനിറമാർന്ന ഒരു കൊട്ടരത്തിന്റെ അന്തഃപുരത്തിലെ പട്ടുകിടക്കയിൽ ഞാൻ ഓമനത്തമാർന്ന മകനോടും, സൂര്യതേജസ്സുള്ള പ്രിയനോടുമൊപ്പം ഉറങ്ങിക്കിടക്കുകയാണ്. സപ്രമഞ്ചക്കട്ടിലിനടുത്തുള്ള രത്നങ്ങൾ പതിച്ച മേശപ്പുറത്ത് അദ്ദേഹത്തിന്റെ വജ്രകിരീടവും ആഭരണങ്ങളും അഴിച്ചുവച്ചിട്ടുണ്ടായിരുന്നു. പട്ടു തിരശ്ശീലയിട്ട ജനാലയിലൂടെ മഞ്ഞുകാറ്റടിച്ച് എനിക്ക് കുളിർന്നു. ഞാൻ കണ്ണു തുറന്നപ്പോൾ കണ്ടത്, അദ്ദേഹം അസ്വസ്ഥനായി മുറിയിലൂടെ ഉലാത്തുന്നതായിരുന്നു. എന്റെ പ്രിയന്റെ ചുരുൾമുടി ചുമലറ്റം വരെ നീണ്ടു കിടന്നിരുന്നു. വിശാലമായ നെറ്റി മഞ്ഞിൽ പുതഞ്ഞ പഞ്ചമിചന്ദ്രനെ പോലെ വിയർപ്പണിഞ്ഞിരുന്നു. മാറിലെ രത്നമാലയും കാതിലെ കുണ്ഡലവും ആ ഇരുട്ടിലും തിളങ്ങുന്നു. നടത്തം നിർത്തി ഉറങ്ങിക്കിടക്കുന്ന എന്നെയും മകനെയും ഇടയ്ക്കിടെ അദ്ദേഹം നോക്കുമ്പോൾ ആ കണ്ണുകളിൽ ഒരു വിലാപകാവ്യം തന്നെയുണ്ടായിരുന്നു. എന്താ അദ്ദേഹത്തിന് സംഭവിക്കുന്നതെന്നറിയാൻ എനിക്ക് ആകാംക്ഷയുണ്ടായിരുന്നു. പക്ഷേ ആരോ ബന്ധിച്ചതുപോലെ ഞാൻ നിശ്ചലമായി കിടന്നു. എന്റെ ചുണ്ടുകളും കൈകാലുകളും അദൃശ്യമായ ഒരു ചങ്ങലയാൽ ബന്ധിക്കപ്പെട്ടിരുന്നു. എന്റെ കണ്ണുകൾ തുറന്നാണ് കിടക്കുന്നതെന്ന് അദ്ദേഹം കണ്ടില്ല.

എപ്പോഴോ നടത്തം നിർത്തി അദ്ദേഹം നിശ്ചലം നിന്നു. ജനാലയിലൂടെ വെളിയിലേക്ക് നോക്കിയായിരുന്നു ആ നിൽപ്പ്. ആ നോട്ടം ലോകത്തിന്റെ നേർക്കാണെന്നും കാണുന്നത് മുഴുവനും ദുരിതങ്ങളാണെന്നും അന്ന് ഞാനറിഞ്ഞില്ല. ഒടുവിൽ എന്റെ അരികിലേക്കുവന്നു. എന്റെ നെറ്റിയിൽ വെറുതെ ചുണ്ടമർത്തി. പിന്നെ മകനെയും ഗാഢമായി ചുംബിച്ചു. അനന്തരം തന്റെ ആഭരണങ്ങളോരോന്നായി അഴിച്ചുവച്ചു. ഉറങ്ങുന്ന ഞങ്ങളെ ഒന്നൂടെ നോക്കി തിരിഞ്ഞുനടന്നു. വാതിൽക്കലെത്തിയപ്പോൾ അദ്ദേഹം പതിയെ മന്ത്രിക്കുന്നത് ഞാൻ വ്യക്തമായി കേട്ടു.

"ഇനിയുള്ള ഏതെങ്കിലുമൊരു ജന്മത്തിൽ നിങ്ങളോടുള്ള കടം ഞാൻ വീട്ടും. അല്ലാതെനിക്ക് മോക്ഷം കിട്ടില്ല."

ഞാനെഴുന്നേൽക്കാൻ ശ്രമിച്ചു. കരയാൻ വാ തുറന്നു. അലമുറയിട്ട് ആ കൊട്ടാരത്തെ ഉണർത്താൻ ശ്രമിച്ചു. ഒന്നും കഴിഞ്ഞില്ല. ജീവച്ഛവം

പോലെ ഞാൻ കിടന്നു. അപ്പോൾ എന്റെ മനസ്സ് നൊന്തു. വേദനയിൽ പിടഞ്ഞു. ഞാൻ ശാപവചനങ്ങളുതിർത്തു.

"ഞങ്ങളോടുള്ള കടം വീട്ടാതെ ഒരിക്കലും അങ്ങേക്ക് മോക്ഷം കിട്ടില്ല. കിട്ടാൻ ഈ ഒടുങ്ങാത്ത വിരഹവേദന അനുവദിക്കില്ല."

തോഷ പറയുന്നതു കേട്ട് അഖില സ്തബ്ധയായി. കുട്ടിക്കാലത്തെ ഏതോ പാഠപുസ്തകത്തിൽ അവൾ 'യശോധര'യുടെ കഥ പഠിച്ചിട്ടുണ്ട്. സമാനമായ വാക്കുകൾ. ടിബറ്റിൽ ജനിച്ച് എവിടൊക്കെയോ വളർന്ന ഈ പാവം സ്ത്രീ ആ കഥ എങ്ങനെ വായിക്കാൻ.

"ഞാൻ പല ജന്മങ്ങളിലും കാത്തിരുന്നു. ഒരിക്കലും കണ്ടില്ല. അദ്ദേഹത്തിന്റെ അവതാരങ്ങൾ പിന്നെയും ഭൂമിയിലുണ്ടായി. അപ്പോൾ മോക്ഷം കിട്ടിയിരിക്കില്ലെന്നതല്ലേ സത്യം. പക്ഷേ ജനിച്ചവരൊക്കെ ശ്രീബുദ്ധന്റെ അവതാരപുരുഷന്മാരായിരുന്നു. സിദ്ധാർഥകുമാരനായിരുന്നെങ്കിൽ എന്നെ തേടിവരുമായിരുന്നല്ലോ. ബുദ്ധൻ മറ്റൊരാളാണ്. ബോധിവൃക്ഷത്തണലിൽ വച്ച് എനിക്കെന്റെ രാജകുമാരനെ നഷ്ടപ്പെട്ടു. ഞാനന്വേഷിക്കുന്നത് സന്യാസിയും ഈശ്വരതുല്യനുമായ ശ്രീബുദ്ധനെയല്ല. എന്നെയും മകനെയും സ്നേഹിച്ചിരുന്ന, പ്രണയലീലകളാൽ എന്നെ താലോലിച്ചിരുന്ന എന്റെ പ്രിയപ്പെട്ട സിദ്ധാർഥകുമാരനെയാണ്. അത് ഞാൻ കണ്ടെത്തും. കണ്ടെത്തും വരെ ഞാൻ വീണ്ടും ജനിച്ചു കൊണ്ടേയിരിക്കും."

അഖില വാ പൊളിച്ചിരുന്നു.

"ടീച്ചർ അത്ഭുതപ്പെടേണ്ട. ഞാനീ പറയുന്നതൊക്കെ വെറും ഭ്രാന്താണെന്ന് മറ്റാരും പറഞ്ഞേക്കും. പക്ഷേ സത്യമതല്ല കേട്ടോ. എനിക്ക് മെന്റൽ സ്റ്റെബിലിറ്റിയില്ല എന്ന് ടീച്ചർക്ക് തോന്നിയിട്ടുണ്ടോ."

"ഇല്ല" അഖില പറഞ്ഞു. "മറ്റാരെക്കാളും ഡോക്ടർക്കാണ് സ്ഥിരതയെന്നാണ് എനിക്കു തോന്നുന്നത്. നിങ്ങളുടെ തോന്നലുകൾ സത്യമാകാം. അതോ ഒരു സ്വപ്നത്തിന്റെ അനിയന്ത്രിതമായ പിന്തുടരലാവാം. പക്ഷേ ഞങ്ങളും പുനർജന്മത്തിൽ വിശ്വസിക്കുന്നവരാണ്. ഞാൻ ഡോക്ടറെ വിശ്വസിക്കുന്നു." തോഷ സന്തുഷ്ടയായി. അവർ അഖിലയുടെ കൈകളിൽ സ്നേഹത്തോടെ തലോടി.

"എന്താണ് വളയിടാത്തത്. മലയാളിപ്പെൺകുട്ടികൾ കൈ നിറയെ വളയിടുമെന്നാണല്ലോ രഞ്ജിനി പറഞ്ഞത്. അവളുടെ കൈകളിൽ കല്ലു വച്ച സ്വർണവളകളുണ്ടായിരുന്നു. അതഴിച്ചവൾ എന്നെ അണിയിക്കും."

"ഞാൻ സമ്പന്നയല്ല ഡോക്ടർ" ചിരിയോടെ അഖില പറഞ്ഞു. "എന്റെ മകൻ ബുദ്ധിയില്ലാത്ത കുട്ടിയാണ്. വികലാംഗനാണ്. അസുഖക്കാരനാണ്. ഒരിക്കലും ഒന്നും ഭേദമാകില്ലെന്ന് ഡോക്ടർമാർ വിധിയെഴുതിക്കഴിഞ്ഞതാണ്. എന്റെ ചെറിയ ശമ്പളം അവന്റെ മരുന്നിനും ഭക്ഷണത്തിനുമൊന്നും തികയില്ല. സ്വർണാഭരണങ്ങൾ എനിക്കിഷ്ടമാണ്. പക്ഷേ പണമില്ലാത്തവർക്ക് ആഗ്രഹങ്ങൾ പാടില്ലല്ലോ."

അവളുടെ മുഖത്ത് നിരാശയും വിഷാദവും ആഗ്രഹവും കൂടിക്കുഴഞ്ഞുകിടന്നു.

"രോഗവും ദാരിദ്ര്യവും സങ്കടങ്ങളും ഈശ്വരഹിതമാണ്. നിരാശയും വിഷാദവുംകൊണ്ട് നിന്റെ മനസിനെ അലങ്കോലപ്പെടുത്താതിരിക്കും. അവിടുത്തെ തീരുമാനങ്ങളെ പ്രതിരോധിക്കാനുള്ള സങ്കടത്തെ മനസിൽനിന്ന് പുറന്തള്ളുന്നതായിരിക്കാം ഈശ്വരനിഷ്ടം. തരുന്നതെന്തും സന്തോഷത്തോടെ സ്വീകരിക്കാൻ മനുഷ്യർക്ക് കഴിയണം. എങ്കിൽ ഞങ്ങൾ ഭാഗ്യവാന്മാരായിരിക്കും. നിസ്സാരക്കാരായ ഞങ്ങൾക്കത് കഴിയില്ല."

തോഷയെ പിരിയാൻ അഖിലയ്ക്ക് വിഷമമുണ്ടായിരുന്നു. അടുത്ത മണിക്കൂറിൽ അവൾക്ക് ടിബറ്റൻ കുട്ടികളെ ഇംഗ്ലീഷ് പഠിപ്പിക്കേണ്ടതുണ്ട്.

"തോഷ നിങ്ങൾ വളരെ നല്ല സ്ത്രീയാണ്. എനിക്ക് നിങ്ങളെ ഇഷ്ടമായി. ഞങ്ങൾക്ക് ഇനിയും തമ്മിൽ കാണണം. എനിക്കേറെ സംസാരിക്കാനുണ്ട്."

അവർ അഖിലയുടെ കൈയിൽ ചുംബിച്ചു. അതിൽ സ്നേഹമുണ്ടായിരുന്നു. സ്നേഹപൂർവമായ സ്പർശങ്ങൾ ഈയിടെയാണ് അനുഭവിച്ചു തുടങ്ങിയത്. അവൾ നിറഞ്ഞ കണ്ണുകളോടെ അതാസ്വദിച്ചു. ഇന്ത്യയിലെ ടിബറ്റൻ ക്ലാസുകളുള്ള ഈ ചെറിയ പീഠഭൂമി തനിക്കായി കാത്തിരിക്കുകയായിരുന്നു.

ആറ്

സുവർണക്ഷേത്രത്തിന്റെ പ്രാർഥനാമുറിയിൽ ബ്യൂഗിളിന്റെ ശബ്ദമുയർന്നു. ചേങ്ങിലകൾ കിലുങ്ങി. സുന്ദരമായ ഗാനത്തിന്റെ അകമ്പടിയോടെ അവിടെ പ്രാർഥനകൾ നടക്കുന്നുണ്ടായിരുന്നു. ലാമകൾ പ്രാർഥനാമന്ത്രങ്ങൾ ചൊല്ലുകയും അരിയും പൂക്കളുമർപ്പിച്ച് പൂജ ചെയ്യുകയുമാണ്.

അഖില ജനാലയിലൂടെ നോക്കിനിന്നു. ഹാളിൽ ധാരാളം "തങ്ക" ചിത്രങ്ങളുണ്ട്. പരമ്പരാഗതമായുള്ള ടിബറ്റൻ ചിത്രങ്ങൾ തുണിയിൽ വരച്ചെടുക്കുന്നതാണ് "തങ്ക." ചുവരുകളിലും വാതിലുകളിലും "തങ്ക" ചിത്രങ്ങളുണ്ട്. പലവിധം സംഗീതോപകരണങ്ങൾ അവിടെ സൂക്ഷിച്ചിട്ടുണ്ട്. ഡ്രാഗണിന്റെ ചിത്രങ്ങൾ തൂണിലും ചുമരിലും വാതിൽപ്പാളികളിലുമുണ്ട്.

വരാന്തയിലെ ഉത്തരങ്ങളിൽ പ്രാവുകൾ, സന്ദർശകരെ കണ്ട് കലപിലകൂട്ടി, ചിറകടിച്ചു പറന്നുകളിക്കുന്നുണ്ടായിരുന്നു. കർമങ്ങൾക്ക് ശേഷം അരിമണികൾ പ്രാവുകളുടെ പാത്രങ്ങളിൽ നിക്ഷേപിക്കുന്ന ലാമമാരിൽ ചിലർ അഖിലയെ നോക്കി ചിരിച്ചു. കുറച്ചുനാളായി അവർ അവളെ നിരന്തരം കാണുന്നുണ്ടായിരുന്നു. പക്ഷേ കാണേണ്ടിയിരുന്ന ഒരാളെ അഖിലയ്ക്ക് കണ്ടെത്താനായില്ല. അവൾ പലരോടും ചോദിച്ചു:

"ഗുരു ലിയാങ്ങിനെ കണ്ടോ?"

ആർക്കും ഇംഗ്ലീഷ് അറിയില്ലേ. ആരും അവളോടുത്തരം പറഞ്ഞില്ല. അതോ ഇവിടെ സന്യാസിമാർക്ക് തമ്മിൽ പരിചയമില്ലേ. സന്ദർശകർ ക്യാമറയിലും മൊബൈലിലും ചിത്രങ്ങൾ പകർത്തുന്നുണ്ടായിരുന്നു. പ്രാർഥനാലയത്തിന്റെ പുറത്തുള്ള സിമന്റ്പടിയിൽ അഖില ഓരോരുത്തരെയും സശ്രദ്ധം വീക്ഷിച്ചുകൊണ്ട് വെറുതെ ഇരുന്നു. ഇത്ര സ്വത

ന്ത്രയായി താനിതുവരേയും ജീവിച്ചിരുന്നില്ലെന്ന് അവൾക്ക് തോന്നി. കൂട് വെടിഞ്ഞ് രക്ഷപ്പെട്ട പക്ഷിയെപ്പോലൊരാഹ്ലാദം പെട്ടെന്നവളിൽ ചിറക ടിച്ചു. കുട്ടി ലാമമാർ ചെറിയ ജോലികളുമായി തലങ്ങും വിലങ്ങും നട ക്കുകയും ഓടിക്കളിക്കുകയും ചെയ്യുന്നു. ഇടയ്ക്ക് സുപ്പവിനെയും ചെഞ്ച യേയും കാണാതിരുന്നില്ല. ശബ്ദമുയർത്തി വിളിച്ചത് കുട്ടികൾ കേട്ടില്ല. അവർ ഏതോ തമാശയുടെ ഉച്ചസ്ഥായിയിൽ ചിരിച്ചുകളിച്ചു ഓടിപ്പോയി.

തനിച്ചിരുന്നപ്പോൾ പതിവുപോലെ അഖില സ്വന്തം ഹൃദയത്തിനു ള്ളിലേക്ക് ചുരുങ്ങിപ്പോയി. അവിടെ തിരമാലകൾക്ക് നടുവിൽ പച്ചപ്പുള്ള തുരുത്തുപോലെ അവർ വിച്ചുവിനെ ഓർത്തു. കണ്ണുകളുയർത്തി ചുറ്റും നോക്കിയാൽ കാണാവുന്നതൊക്കെ വേനൽ ജ്വലിക്കുന്ന മരുഭൂമികൾ മാത്രം.

പുൽത്തകിടികളിൽ താറാവുകളും ടർക്കിക്കോഴികളും ഓടിനടന്നു. ചുറ്റും കമ്പിവേലി കെട്ടിയിട്ടുണ്ട്. ഒരു ടർക്കിക്കോഴി തലതിരിച്ച് അഖി ലയെ നോക്കി, മറ്റുള്ളവയോടൊപ്പം ചേർന്നു.

അലസമായ നോട്ടവും മനസും അർദ്ധസുഷുപ്തിയിലാഴ്ത്തുകയാ ണെന്ന് തോന്നവേ, ചുവന്ന ഷാൾ പുതച്ച് ഒരു ലാമ നടന്നുവന്നു. ഉയര മുള്ള, കൃശഗാത്രനായ അയാളെ അഖില ഒന്നൂടെ നോക്കി. ഷോക്കേറ്റ തുപോലെ അവൾ ചാടിയെഴുന്നേറ്റു. അയാൾ ചുറ്റിവളഞ്ഞ് അരികിലെ ത്തുംവരെ അവൾ അതേ നോട്ടത്തോടെ നിശ്ചലം നിന്നു. തൊട്ടടുത്തെ ത്തിയപ്പോൾ അയാൾ തലയുയർത്തിനോക്കി. പിന്നെ ഹൃദ്യമായൊന്നു ചിരിച്ചു.

"എവിടെ മകൻ" എന്നാണ് ചോദിച്ചത്. ഇംഗ്ലീഷിൽ തന്നെ.

"വന്നില്ല" അഖില ഒറ്റവാക്കിൽ പറഞ്ഞു.

"സീ-യു-" എന്നു പറഞ്ഞ് അയാൾ നടന്നു. നിരാശയും സങ്കടവും കൊണ്ടവൾക്ക് തളർച്ച തോന്നി. ഒന്നുമോർക്കാതെയിരിക്കാനാണ് ആ നിമിഷം അവൾ ശ്രമിച്ചത്. ചിന്തകളെ ആട്ടിപ്പായിച്ച്, മനസ്സ് ശൂന്യമാക്കി വെറുതെയിരിക്കുന്നത് അഖിലയുടെ ശീലമായിരുന്നു. അമ്മായിയോ അമ്മാവനോ ദേഷ്യം അതിരുവിട്ട് കുറ്റപ്പെടുത്തുകയോ ശാസിക്കുകയോ ചെയ്യുമ്പോഴൊക്കെ, ശൂന്യമായ മനസോടെ അങ്ങനെയിരിക്കാൻ അവൾ പഠിച്ചുകഴിഞ്ഞിരുന്നു. പീഡനത്തിന്റെ അവകാശം ഗണേഷ് ഏറ്റെടുത്ത പ്പോഴും, കഠിനമായ തോന്നലുകളെ ഒഴിവാക്കാനുള്ള തന്ത്രമായി അവ ളെന്നും ആ ശൂന്യതയെ ആത്മാവിലേറ്റി നടന്നു.

ഇരുന്നു നടുവ് കഴച്ചപ്പോൾ എഴുന്നേറ്റു നടന്നു. പുൽത്തകിടിയും സിമന്റിട്ട നടപ്പാതകളുമൊക്കെയായി സുവർണക്ഷേത്രം സുന്ദരമായിരു ന്നു. നാട്ടിലെ ചെറിയ ക്ഷേത്രങ്ങളെ കുറിച്ചവളോർത്തു. കല്ലും മണ്ണും നിറഞ്ഞ മുറ്റവും കല്ലുകൾ കൊണ്ടുയർത്തിയ ശ്രീകോവിലുകളും നിറ ഭംഗിയില്ലാത്ത പ്രതിഷ്ഠകളുള്ള മലയാളി ദൈവങ്ങൾ, ഇതിന് മുന്നിൽ നിഷ്പ്രഭരാകുന്നു. ദൈവങ്ങൾക്ക് വേർതിരിവുകൾ ആരാധനയുടെയും പണത്തിന്റെയും ഏറ്റക്കുറച്ചിലുകൾക്കനുസരിച്ച് ചിട്ടപ്പെടുത്തിയിരി

ക്കുന്നു. വെറുതെ ചുറ്റിക്കറങ്ങുന്നതെന്തിന് ഇത്രയേറെ ഭക്തിയോ ബുദ്ധനോടെന്ന് ഒരിക്കൽ അനിൽ ചോദിച്ചതാണ്.

"അമ്പലമല്ലേ അനിൽ" എന്നാണ് മറുപടി കൊടുത്തത്.

ഒരു ബുദ്ധഭിക്ഷുവിനെ തേടിയാണീ യാത്രയെന്ന് അനിലിനോട് പറഞ്ഞാലോ. കളിയാക്കുമോ? നാട്ടിലെ ആൾദൈവങ്ങളോടും സന്യാസിവേഷം കെട്ടി നടക്കുന്നവരോടുമൊക്കെ അനിലിന് പുച്ഛമാണ്. ദൈവമെന്ന സങ്കൽപ്പത്തെപ്പോലും മലിനപ്പെടുത്തുന്നവരെന്ന് അയാൾ അമർഷത്തോടെ പറയും.

നടന്നെത്തിയ ബുക്ക് സ്റ്റോറിന് മുന്നിൽ തുറന്ന ജനലിനരികെ, തനിച്ചിരുന്ന് വായനയിലാണ് ഗുഅ. അഖില അറച്ചുനിൽക്കാതെ കടന്നുചെന്നു. ഗുഅ തലയുയർത്തി നോക്കി, വിശാലമായൊന്നു ചിരിച്ചു.

"എന്തെങ്കിലും പുസ്തകം വേണോ?"

"നോക്കട്ടെ" അഖില വെറുതെ തിരയുന്നതായി ഭാവിച്ചു. റാക്കിൽ നിരത്തിവച്ച പുസ്തകങ്ങളിലേറെയും ദലൈലാമയെക്കുറിച്ചും ബുദ്ധനെയും റിംപോച്ചയെകുറിച്ചുമൊക്കെയായിരുന്നു. അവൾ വിലകൂടിയ പുസ്തകങ്ങൾ ഓരോന്നെടുത്തു മറിച്ചുനോക്കി.

"ഞാനിവിടെ ഇരുന്നോട്ടെ" ഒഴിഞ്ഞുകിടക്കുന്ന കസേര ചൂണ്ടി അവൾ ചോദിച്ചു.

"ഓ – പ്ലീസ്" സൗഹൃദത്തോടെ ഗുഅ അനുവാദം കൊടുത്തു.

"ഗുഅ ലിയാങ് എന്നാണ് പേര് അല്ലേ" അവൾ ചോദിച്ചു.

"അതെങ്ങനെ അറിയാം" അദ്ദേഹം അത്ഭുതപ്പെട്ടു.

"അറിഞ്ഞു" അവൾ പറഞ്ഞു "അത്ഭുതസിദ്ധികൾ ലാമമാർക്ക് മാത്രമല്ല."

അവളുടെ തമാശ ആസ്വദിച്ച് അയാൾ ചിരിച്ചു.

"ഓ – ഗുഡ്. പേര്?"

"അഖില."

ഗുഅ ആ പേര് ഒന്നുരണ്ട് തവണ ആവർത്തിച്ചു ചിരിച്ചു.

"നല്ല പേര്, കേൾക്കാനും പറയാനും സുഖമുള്ള പേരുകളാണ് നല്ലത്."

പിന്നീടദ്ദേഹം നാടിനെക്കുറിച്ചു ചോദിച്ചു. കേരളമെന്നു കേട്ടപ്പോൾ തോഷയെപ്പോലെ, പൊട്ടിവിടർന്നൊരു പ്രകാശം ആ മുഖത്തുമുണ്ടായി.

"ഞാനൊരിക്കൽ കേരളത്തിൽ വന്നിട്ടുണ്ട്, ട്രിവാൻഡ്രത്ത്. അവിടെയാണോ നിങ്ങൾ?"

"അല്ല. കണ്ണൂർ ജില്ലയിൽ, ധർമ്മടമെന്നൊരു കൊച്ചുഗ്രാമമുണ്ട്. കടലോരത്ത്, ദ്വീപ് പോലെ."

അഖില വാചാലയായി. തന്റെ നാടിനെക്കുറിച്ച് പറയാനോ ഗുഅയോട് സംസാരിക്കാനോ ഉള്ള ആവേശമായിരുന്നു അവൾക്കുള്ളിൽ.

"മാതാപിതാക്കൾ?" അദ്ദേഹം ചോദിച്ചു.

"മരിച്ചുപോയി. ഇപ്പോൾ ആരുമില്ല, മകനൊഴികെ. ഞാൻ തനിച്ചാണ്. അല്ല ഞങ്ങൾ തനിച്ചാണ്."

"കുട്ടിയുടെ ഫാദർ?"

"ഗണേഷ്"

"ജീവനോടില്ലേ?"

"ഉണ്ട്"

"ഓ ഗോഡ്" ഗുഅ തലയിൽ കൈവച്ചു. "പിന്നെങ്ങനെ നിങ്ങൾ അനാഥയാകും."

അഖില സഹതാപത്തോടെ ചിരിച്ചു. സന്യാസത്തിന്റെ മൂടുപടമണിഞ്ഞ് നടക്കുന്നവരോടെങ്ങനെ ബന്ധങ്ങളിലെ ശൂന്യതയെക്കുറിച്ചു പറയും. ഭർത്താവും കുഞ്ഞുമുള്ള സ്ത്രീ എങ്ങനെ അനാഥയാകും എന്നാണ് അദ്ദേഹം ചോദിക്കുന്നത്. ആരൊക്കെ ഒപ്പമുണ്ടെങ്കിലും, ചിലരിൽ വിധി അനാഥത്വം അടിച്ചേൽപ്പിക്കുന്നു എന്ന് ഒരു ബുദ്ധഭിക്ഷു ഒരിക്കലും മനസിലാക്കുന്നില്ല.

പിന്നെയും ചോദ്യങ്ങളുണ്ടായി. "വിച്ചുവിനെ ഓർത്തു സങ്കടപ്പെടാറുണ്ട് അല്ലേ" എന്ന ചോദ്യത്തിന് അവൾ ഉത്തരം പറഞ്ഞില്ല. വികൃതരൂപമുള്ള കുട്ടി ജനിച്ചപ്പോൾ ഗണേഷ് അട്ടഹസിച്ചു.

"ശപിക്കപ്പെട്ടവളാണ് നീ. നിന്റെ പാഴ്ജന്മത്തോട് ചേർന്ന് എനിക്കും ജീവിതമില്ലാതെയായി."

പിന്നീട് ഗണേഷ് ഒരിക്കൽപ്പോലും ഒരുമിച്ചുറങ്ങാൻ തയാറായിട്ടില്ല.

"ഇത്തരം വികലസൃഷ്ടികൾക്ക് ഇനി ഞാനില്ല" അയാളുടെ പ്രഖ്യാപനത്തിന് പിന്നിൽ അമ്മയാണെന്ന് അറിയാമായിരുന്നു. അമ്മ ഓരോ നിമിഷവും ശപിക്കുകയും പ്രാകുകയും ചെയ്തു. സ്വന്തം പേരക്കുഞ്ഞിനെ ഒരിക്കൽപ്പോലും അവർ കൈകൊണ്ട് തൊട്ടിട്ടില്ല.

"വല്ല വെഷോം കൊടുത്ത് അതിനെ ഇല്ലാതാക്കാൻ ശ്രമിക്ക് കൊച്ചേ. അല്ലേൽ നിന്റേം അവന്റേം ജന്മം തുലഞ്ഞ് പോകും."

ഒരിക്കൽ അമ്മ പറഞ്ഞു. അന്നത് കേട്ടു ഞെട്ടി. വിച്ചുവിന്റെ മുഖത്ത് നോക്കുമ്പോഴൊക്കെ ആ ശാപവചനങ്ങളോർമവരും. ഗുഅ എഴുന്നേറ്റു, തൊട്ടടുത്ത ടീഷോപ്പിൽനിന്നും ചായ കൊണ്ടു വന്നു, ഒന്നഖിലയുടെ മുന്നിൽ വച്ചു.

"നിങ്ങളെ ഞാൻ ചോദ്യങ്ങൾകൊണ്ട് വിഷമിപ്പിച്ചു, അല്ലേ? മുഖം വല്ലാതെ വിളറിയിരിക്കുന്നു."

"ഇല്ല ഗുഅ. അങ്ങയുടെ ചോദ്യങ്ങൾ ഒരിക്കലും എന്നെ വിഷമിപ്പിക്കില്ല. എന്നെ വേദനിപ്പിക്കാനുതകുന്നതൊന്നും ഇനിയും ഭൂമിയിൽ ശേഷിക്കുന്നില്ലെന്നാണ് വിശ്വസിക്കുന്നത്." ഗുഅ പ്രസന്നതയോടെ അവളെ ഒന്നു നോക്കി. നീലനിറമാണ് കണ്ണുകൾക്ക്. മുഖം ശാന്തവും സുന്ദരവും – ചിരിയിലും വാക്കുകളിലും സ്നേഹവും ദയയും മാത്രം.

"ഞാൻ അങ്ങയെ എവിടെ വച്ചോ കണ്ടിട്ടുണ്ട്" അവൾ മടിച്ചു മടിച്ചു പറഞ്ഞു. "അങ്ങനെ കാണാൻ വഴിയില്ല. എന്നാലും മറന്നുവച്ചതെന്തോ ഗുഅയിൽ ഞാൻ കാണുന്നു."

അദ്ദേഹം വളരെ വിശാലമായി ചിരിച്ചു. വെളുത്ത പല്ലുകൾ മുത്തുകൾപോലെ തിളങ്ങി.

"അതെനിക്കും തോന്നിയതാണ്. സത്യം– നമ്മൾ കണ്ടിട്ടുണ്ട്" ദൃഢമായ ശബ്ദത്തിൽ ഗുഅ പറഞ്ഞു. അത്ഭുതത്തോടെ അഖില ചോദിച്ചു:

"പക്ഷേ അത് സംഭവ്യമല്ല. നമ്മൾ എവിടെ വച്ച് കാണാനാണ്. ഗുഅ എന്റെ നാട്ടിലേക്ക് വന്നിട്ടില്ല. ഞാൻ വെളിയിലേക്കു പോയിട്ടുമില്ല."

ഗുഅ എഴുന്നേറ്റുനിന്നു ജനലിലൂടെ വെളിയിലേക്കു നോക്കി. കുറേ സ്കൂൾക്കുട്ടികൾ നിരന്നിരുന്ന് ഐസ്ക്രീം കഴിക്കുകയാണ്. സ്കൂളിൽ നിന്നും ടൂറിന് വന്ന പാർട്ടിയാവാം. ഗുഅ അതൊന്നും കാണുന്നില്ലെന്ന് തോന്നി. അനന്തതയ്ക്കുമപ്പുറം അയാളുടെ ഉപബോധമനസ്സ് സഞ്ചരിക്കുകയാണ്. അഖില ക്ഷമയോടെ കാത്തിരുന്നു, ആ മൗനത്തെ ഒന്നുലച്ചുകിട്ടാൻ.

അൽപ്പം കഴിഞ്ഞ് അഖിലയ്ക്ക് അഭിമുഖമായുള്ള കസേരയിൽ അയാൾ ഇരുന്നു.

"പുനർജന്മങ്ങളെ കുറിച്ചറിയാമോ – വിശ്വസിക്കുന്നുണ്ടോ?"

"ഞങ്ങൾ ഹിന്ദുക്കളിൽ, വിശ്വാസികളും അവിശ്വാസികളുമുണ്ട്. മറ്റു മതങ്ങളിലെ പോലെ ഈശ്വരവിശ്വാസത്തിലുള്ള ഐക്യം ഹിന്ദുമതത്തിനില്ല. ദൈവത്തെ തള്ളിപ്പറയുന്ന യുക്തിവാദികളും സ്വയം ദൈവജന്മങ്ങളായി പ്രഖ്യാപിക്കുന്നവരുമുണ്ട്".

"ടീച്ചറോ" അവളുടെ മുഖത്തേക്ക് സൂക്ഷ്മമായി നോക്കി അയാൾ ചോദിച്ചു.

"എനിക്ക് വിശ്വാസമുണ്ട്."

"എങ്കിൽ കേട്ടോളൂ. നമ്മൾ തമ്മിൽ കണ്ടിട്ടുള്ളത് ഈ ജന്മത്തിലല്ല, കഴിഞ്ഞ ജന്മത്തിലാവാം, അല്ലെങ്കിൽ അതിനുമകലെ മറ്റേതോ ജന്മത്തിൽ. ആത്മാവിന്റെ നിരന്തരയാത്രയാണ് ജന്മങ്ങൾ. മനുഷ്യനായി മാത്രമല്ല, പൂവായോ പുഴുവായോ പക്ഷിയായോ മരമായോ എന്തോ – എങ്ങനെയായാലും ഗാഢമായ ഹൃദയബന്ധമുള്ളവർ ഏത് ജന്മത്തിലും തിരിച്ചറിയുന്നു."

അഖില അത്ഭുതത്തോടെ അത് വിശ്വസിച്ചു. ശരിയാവാം അല്ലാതെങ്ങനെ. ഒറ്റനോട്ടത്തിൽത്തന്നെ ആത്മാവ് ഒന്നാളിപ്പിടഞ്ഞു. കഴിഞ്ഞ ജന്മത്തെക്കുറിച്ചുള്ള വിശ്വാസങ്ങൾ സത്യമാവാം.

തോഷ പറഞ്ഞതും ശരിയാവാം. സിദ്ധാർഥ രാജകുമാരനെ ജന്മങ്ങളായി തേടിനടക്കുന്ന യശോധരയാണ് താനെന്ന്. അവരത് ഭ്രാന്തമായി പറയുകയല്ല സത്യമാവാം – നഗ്നസത്യം.

കഴിഞ്ഞജന്മം എവിടെയായിരുന്നു താൻ. കണ്ണൊന്നടച്ചപ്പോൾ മഞ്ഞുപർവതങ്ങൾക്കിടയിലെങ്ങോ ചിറകുകൾ വീശി പറക്കുകയാണെന്ന് തോന്നി. കാട്ടുപക്ഷികളോ കലമാനുകളോ ആകാം. യാക്കുകളോ കുതിരകളോ അല്ലെങ്കിൽ മനുഷ്യജന്മങ്ങളോ എന്തായിരിക്കാം ഈ ബുദ്ധഭി

ക്ഷുവുമായുള്ള ബന്ധം. സഹോദരനോ സുഹൃത്തോ മകനോ അതോ കാമുകനോ ഭർത്താവോ?

ചിന്തകളെ അറിഞ്ഞെന്നപോലെ ഗുരു പറഞ്ഞു:

"ആരായിരിക്കും എന്നല്ലേ അഖില ചിന്തിക്കുന്നത്. ആരുമാകാം. ബന്ധത്തിന്റെ നൂലിഴകൾ ജന്മങ്ങളോളം ബന്ധിക്കപ്പെട്ടതാണ്."

കൂടുതൽ സംസാരിക്കണമെന്ന ആവേശം ഉള്ളിൽ കുതിച്ചു. വാക്കുകൾ നെഞ്ചിൽ നിറയുകയും കവിയുകയും ചെയ്തപ്പോൾ അവൾ പതിവുപോലെ ഹൃദയത്തിന്റെ വാതിലുകളടച്ചു. പിന്നെ നാവ് ബന്ധിക്കപ്പെട്ടു. ചെവി കൊട്ടിയടച്ചു. ഗുരു ആ നിശ്ചലാവസ്ഥ സാകൂതം നോക്കിക്കൊണ്ടിരുന്നു. ശുഭ സൂചനയുള്ള മൗനം ശാന്തമായ കടൽപോലെ തന്നെ വിഴുങ്ങുന്നതായി അവൾക്ക് തോന്നി. അന്ന് രാത്രിയുടെ തണുപ്പിൽ കണ്ണു തുറന്നു കിടന്ന അഖില ഗുരുവിനെ കുറിച്ച് ഓർത്തു. തന്റെ ഞരമ്പുകളിലെ തീച്ചൂടിനു പകരം സുഖകരമായ ഒരു തണുത്ത പ്രവാഹം സിരാപടലമാകെ പടരുന്നു. അവിശ്വസനീയമായ ഒരു പരിണാമത്തിന് താൻ വിധേയയാകുകയാണെന്നവൾക്ക് തോന്നി. അകലെ കടൽ തീരത്തെ ചെറിയ ഗ്രാമത്തിൽ, മുള്ളിടുക്കുകളിലൂടെ കടന്നുപോയ ഒരു ബാല്യത്തിന്റെ ഓർമ ഇപ്പോൾ അവളെ വേദനിപ്പിക്കുന്നില്ല. അതിനേക്കാൾ ഹൃദയഭേദകമായ ബാല്യങ്ങൾ അവളുടെ ജീവിതത്തിന് മീതെ, രക്തം ചീന്തി കടന്നുപോയി. ഊരാക്കുടുക്കുകളില്ലാത്ത ഒരു ജന്മാന്തരബന്ധത്തിന്റെ ഇഴയടുപ്പത്തിനുള്ളിൽ അഖിലയുടെ ആത്മാവ് ആശ്വാസം പൂണ്ടുകിടന്നു. ഇതായിരുന്നോ തന്റെ ലക്ഷ്യം.

അവളുടെ അടഞ്ഞ കൺപോളകൾക്ക് മീതെ കാലത്തിന്റെ കുത്തിയൊഴുക്കുണ്ടായി. പിറകോട്ട് – പിന്നേയും പിറകോട്ട്. ജാതിചിന്തകൾ മനുഷ്യനെ വേർതിരിക്കാനൊരുമ്പെട്ട യുഗത്തിന്റെ ആദ്യപടിയിൽ ചെന്നത് നിശ്ചലം നിന്നു; കടലും പുഴകളും കൈകോർത്തു നിൽക്കുന്ന ഫലഭൂയിഷ്ഠമായ ഗ്രാമത്തിന്റെ. ആലും കൂവളവും ചെമ്പകവും കാഞ്ഞിരവും ഇടതിങ്ങി വളരുന്ന ഭ്രാന്തൻ കുന്നിന്റെ നെറുകയിൽ ഒരു ബുദ്ധഭിക്ഷു ധ്യാനത്തിലിരിക്കുന്നു. മുട്ടറ്റം മുടിയുള്ള പെൺകുട്ടി ആ ധ്യാനം നോക്കി നിർന്നിമേഷയായി നിൽക്കുന്നു. അവളുടെ കൈയിൽ ഉണക്കക്കമ്പുകളുടെ ഒരു ശേഖരമുണ്ട്. വിയർപ്പണിഞ്ഞ സുന്ദരമുഖത്ത് ആ യുവഭിക്ഷുവിനോടുള്ള പ്രണയഭാവം തീക്ഷ്ണമായിരിക്കുന്നു. ആ നോട്ടവും ആ ധ്യാനവും പ്രണയത്തിന്റെ തീക്ഷ്ണതയും, പ്രാർഥനയും കാഠിന്യവും കൂടി കലർന്നുണ്ടായ പൊള്ളുന്ന വേവിൽ ഭ്രാന്തൻ കുന്നിലെ കുറുക്കന്മാർ ഒന്നോടെ ഓലിയിട്ടു. ഈശ്വരചൈതന്യം, പ്രണയത്തിന്റെ അഭൗമ തേജസിന് മുന്നിൽ പരാജയപ്പെട്ടതുപോലെ ഭിക്ഷു കണ്ണുതുറന്നു.

"അങ്ങ് എന്നെ സ്വീകരിക്കണം" അവൾ യാചിച്ചു.

വിയർപ്പൊഴുകുന്ന മുഖത്തെ തേജസുള്ള കണ്ണുകളിൽ നോക്കി ഭിക്ഷു പറഞ്ഞു: "ഞാനൊരു സന്യാസിയാണ്. പ്രണയവും സ്ത്രീയും എനിക്ക് നിഷിദ്ധമാണ്."

അവൾ കരഞ്ഞു, യാചിച്ചു. കണ്ണീരിൽ ഭ്രാന്തൻ കുന്നിന്റെ നെറുകയിലെ മരങ്ങൾ കുതിർന്നു.

ബുദ്ധ ഭിക്ഷുവിന്റെ മനസലിഞ്ഞില്ല. പാറക്കല്ലുപോലെ ഉറച്ചുപോയ വ്രതനിഷ്ഠകളിൽ ശ്രദ്ധയൂന്നി അയാൾ കുന്നിറങ്ങി. പിറകെ നടക്കാനോങ്ങിയ അവളുടെ കാലടികൾ നിശ്ചലമായി. കണ്ണീരും പ്രണയവും ആ കുന്നിന്റെ ഓരോ മരവും ചെടിയും മണ്ണും കല്ലും ഏറ്റുവാങ്ങി ഹൃദയത്തിൽ സൂക്ഷിച്ചു. "സഫലമാവാതെപോയ പ്രണയങ്ങൾ ഇനിയും ഈ കുന്നിൻ മുകളിൽ ജനിക്കും. ഇതുപോലെ കണ്ണീരായി പരിണമിക്കും."

ആ കാമുകിയുടെ ശാപവിലാപം ഭ്രാന്തൻകുന്നേറ്റുവാങ്ങി.

യുഗങ്ങൾക്കുശേഷം വീണ്ടും ജന്മമെടുത്തവൾ ഭിക്ഷുണിയായി. ഭ്രാന്തൻ കുന്നിന്റെ താഴ്വാരങ്ങളിൽ രൂപംപൂണ്ട ബുദ്ധവിഹാരങ്ങളിൽ വച്ച് കർക്കശക്കാരനായ രാജാവ് അവളെ കണ്ട് മോഹിച്ചു. "ഞാനൊരു സന്യാസിനിയാണ്. പ്രണയവും പുരുഷനും എനിക്ക് നിഷിദ്ധം." അവൾ അയാളുടെ മുഖത്തു നോക്കാതെ പറഞ്ഞു.

രാജ്യങ്ങൾ വെട്ടിപിടിക്കുന്ന ഒരു മഹാരാജന്റെ പ്രണയം നിഷേധിക്കാൻ വെറും ഒരു സന്യാസിനിക്ക് ധൈര്യമോ – ബുദ്ധമതം ഈ ധർമ്മപട്ടണത്തുനിന്നും നിഷ്കാസനം ചെയ്യപ്പെടേണം.

നിരപരാധികളായ ബുദ്ധഭിക്ഷുക്കളെയും ഭിക്ഷുണികളെയും വെട്ടിയരിഞ്ഞു കിണറ്റിലും കുളത്തിലും തള്ളി.

കാലങ്ങൾ മുന്നോട്ടോടി. ബുദ്ധവിഹാരകേന്ദ്രം അണ്ടലൂർക്കാവ് എന്ന പേരിലറിയപ്പെട്ടു. ജാതിഭേദമില്ലാതെ, പൂജയും ഉത്സവങ്ങളും മുറയ്ക്ക് നടന്നു. ഉത്സവകാലങ്ങളിൽ ദുരന്തമരണത്തിനിടയായ ബുദ്ധസന്യാസികളുടെ സ്മരണാർഥം അണ്ടലൂർ ദൈവത്താറും പരിവാരങ്ങളും കിണറ്റിലും കുളത്തിലും അരിയും പൂവുമെറിഞ്ഞ് ചടങ്ങുകൾ നടത്തി.

ഭ്രാന്തൻ കുന്നിന്റെ നെറുകയിൽ കാലാന്തരത്തിൽ ഒരു കോളേജ് രൂപപ്പെട്ടു. ധർമ്മടം കോളേജെന്നും, ബ്രണ്ണൻ കോളേജെന്നും അതിനെ പേരു ചൊല്ലി വിളിച്ചു.

പ്രണയങ്ങൾ ചെമ്പകമരങ്ങൾപോലെ പൂക്കുകയും കണ്ണീരായി ഒഴുകി അറബിക്കടൽ പ്രക്ഷുബ്ധമാവുകയും ചെയ്തു.

ഏഴ്

രാത്രിയിൽ വിച്ചു ശാഠ്യംപിടിച്ചു കരഞ്ഞു. അവനിന്നുറക്കമില്ലാത്ത രാത്രിയാണ്. ചില രാത്രികൾ അവന് നിദ്രയില്ലാത്തതാണ്. അസ്വാസ്ഥ്യമായ എന്തിലോ തട്ടിത്തടഞ്ഞതുപോലെ അവൻ പല വിക്രിയകളും കാട്ടും. ചുണ്ടായിയും അഖിലയും എത്ര ശ്രമിച്ചിട്ടും അവനെ നിയന്ത്രിക്കാനായില്ല. വികൃതശബ്ദത്തിൽ കരയുകയും, കൈയിൽ കിട്ടിയതൊക്കെ വലിച്ചെറിയുകയും ചെയ്തു. ഭ്രാന്തമായ അവന്റെ ചെയ്തികൾ അസഹ്യമായപ്പോൾ അഖില അവന്റെ ഇരുകൈകളും ബലമായി ഷാൾകൊണ്ട് കെട്ടി, അവനെ ചേർത്തുപിടിച്ചിരുന്നു. അവൻ കുതറുകയും കരയുകയും ചെയ്തുകൊണ്ടിരുന്നു. സ്ഥിരമായി കൊടുക്കാറുള്ള മരുന്നു ബലപ്രയോഗത്തിലൂടെ അവന്റെ വായിലേക്കൊഴിച്ചു കൊടുത്തു. ഉറങ്ങാനുള്ളതാണ്. പിടഞ്ഞും കരഞ്ഞും അൽപ്പനേരം കഴിഞ്ഞവൻ ഉറക്കത്തിലേക്ക് വഴുതിവീണു.

അഖില അവന്റെ തൊട്ടരികെ അവന്റെ നിദ്രയെ നോക്കിക്കൊണ്ടിരുന്നു. ചുണ്ടായി ഭയന്നുപോയിരുന്നു. ഇത്രയേറെ രൂക്ഷഭാവം മുമ്പൊരിക്കലും അവർ കണ്ടിരുന്നില്ല. അഖിലയുടെ മുഖത്തേക്ക് നോക്കിയിരിക്കെ ചുണ്ടായിക്ക് സങ്കടം വന്നു. അവർ വിച്ചുവിനെയും അവന്റെ അമ്മയെയും മാറിമാറി നോക്കി കരഞ്ഞു. അഖില ചുണ്ടിൽ മാത്രം വിടരുന്ന കയ്പുറ്റ ചിരിയോടെ ആശ്വസിപ്പിച്ചു.

"സാരമില്ല ചുണ്ടായി ഇത്തരം കുട്ടികൾ ഇങ്ങനെയൊക്കെയാണ്."

"സങ്കടമില്ലേ. കരയാത്തതെന്ത്?" എന്നവർ ആശ്ചര്യപ്പെട്ടു. മറുപടിയായി അഖില ചിരിച്ചതാണ് അവരെ കൂടുതൽ വേദനിപ്പിച്ചത്. ഈ ചിരി ആരെയും കരയിച്ചേക്കും. നേരം വെളുത്തതുമുതൽ വിച്ചുവിന് പനി തുടങ്ങി. അഖിലയും ചുണ്ടായിയും അവനെ ഹോസ്പിറ്റലിൽ കൊണ്ടു

പോയി. ഡോക്ടർ അവനെ പരിശോധിച്ച ശേഷം അഡ്മിറ്റ് ചെയ്തു. ഡ്രിപ്സും ഇഞ്ചക്ഷനും കൊടുത്തുകൊണ്ടിരുന്നു.

മരുന്നിന്റെ ലിസ്റ്റ് കണ്ടപ്പോൾ അഖില ഞെട്ടി. ബാഗിൽ കൈയിട്ട് നോട്ടുകളും ചില്ലറകളും പെറുക്കിയെടുത്ത് എണ്ണുമ്പോൾ ചുണ്ടായി തന്റെ കൈയിൽ ചുരുട്ടിപ്പിടിച്ച ഏതാനും മുഷിഞ്ഞ നൂറു രൂപാ നോട്ടുകൾ അവളുടെ കൈയിൽ വച്ചു. "വേണ്ട ചുണ്ടായി" അഖില അത് തിരികെ നൽകാൻ ശ്രമിച്ചു. അതവരെ വിഷമിപ്പിച്ചു. ആംഗ്യത്തിലൂടെയും മലയാളവും ഇംഗ്ലീഷും ടിബറ്റനുമൊക്കെ ചേർത്തും അവർ പറഞ്ഞൊപ്പിച്ചു.

"വിച്ചു എന്റെയും മകനാണ്."

ചുണ്ടുകൾ ഇറുകെ പൂട്ടി അവൾ അവരുടെ കൈയിൽനിന്നും അത് വാങ്ങി. പാതി കണ്ണുകളും വായും തുറന്നു കിടക്കുന്ന വിച്ചുവിനെ നോക്കി അഖില മന്ത്രിച്ചു:

"നിന്നെ സ്നേഹിക്കാനിതാ മോനെ ഒരാൾ. നമ്മുടെ വേദനയറിഞ്ഞ് ഈശ്വരൻ പറഞ്ഞയച്ചതുപോലെ, അനാഥയും നിരാലംബയുമായ ഒരു പാവം സ്ത്രീ. എങ്ങോ ജനിച്ച്, എവിടെയോ വളർന്ന് ഒടുവിൽ നമ്മുടെ വേദനകളിൽ പങ്കുപറ്റാൻ മാത്രമെത്തിയ ഒരു ദേവദൂതിക."

അതു മനസിലായിട്ടോ മനസിലാക്കാൻ കഴിയാഞ്ഞിട്ടോ ചുണ്ടായി നിഷ്കളങ്കമായി ചിരിച്ചു.

"ഇവന്റെ സൂക്കേടിന് ചെലവാക്കാൻ എന്റെ കൈയിൽ പണമില്ല. എത്ര ചെലവഴിച്ചാലും ഇതൊരു മനുഷ്യജന്മമായി തീരുമോ–ഇല്ലല്ലോ."

ഗണേഷിന്റെ അലർച്ച. സുഖമില്ലാത്ത കുഞ്ഞിനെ നെഞ്ചിൽ കിടത്തി, കണ്ണീരിൽ ഹൃദയരക്തം കലർത്തി അഖില അന്ന് വിച്ചുവിന്റെ അച്ഛനോട് ചികിത്സയ്ക്കുള്ള പണത്തിനായി യാചിച്ചു.

"വേണ്ടെടാ അതവിടെ കെടന്നു ചാകട്ടെ. പണ്ടായിരുന്നെങ്കിൽ ഇത്തരം അസുരജന്മങ്ങൾ ജനിച്ചാലുടൻ, അടുക്കളയിലെ ചാണകം തേച്ച മുറം വച്ച് മൂടിക്കളയുകയാണ് പതിവ്. വളർന്നാൽ പെറ്റമ്മയെ വരെ അത് വിഴുങ്ങിക്കളയുമെന്നായിരുന്നു വിശ്വാസം. പക്ഷേ അതൊരന്ധവിശ്വാസമൊന്നുമല്ല. ഇതൊക്കെ വളരുന്തോറും രക്ഷിതാക്കളെ വിഴുങ്ങും. അവരുടെ മനഃശാന്തിയെ, സന്തോഷത്തെ, ജീവിതചര്യകളെ, സമ്പത്തിനെ, എന്തിന് ജീവിതങ്ങളെ പോലും വിഴുങ്ങും. അതുകൊണ്ടാണ് പണ്ടുള്ളവർ അത്തരം ബുദ്ധിപൂർവമായ തീരുമാനങ്ങളെടുത്തത്."

ഗണേഷിന്റെ അമ്മ പഴങ്കഥകൾ പറഞ്ഞു. ശ്വാസംകിട്ടാതെ വലയുന്ന മകനെ തോളിലിട്ട് അന്ന് അഖില അയൽക്കാർക്ക് നേരെ കൈ നീട്ടി. മനസറിഞ്ഞ് സഹായിക്കുന്ന നല്ലവരായ നാട്ടുകാർ അവളുടെ ദുഃഖങ്ങളിൽ എന്നും സഹതപിച്ചിരുന്നു. ചുണ്ടായിയുടെ കൈയിലെ ആകെ സമ്പാദ്യമാണ് വിച്ചിവിന് വേണ്ടി, തന്റെ കൈയിലേക്ക് വച്ചു തന്നതെന്ന് അഖില നന്ദിയോടെ അത്ഭുതത്തോടെ ഓർമിച്ചു.

പനി ഏറിക്കൊണ്ടിരുന്നു. ചെദനും അനിലും അഖിലയുടെ അരികെയിരുന്നു. ചുണ്ടായി ജപമാലയിൽ വിരലുകളോടിച്ച് കഠിനമായ പ്രാർഥനയിലാണ്.

അനിലും ചെദനും അഖിലയെ നിർബന്ധിച്ചു ഭക്ഷണം കഴിപ്പിക്കാൻ ശ്രമിച്ചു. വല്ലതുമൊക്കെ കഴിച്ചെന്നു വരുത്താൻ അവൾ പാടുപെട്ടു. സ്നേഹത്തിന്റെ നിർബന്ധങ്ങളെ തള്ളിയകറ്റാൻ ആ അവസരത്തിലും അവൾക്ക് കഴിഞ്ഞില്ല. പക്ഷേ ഇരുന്ന ഇരുപ്പിൽ നിന്നനങ്ങാൻ ചുണ്ടായി തയാറായില്ല. അവരുടെ കണ്ണും മനസും പ്രാർഥനാനിർഭരമായിരുന്നു. അഖിലയെ വീണ്ടും വീണ്ടും ചുണ്ടായി അത്ഭുതപ്പെടുത്തിക്കൊണ്ടിരുന്നു. അഖില അവർക്കടുത്ത് തറയിലിരുന്നു. പിന്നെ അവരുടെ തോളിലേക്ക് തലചായ്ച്ചു.

"എങ്ങനെ, എങ്ങനെ നിങ്ങൾക്കെന്റെ മകനെ ഇത്രയേറെ സ്നേഹിക്കാൻ കഴിഞ്ഞു?"

ചുണ്ടായി അവളുടെ തലയിൽ തലോടി. അവർ അനിലിനെ നോക്കി, ചെദനെ നോക്കി. പിന്നെ പിറുപിറുത്തു: "എന്റെ അനിയൻ ഇതുപോലായിരുന്നു. വിച്ചുവിനെപ്പോലെ. ബുദ്ധിയുറയ്ക്കാതെ, കാലുകൾ വളഞ്ഞും പിരിഞ്ഞും. പക്ഷേ അവൻ എന്റെ എല്ലാമായിരുന്നു."

അഖില തലയുയർത്തി നോക്കി, അവൾക്ക് അവർ പറയുന്നത് അൽപ്പാൽപ്പം മനസിലാവുന്നുണ്ടായിരുന്നു.

"ടിബറ്റിലായിരുന്നു ഞങ്ങൾ. എന്റെ കുടുംബത്തിലാരും ചൈനീസ് പട്ടാളക്കാർക്കെതിരെ മിണ്ടിയില്ല. അവർ പറയുന്നതനുസരിച്ചായിരുന്നു ജീവിതം. ആണുങ്ങൾ ചൈനീസ് ഗവൺമെന്റിന്റെ തൊഴിലുകൾ സ്വീകരിച്ചു. സമത്വമെന്ന കമ്യൂണിസ്റ്റ് സിദ്ധാന്തത്തെ അവർ സ്വീകരിച്ചു. മതത്തിന്റെയോ സമ്പത്തിന്റെയോ പേരിലൊരു വേർതിരിവുണ്ടാകുന്നത് തടയാൻ കമ്യൂണിസത്തിന് കഴിയുമെന്ന വിശ്വാസത്തിലായിരുന്നു അവർ. ടിബറ്റിലെ ചിലരൊക്കെ അങ്ങനെ ദലൈലാമയുടെ ആശയങ്ങളിൽ നിന്നും വിഭിന്നമായി ചിന്തിച്ചിട്ടുണ്ട്. പക്ഷേ സ്ത്രീകൾ എപ്പോഴും ഗൂഢമായി പ്രാർഥനകളിലും സ്വന്തം സംസ്കാരത്തിലും മുഴുകാനാണിഷ്ടപ്പെട്ടത്."

ചുണ്ടായി കാലം തട്ടിയേൽപ്പിച്ച ക്ഷതങ്ങളിലായിരുന്നു. അവരുടെ മുഖത്തൂടെ ഉഴവുചാലുകളിലെന്ന പോലെ ഓർമകളൊഴുകി. "എനിക്ക് ഭർത്താവും ഒരു മകളുമാണുണ്ടായിരുന്നത്. പ്രക്ഷോഭങ്ങളും പലായനവും നടക്കുമ്പോഴും ഞങ്ങൾ സ്വസ്ഥരായിരുന്നു. ഞങ്ങളെ ആരും ഉപദ്രവിച്ചില്ല. സാമ്പത്തിക ബുദ്ധിമുട്ടിലായിരുന്ന എന്റെ കുടുംബത്തിന് വയലുകൾ പതിച്ചു കിട്ടി. രോഗശയ്യയിലായിരുന്ന അപ്പന് വിദഗ്ധചികിത്സ കിട്ടി. എന്റെ ഭർത്താവ് സന്തുഷ്ടനായിരുന്നു.

പക്ഷേ സ്വന്തം നാട്ടുകാർക്കിടയിൽ ഞങ്ങൾ ഒറ്റപ്പെടുകയായിരുന്നു. പെറ്റമ്മയെ ഒറ്റിക്കൊടുക്കുന്നവരെന്ന നാമം ചാർത്തിക്കിട്ടി. ഞാൻ വീണ്ടും ഗർഭിണിയായി. ജനിച്ച കുട്ടിയും എന്റെ അനിയനെപ്പോലെയായിരുന്നു.

പ്രസവിച്ച് ഏഴാം നാളിൽ എന്റെ ഭർത്താവ് അവനെയും കൈയിലെടുത്ത് ഇറങ്ങിപ്പോയി. മടങ്ങിവന്നത് വെറും കൈയോടെയായിരുന്നു. അവനെ ചികിത്സിക്കാൻ ഒരു കാട്ടുവൈദ്യനെ ഏൽപ്പിച്ചെന്നാണ് പറ

ഞ്ഞത്. പക്ഷേ എനിക്കദ്ദേഹത്തെ വിശ്വാസമില്ലായിരുന്നു. വിശ്വാസങ്ങൾ നഷ്ടപ്പെട്ടുകൊണ്ടിരിക്കുകയായിരുന്നു. അപ്പയും അമ്മയും അനിയനും മകളും ഞാനും ഭർത്താവിന്റെ കൈവിരലിനൊപ്പം ചലിക്കേണ്ടതായി വന്നു.

എന്റെ അനിയൻ വലിയ ബാധ്യതയാണെന്ന് എപ്പോഴും പറയുമായിരുന്നു. മകനും നഷ്ടപ്പെട്ടതോടെ പതിനാല് വയസിലും മൂന്നു വയസുകാരന്റെ ശരീരവുമായി ജീവിക്കുന്ന അനിയനെ ഞാൻ കൂടുതൽ സ്നേഹിച്ചു. ആയിടെ അപ്പ മരിച്ചു. ഭീതിദമായ ഒറ്റപ്പെടലിലായിരുന്നു എന്റെ പാവപ്പെട്ട കുടുംബം. പ്രാർഥനയും മന്ത്രോച്ചാരണങ്ങളും വിലക്കപ്പെട്ട വീട്ടിൽ കഴിയാൻ ഞങ്ങൾ പേടിച്ചു. ഏതോ ദുഷ്ടശക്തികൾ ഞങ്ങളെ ആക്രമിക്കാനുത്സുകരായി ചുറ്റുമുണ്ടെന്ന തോന്നലിൽ ഞങ്ങൾക്ക് ദലൈലാമയുടെ അരികത്തെത്താൻ ആഗ്രഹമുണ്ടായി. ഒറ്റപ്പെട്ടു താമസിക്കുന്ന റിംപോച്ചെയുടെ അരികെ ഞങ്ങൾ രഹസ്യമായി ചെന്നു. ദൈവത്തെയും സ്വന്തം നാടിനെയും മറന്നത് ശിക്ഷാർഹമാണെന്ന് അദ്ദേഹം പറഞ്ഞു.

ആ നാടു വിട്ട് എങ്ങോട്ടെങ്കിലും പോകാനാണ് ഞങ്ങൾ ആഗ്രഹിച്ചത്. പക്ഷേ നടന്നില്ല. ആയിടെയാണ് ഒരു പകർച്ചവ്യാധി വ്യാപിച്ചത്. എല്ലാവരെയും കിടപ്പിലാക്കിയെങ്കിലും അമ്മയും എന്റെ മകളും അതോടെ ഇല്ലാതായി. ഞാനും അനിയനും ഭർത്താവും ശേഷിച്ചു. അവനായിരുന്നു മരിക്കേണ്ടിയിരുന്നതെന്ന് ഭർത്താവ് ശപിച്ചുകൊണ്ടേയിരുന്നു. അവനെ അദ്ദേഹം കൊന്നേക്കുമെന്ന് ഞാൻ പേടിച്ചു. അങ്ങനെയാണ് ഞാൻ ടിബറ്റ് വിട്ടിറങ്ങിയത്.

അതൊരു ഭീകരമായ യാത്രയായിരുന്നു. യുവതിയായ എനിക്ക് സഹിക്കേണ്ടിവന്നത് ദാരുണമായ അനുഭവങ്ങളായിരുന്നു. എന്റെ അനിയനെ സംരക്ഷിക്കണമെന്ന ചിന്തയിൽ എന്തും സഹിക്കാൻ ഞാൻ തയാറായി. ഒരു രാത്രിയിൽ ഒരു ഗ്രാമത്തിൽ അഭയം തേടി ചെന്നെത്തിയ ഞങ്ങൾ ഒരുപറ്റം മുട്ടാളന്മാരുടെ കൈയിലാണ് ചെന്നകപ്പെട്ടത്." ചുങായിയുടെ കണ്ണുകൾ നീറ്റലോടെ അടഞ്ഞു.

"കുട്ടികളായ നിങ്ങളോട് ഒന്നും പറയാൻ എനിക്കാവില്ല. എത്ര ദിവസം അബോധാവസ്ഥയിൽ കിടന്നെന്ന് ഞാനറിഞ്ഞില്ല. നല്ലവരായ സ്ത്രീകളുടെ സംരക്ഷണയിലായിരുന്നു ഞാൻ. പക്ഷേ ആർക്ക് വേണ്ടിയാണോ ഏതു വേദനയും സഹിക്കാൻ ഞാൻ തയാറായത്, അവനെ എനിക്ക് നഷ്ടപ്പെട്ടിരുന്നു. കണ്ണീരോടെ അവനെ തിരയാത്തിടമില്ല. നാടായ നാടും കാടായ കാടും ഞാനെന്റെ പൊന്നനിയനെ തിരഞ്ഞു. കണ്ടില്ല."

അവർ കരഞ്ഞു. നെഞ്ചു പൊട്ടിയുള്ള കരച്ചിൽ.

"ഒടുവിലാണ് വിച്ചുവിൽ അവനെ ഞാൻ കണ്ടത്. നഷ്ടപ്പെട്ടിട്ടില്ല എന്റെ അനിയനെന്ന് ഈ ഓമനയെ കണ്ടപ്പോൾ എനിക്ക് തോന്നി. അതു

കൊണ്ടാണ് പിന്നെയും അവനെ തിരയാൻ ഞാനിവിടം വിട്ടിറങ്ങാതായത്."

ആരും ഒന്നും മിണ്ടിയില്ല. ചെദന്റെ കണ്ണുകൾ നിറഞ്ഞുതുളുമ്പിയിരുന്നു. അഖിലയുടെ കണ്ണുകളിൽ എന്താണെന്ന് കണ്ടെത്താൻ പതിവ് പോലെ ശ്രമിച്ചെങ്കിലും അനിൽ പരാജയപ്പെട്ടു. ചുണ്ടായി തേങ്ങിക്കരഞ്ഞു കൊണ്ട് പറഞ്ഞു:

"ഞാനില്ലാതെ അവന് ഒന്നും ചെയ്യാനാവില്ല. ട്രൗസറിന്റെ ബട്ടണഴിച്ചുകൊടുക്കാൻ പോലും ഞാനുണ്ടാവണം. ആരാണവന് ഭക്ഷണം കൊടുക്കുക. നടക്കാൻ വിഷമിക്കുന്ന അവൻ എത്ര ദൂരെ പോകാനാണ്. ആ ദുഷ്ടൻമാർ കുട്ടിയെ കൊന്നുകളഞ്ഞിരിക്കുമോ. അങ്ങനെ വിശ്വസിക്കാൻ ഞാനിഷ്ടപ്പെടുന്നില്ല. ജീവിക്കാൻ, യാത്രയിലുടനീളം ഒരു ലക്ഷ്യമുണ്ടാകാൻ ആ വിശ്വാസത്തെ ഞാൻ കുടഞ്ഞെറിഞ്ഞുകളഞ്ഞു."

ചുണ്ടായിയുടെ പ്രാർഥന കൊണ്ടെന്നോണം പനി കുറഞ്ഞുവന്നു. "സന്നി വന്നിരുന്നെങ്കിൽ വിഷമിച്ചു പോയേനെ" മലയാളിയായ ഡോക്ടർ പറഞ്ഞു.

"ഇവന്റെ ഫാദറില്ലേ" അദ്ദേഹം ചോദിച്ചു.

"ഇല്ല" ഒറ്റവാക്കിൽ അവൾ നിർത്തി. ഡോക്ടർ എന്തുദ്ദേശിച്ചു കാണും. മരിച്ചു പോയെന്നോ, അതോ അച്ഛനെന്നു ചൂണ്ടിക്കാട്ടാൻ ഈ കുഞ്ഞിനാരുമില്ലെന്നോ. ഡോക്ടർ അവളെ ഒന്നമർത്തി നോക്കിയതെന്തിനാവാം.

"നാട്ടിലെവിടെയാണ്" ഡോക്ടർ ചോദിച്ചു.

"ധർമടത്താണ്. കണ്ണൂർജില്ലയിൽ"

"അറിയാം. ഞാൻ കതിരൂരാണ്." ഡോക്ടർ പരിചയഭാവത്തിൽ ചിരിച്ചു. "എന്റെ വൈഫ് ബ്രണ്ണൻ കോളേജിൽ ലക്ചറാണ്."

"ഓ" പേടിയോടെ അഖില തല താഴ്ത്തി.

"ഇവിടെ താമസമൊക്കെ?"

"സ്കൂൾ ക്വാർട്ടേഴ്സിൽ" അവൾ അതു പറഞ്ഞപ്പോൾ ഡോക്ടർ അനിലിനെ നോക്കി.

"നാട്ടുകാരാണല്ലേ അനിൽ"

"അതെ ഞാൻ പറഞ്ഞല്ലോ, ഒൺലി എ ഫ്രണ്ട്" അനിൽ ചിരിയോടെ പറഞ്ഞപ്പോൾ ഡോക്ടറും ചിരിച്ചു. മലയാളത്തിന്റെ കൂട്ടായ്മയിൽ ചെദൻ പരുങ്ങി.

ചുണ്ടായി വിച്ചുവിന്റെ അരികിലായിരുന്നു. അവർ അവനെ തലോടുകയും ഉമ്മ വയ്ക്കുകയുമൊക്കെ ചെയ്യുന്നത് ഡോക്ടർ കൗതുകത്തോടെ നോക്കി.

"ഞാൻ കരുതുന്നു, അവരുടെ പ്രാർഥനയാവാം, എന്റെ മരുന്നിനേക്കാൾ ഫലം ചെയ്തതെന്ന്."

"ശരിയാണ് ഡോക്ടർ പ്രാർഥിക്കാൻ എനിക്ക് പേടിയാണ്. കാരണം ഞാൻ പ്രാർഥിച്ചതൊന്നും ദൈവം കേൾക്കാറില്ല" അഖില നിസ്സഹായ

തയോടെ പറഞ്ഞു. ഡോക്ടർ അവളെ സഹതാപത്തോടെ നോക്കി. ആ അമ്മയുടെ മനസറിയാൻ സ്റ്റെതസ്കോപ്പിന്റെ ആവശ്യമില്ല. അവളുടെ കണ്ണുകളുടെ നിശ്ചലാവസ്ഥയിൽ ഹൃദയം തെളിഞ്ഞു കാണാം.

ചെദനും അനിലും നിർബന്ധിച്ചു ചുണ്ടായിയെയും അഖിലയെയും കാന്റീനിൽ കൊണ്ടുപോയി. പച്ചരിച്ചോറും സാമ്പാറും മുന്നിൽ കണ്ടപ്പോൾ അഖിലയ്ക്ക് വിശപ്പനുഭവപ്പെട്ടു. ചെദനും ചുണ്ടായിയും സ്വാദോടെ ചോറും സാമ്പാറും കഴിച്ചു. അവർ എന്തിനോടും പൊരുത്തപ്പെടാൻ പഠിച്ചുകഴിഞ്ഞിരിക്കുന്നു.

വിച്ചുവിന് ഒറഞ്ചുനീർ സ്പൂണിലാക്കി അൽപ്പാൽപ്പമായി വായിലൊഴിച്ചു കൊടുത്തു. ഇടയ്ക്കവൻ അമ്മയെ നോക്കി നന്ദിയോടെ ചിരിച്ചു. അഖിലയുടെ ഹൃദയം തുളുമ്പി. അവൾ കുനിഞ്ഞ് അവന്റെ നെറ്റിയിൽ ഉമ്മ വച്ചു. അവന്റെ കണ്ണുകൾ മറ്റാരെയോ അന്വേഷിക്കുന്നു. അഖില കപ്പും സ്പൂണും ചുണ്ടായിയുടെ കൈയിൽ കൊടുത്തു. വിച്ചുവിന്റെ മുഖത്ത് പ്രകാശം സ്ഫുരിക്കുന്നത് അഖില നിർവൃതിയോടെ കണ്ടു. അവന്റെ ചുണ്ടിൽ വികൃതമായ ചിരിയും വിടർന്നു. പിന്നെ എന്തോ ഒരു ശബ്ദമുണ്ടാക്കി. ആ വിളി 'അമ്മേ' എന്നാണോ. അവൻ കുഞ്ഞായിരിക്കുമ്പോൾ അവൾ എന്നും കൊതിച്ചതാണ് വിച്ചു 'അമ്മേ' എന്നൊന്ന് വിളിച്ചു കേൾക്കാൻ. പിന്നീടവൻ ഒരിക്കലും സംസാരിക്കുകയില്ലെന്നറിഞ്ഞതു മുതൽ, എല്ലാ ആഗ്രഹങ്ങളുമെന്നതുപോലെ അതും അവളുപേക്ഷിച്ചു. ഇപ്പോൾ വിച്ചുവിന്റെ മുഖം കോട്ടിയുള്ള ചിരിയും നാവിൽ നിന്നുതിർന്ന ശബ്ദവും കേട്ടപ്പോൾ ഒരുനിമിഷം അങ്ങനെ ചിന്തിച്ചു പോയതിൽ അവൾ സ്വയം കുറ്റപ്പെടുത്തി.

വൈകിട്ട് അനിൽ പോകുമ്പോൾ കുറച്ചു പണം അനുവാദമില്ലാതെ അവളുടെ ബാഗിൽ വച്ചു. ഇല്ലായിരുന്നെങ്കിൽ താനെന്തു ചെയ്തേനെ എന്നവൾ നെടുവീർപ്പിട്ടു.

എട്ട്

സോങ്ചു കുഷയുടെ പുറത്തു കിടന്നു കരണം മറിയുകയും പാട്ടുകൾ പാടുകയും പ്രാർഥനകൾ ചൊല്ലുകയും ഉച്ചമയക്കത്തിൽ സ്വപ്നങ്ങൾ കാണുകയും ചെയ്തു.

അകലെ മലനിരകളിൽ മഞ്ഞിൽ മുങ്ങിയ മേഘക്കൂട്ടങ്ങൾ കടന്നു കാലാനയപ്പക്ഷികൾ കൂട്ടത്തോടെ പറന്നുവന്നു. വയലുകളിൽ കൊയ്ത്തു നടക്കാറാകുമ്പോൾ മേഘങ്ങൾക്കുള്ളിൽ നിന്നെന്നോണം കാലാനയപ്പക്ഷികൾ വന്നിറങ്ങും.

"കുഷ നോക്കൂ ഞങ്ങളുടെ ഗോതമ്പും ചോളവും മോഷ്ടിക്കാൻ വരികയാണാ കള്ളക്കൂട്ടങ്ങൾ. നീയവനെ ഓടിച്ചെന്നാക്രമിക്കണം കേട്ടോ."

കുഷയുടെ ചെവിയിൽ മുഖം പൂഴ്ത്തി സോങ്ചു പറഞ്ഞു. അസ്വസ്ഥപ്പെട്ടെന്നോണം കുഷ തലയും വാലുമിളക്കി.

"സോങ്ചു നീയതിനെ ഇങ്ങനെ ഉപദ്രവിക്കരുത്." അവന്റെ അപ്പ പറഞ്ഞു.

"ഞാനതിനെ ഉപദ്രവിക്കുകയില്ല ഫാലൻ. കാര്യങ്ങൾ പറഞ്ഞു പഠിപ്പിക്കുകയാണ്. ഫാലൻ എന്നെ പഠിപ്പിക്കുന്നതുപോലെ" സോങ്ചു അപ്പയെ ഫാലൻ എന്നാണ് വിളിക്കുന്നത്.

ഗോതമ്പും ബാർലിയും പൊടിച്ചെടുത്ത് വറുത്തതിൽ വെണ്ണയും പഞ്ചസാരയും ഉരുക്കിയൊഴിച്ച് ഉരുട്ടിയെടുക്കുന്ന പലഹാരത്തിൽനിന്നും ഓരോ തുണ്ടായി സോങ്ചു കുഷയുടെ വായിൽ വച്ചു കൊടുത്തു.

അന്ന് വൈകുവോളം വയലിൽ പണിയുണ്ടായിരുന്നു. യൂഹാക്കും ഫാലനുമുള്ള ഭക്ഷണം നിറച്ച പാത്രങ്ങളുമായി സോങ്ചു വയലിലേ

ക്കുള്ള വഴിയേ നടന്നു. മണലും ചുവന്ന മണ്ണും അവന്റെ കാലടികളിൽ പറ്റിപ്പിടിച്ചു. മഞ്ഞു പെയ്തു തുടങ്ങിയിട്ടില്ല. മഞ്ഞ് പെയ്താലേ പണി നിർത്തുകയുള്ളൂ. സോങ്ചുവിന്റെ ഒപ്പം ടോങ്കയുമുണ്ടായിരുന്നു. അവൾ കൊച്ചു കല്ലുകൾ പെറുക്കി മുന്നിലേക്ക് ഓരോന്നായി എറിഞ്ഞുകൊണ്ടിരുന്നു. മറ്റൊരു വഴിയിലൂടെ യോമഭിക്ഷു നടന്നുവരുന്നതു കണ്ട് ടോങ്ക സോങ്ചുവിന്റെ പിറകിലൊളിച്ചു. യോമദിയു ദീർഘാകാരനായിരുന്നു. പറ്റെ വെട്ടിയ മുടിയും നേർത്ത നൂലുകൾ പോലെ ഒലിച്ചിറങ്ങി നെഞ്ചിൽ മുട്ടുന്ന താടിയും മൂർച്ചയുള്ള കണ്ണുകളും അദ്ദേഹത്തിനുണ്ടായിരുന്നു.

"മോഹ എവിടെ? എനിക്ക് കാണണം" യോമഭിക്ഷു കുട്ടികളോട് പറഞ്ഞു.

"ചോള വയലിലാണ്. കൊയ്ത്തു തുടങ്ങിക്കഴിഞ്ഞു. ഞങ്ങൾ വൈകിട്ടത്തെ ഭക്ഷണവുമായി പോവുകയാണ്."

വിനയാന്വിതനായി വണങ്ങിക്കൊണ്ടാണ് സോങ്ചു പറഞ്ഞത്. ഭിക്ഷു കുട്ടികൾക്കൊപ്പം നടന്നു.

"നന്നായി പഠിക്കുന്നില്ലേ" അദ്ദേഹം ചോദിച്ചപ്പോൾ പേടി മറന്നു ടോങ്ക ഇടയിൽ കയറി.

"എനിക്ക് പാട്ടുകളറിയാം" അവൾ അഭിമാനപൂർവം പറഞ്ഞു. പിന്നെ അദ്ദേഹം ആവശ്യപ്പെടാതെ തന്നെ പാട്ടുകൾ പാടി. ശ്രീബുദ്ധനെ സ്തുതിക്കുന്ന പാട്ടുകളായിരുന്നു. അദ്ദേഹത്തെ സന്തോഷിപ്പിക്കാനാണ് അവളങ്ങനെ പാടുന്നതെന്ന് സോങ്ചുവിനറിയാം. അവളുടെ കുഞ്ഞുമനസിന്റെ സൂത്രങ്ങളോർത്തുള്ള ഊറിയ ചിരി സോങ്ചുവിന്റെ ചുണ്ടിലുണ്ടായിരുന്നു.

നേർത്ത തണുപ്പിൽ മോഹയും കൂട്ടരും ജോലി ചെയ്യുന്നുണ്ടായിരുന്നു. കഠിനാധ്വാനത്തിനു മാത്രം സമ്മാനിക്കാൻ കഴിയുന്ന ഒരപൂർവ പ്രകാശം വിയർപ്പിൽ കുതിർന്ന ആ കർഷകമുഖങ്ങളിൽ ജ്വലിച്ചിരുന്നു.

യോമഭിക്ഷുവിനെ കണ്ടപ്പോൾ മോഹയും ജോലിക്കാരും താണു വണങ്ങി. യൂഹായുടെ നേർത്ത്, വെളുത്ത ശരീരം വിയർത്തു ചുവന്നിരുന്നു. അവൻ ടോങ്കയുടെ തലയിൽ വേദനിപ്പിക്കാതെ ഒന്നു ഞോടിയ ശേഷം സോങ്ചുവിന്റെ കൈയിലെ കുപ്പിയിൽനിന്നും പഞ്ചസാരയിട്ട തൈര് വാടിലേക്കൊഴിച്ചു. അവന് കഠിനമായ വിശപ്പും ദാഹവുമുണ്ടെന്ന് ആ മുഖത്തെ ക്ഷീണിച്ച ചിരിയിൽനിന്നും സോങ്ചു തിരിച്ചറിഞ്ഞു.

യോമഭിക്ഷു തണലിലേക്ക് മാറി നിൽക്കാതെ പൊരിവെയിലിൽ നിന്നുകൊണ്ടാണ് സംസാരിക്കുന്നത്. പതിവില്ലാതെ വൈകിട്ടത്തെ വെയിലിനിത്രയേറെ ചൂടെന്തെന്ന് ജോലിക്കാർ അടക്കം പറഞ്ഞു. കുട്ടികൾ യോമഭിക്ഷു ഫാലനെ കാണുന്നതെന്തിനെന്ന കൗതുകത്തോടെ അവിടെ ചുറ്റിപ്പറ്റി നിന്നു.

കഴിഞ്ഞ മാസത്തിലെ മഞ്ഞുകാല ഉത്സവം നടക്കുന്നതിനിടയിലെ പ്രാർഥനായോഗത്തിൽ യോമ ഒരു കാര്യം സംസാരിച്ചിരുന്നു.

“ശാന്തവും സുന്ദരവും സ്വപ്നതുല്യവുമായ ജീവിതം ബുദ്ധദേവന്റെ കാരുണ്യം മൂലം നമുക്ക് ലഭിച്ചിരുന്നു. പരസ്പരം സ്നേഹിക്കാനും സഹായിക്കാനും സന്തോഷത്തോടെ ജീവിക്കാനും, മരണാനന്തരം മോക്ഷമാർഗത്തിലേക്കെത്താനുമുള്ള സ്വർഗസുന്ദരമായ ഒരു ജനതയാണ് ടിബറ്റിലുള്ളത്.”

പക്ഷേ ആകാശത്തിൽ, ഇത്തവണ, പൗർണമി നാളിൽ ചന്ദ്രവദനത്തിൽ ഭീതിദമായ കറുത്ത ചിഹ്നങ്ങൾ തെളിഞ്ഞു കാണാനിടയായി. സാമാന്യത്തിലധികം വലിപ്പമുള്ള പക്ഷികൾ ആ സമയത്ത് ചിറകുകൾ കുടഞ്ഞു ടിബറ്റിന് മീതെ പറക്കുന്നുണ്ടായിരുന്നു. ഇഴജന്തുക്കളും കന്നുകാലികളും അസ്വസ്ഥരാണ്. പ്രകൃതിയുടെ പേടിപ്പെടുത്തുന്ന ഈ പരിണാമം നമ്മെ ഭയപ്പെടുത്തുന്നു. കരുതിയിരിക്കുക. സ്വസ്ഥമായ ടിബറ്റിന് മീതെ കരിങ്കാറുകൾ നിരന്നേക്കാം. പ്രളയമോ ഭൂകമ്പമോ അതിലുപരിയായ ദുരന്തങ്ങളോ നടന്നേക്കാം. റിംപോച്ചെ ആജ്ഞാപിച്ചിരിക്കുന്നു, അല്ല അപേക്ഷിക്കുന്നു, ബുദ്ധമതവിശ്വാസികളായ നമ്മളേവരും വരാൻ പോകുന്നതെന്തിനെയും ഈശ്വരചിന്തയോടെ, ഒറ്റക്കെട്ടോടെ സ്വീകരിക്കാൻ തയാറായിരിക്കുക.

ഉത്സവനാളിലെ ഈ ആഹ്വാനം അന്ന് ഏവരെയും ഭീതിദരാക്കി. യോമഭിക്ഷു നിസ്സാരക്കാരനല്ല. ഏത് മഹാരോഗത്തെയും പ്രാർഥനാമന്ത്രങ്ങളാൽ ഭേദപ്പെടുത്തുകയും, പ്രകൃതിശക്തികളെപ്പോലും നിയന്ത്രിക്കുകയും ചെയ്യുന്ന മഹായോഗിയാണ്.

മാസങ്ങളോളം നിരാഹാരനായി, ധ്യാനമന്ത്രങ്ങളുടെ മാത്രം സഹായത്തോടെ തപസ്വിയായി കൈലാസസാനുക്കളിൽ കഴിയുന്നവനാണ്. കൈലാസനാഥൻ പ്രത്യക്ഷനായെന്ന വിശ്വാസവും നിലവിലുണ്ട്. സാധാരണക്കാരുടെ ഏറ്റവും ദരിദ്രമായ ജീവിതമാണ് അദ്ദേഹം നയിക്കുന്നത്. ദരിദ്രരോടൊപ്പമാണ് സഹവാസം. രോഗികളും കഷ്ടത അനുഭവിക്കുന്നവരുമാണ് സുഹൃത്തുക്കൾ. യോമഭിക്ഷു എന്തെങ്കിലും പറഞ്ഞാൽ അത് നിസ്സാരമാക്കാൻ ടിബറ്റിലെ ഗ്രാമീണ ജനതയ്ക്ക് കഴിയില്ല. എങ്കിലും ദിനങ്ങൾ പിന്നിടുമ്പോൾ സ്വാഭാവികമായും വരാൻ പോവുന്ന ദുരന്തത്തെക്കുറിച്ചുള്ള ഓർമയുടെ കാഠിന്യം കുറഞ്ഞുവന്നു.

പക്ഷേ ഇപ്പോൾ ഈ ഉച്ച മയങ്ങുന്ന നേരത്ത് അതൊക്കെ അദ്ദേഹം ഓർമപ്പെടുത്തുന്നതെന്തിനാവാം?

“അവരെത്തിക്കഴിഞ്ഞു” ആ സന്യാസിയുടെ ചെറിയ കണ്ണുകളിൽ ഒരു മഹാദുരന്തത്തിന്റെ ഭീതിദമായ ചിത്രങ്ങൾ തെളിഞ്ഞു.

“ആര്” പേടിയോടെ കുട്ടിയായ യൂഹായാണ് ചോദിച്ചത്.

“നമ്മെ കീഴടക്കാൻ, ചൈനപ്പട്ടാളം തെരുവുകൾ കൈയടിക്കി വരികയാണ്. ദലൈലാമയെ നമ്മുടെ പട്ടാളം സുരക്ഷിതനാക്കിയിരിക്കയാണ്. താമസിയാതെ സ്ഥാനാരോഹണം നടക്കും. നമ്മുടെ സ്വത്തും ജീവിതവും സന്തോഷപ്രദമായ അവസ്ഥകളും അവർ കവർന്നെടുത്തേക്കും.”

"നമ്മളെന്തു ചെയ്യും ഗുരോ" സോങ്ചുവിന്റെ ഫാലൻ ഭീതിയുടെ മുൾമുനയിൽ നിന്നുകൊണ്ട്, യോമഭിക്ഷുവിന്റെ മുന്നിൽ വെറും മണ്ണിൽ മുട്ടുകുത്തി.

"നമ്മളെ രക്ഷിക്കാനാരുമില്ലേ?"

"ശ്രമിക്കുന്നുണ്ട്. സന്ധിസംഭാഷണം കൊണ്ട് ചൈനാഗവൺമെന്റ് അവരുടെ ആക്രമണം അവസാനിപ്പിക്കുമെന്നാണ് പ്രതീക്ഷ. പ്രാർഥനയും സൽചിന്തകളുമായി കഴിയുന്ന ഈ പാവം ജനതയെ അത്രയേറെ ദ്രോഹിക്കാൻ ആർക്കെങ്കിലും കഴിയുമോ?"

കടുത്ത നിശ്ശബ്ദത. വെയിലിന്റെ ചൂട് മാഞ്ഞു. തണുപ്പ് കരിമ്പടം പോലെ വയലിനെ പൊതിഞ്ഞു. കാര്യങ്ങളൊന്നും മനസിലായില്ലെങ്കിലും സന്തോഷപ്രദമല്ലാത്തതെന്തോ ഒന്ന് വാ പിളർത്തി തങ്ങളെ വിഴുങ്ങിയേക്കുമെന്നൊരു പേടി സോങ്ചുവിനുണ്ടായി. യൂഹാ അന്തംവിട്ടു നിൽക്കയാണ്. സോങ്ചുവിന്റെയും ടോങ്കയുടെയും കാഴ്ചപ്പാടിൽ അവനാണ് ഏറ്റവും വലിയ ധീരൻ. ആ പരാക്രമിയാണ് തുറിച്ച കണ്ണുകളും പിളർന്ന വായയുമായി സ്തബ്ധനായി നിൽക്കുന്നത്. മുതിർന്നവരുടെ മുഖഭാവങ്ങളും വ്യത്യസ്തമല്ല.

മഞ്ഞുമൂടിയ ആ സന്ധ്യയിൽ കൊയ്ത്തു തുടങ്ങിയ വയൽവരമ്പിൽ കൂട്ടപ്രാർഥന നടന്നു. തങ്ങളുടെ മഹത്തായ സ്വപ്നരാജ്യത്തിലേക്ക് വിഷപ്പുകയേൽക്കാൻ ഇടവരുത്തല്ലേ എന്നായിരുന്നു ഓരോ മനസും കേണു പറഞ്ഞത്.

പിന്നീട് കൊയ്ത്തു നടന്നത് ഉത്സവാഘോഷങ്ങളില്ലാതെയാണ്. യാന്ത്രികമായ ചലനങ്ങൾ. ആർക്കും ഉത്സാഹമില്ലായിരുന്നു. യൂഹാ മൗനിയും ചുറുചുറുക്കില്ലാത്തവനുമായി തീർന്നത് കുട്ടികൾക്ക് കഠിനമായ വിഷമമാണുണ്ടാക്കിയത്. ആരൊക്കെയോ ആക്രമണോത്സുകരായി വരുന്നുണ്ടെന്ന വിവരം മാത്രമാണവരുടെ പരിമിതമായ അറിവ്. കേട്ടത് സുഖമുള്ള കാര്യമല്ല. മുതിർന്നവരുടെ പേടിതട്ടിയ മുഖങ്ങൾ കാണവേ കുട്ടികളുടെ ഉത്സാഹവും കെട്ടടങ്ങിപ്പോയി.

രാത്രിയിൽ ഭക്ഷണം കഴിക്കുമ്പോൾ അമ്മ ഫാലനുമായി സംസാരിക്കുന്നത് പേടിയോടെയാണ് കുട്ടികൾ മൂവരും കേട്ടിരുന്നത്. നഗരത്തിലെ തെരുവുകളിലൂടെ പട്ടാളക്കാർ ഓടിനടക്കുന്നു. അവരുടെ കൈകളിൽ തോക്കുകളും മൂർച്ചയുള്ള ബയണറ്റുകളുമുണ്ട്. കടകൾ കൈയേറുകയും ഉടമസ്ഥരെ ആക്രമിക്കുകയും ചെയ്യുന്നു. ബുദ്ധക്ഷേത്രങ്ങളിൽ കടന്നുകയറി കൊടിതോരണങ്ങൾ നശിപ്പിച്ചു കഴിഞ്ഞിരിക്കുന്നു. പുരുഷൻമാരെ ഇരുമ്പ് വണ്ടികളിൽ കയറ്റി എങ്ങോ കൊണ്ടുപോകുന്നു. എതിർത്തവരെ വെടിവച്ചു കൊല്ലുന്നു.

"നമ്മുടെ വിശ്വാസങ്ങളെ ഹനിക്കാൻ ശ്രമിക്കുന്നവരെ നമുക്ക് ആക്രമിച്ചു കൂടെ ഫാലൻ."

യൂഹാ ചോദിച്ചു. അവന് പതിനാറ് വയസാണ്. കുരുന്നു മീശ പൊടിച്ചു വരുന്നതേയുള്ളൂ. തീ കത്തുന്ന ഒരു വാചകം അവനിൽനിന്നു യരുമെന്ന് ആരും കരുതിയിരുന്നതല്ല. കുസൃതികളുമായി നടന്നവനാണ്. സഹോദരങ്ങളോട് വികൃതികളോടെ പോരടിക്കുകയും കുഷയുടെ പുറത്തുകയറിയിരുന്നു മന്ത്രവിദ്യകൾ കാട്ടുകയും ചെയ്യുന്നവൻ. മോഹയുടെ കണ്ണുകൾ അവനെ ചൂഴ്ന്നു. സാഹചര്യങ്ങളാണോ ഒരു മാൻപേടയെ സിംഹമാക്കുന്നത്. അദ്ദേഹം അവനെ ഉപദേശിച്ചു.

“അങ്ങനൊന്നും ചിന്തിക്കരുത് യൂഹാ. നമ്മൾ ബുദ്ധമതവിശ്വാസികളാണ്. ഹിംസയല്ല, അഹിംസയാണ് നമ്മുടെ മാർഗം, ലക്ഷ്യമെന്തായാലും.”

“ഒരു തെറ്റും ചെയ്യാതെ നിരപരാധികളെ ഹിംസിക്കുന്നതും തെറ്റല്ലേ ഫാലൻ.”

“അന്യർ തെറ്റ് ചെയ്യുമ്പോൾ നമ്മൾ അതനുസരിച്ചാൽ ഈ ലോകത്തിൽ സന്യാസത്തിനും നീതിക്കും സ്ഥാനമുണ്ടോ. അവർ അവരുടെ ഹിതത്തിനും നമ്മൾ നമ്മുടെ വിശ്വാസങ്ങൾക്കും അനുസരിച്ചു ജീവിക്കുന്നു.”

അടുത്ത ദിവസങ്ങൾ മൂകവും ഭീതിദവുമായിരുന്നു. വാർത്തകൾ കാറ്റു പോലെ പ്രചരിക്കുന്നു. മഞ്ഞനദിയെന്ന പുണ്യനദിയിലൂടെ ഇപ്പോൾ ഒഴുകുന്നത് വെള്ളമല്ല, രക്തമാണ്. മൃതദേഹങ്ങളും മനുഷ്യശരീരാവയവങ്ങളും വീട്ടുമൃഗങ്ങളുടെ ശവങ്ങളും ഒന്നുചേർന്നൊഴുകുന്നു.

ടിബറ്റൻ പീഠഭൂമിയിലെ ‘ബയങ്കര’ പർവതത്തിന്റെ വടക്കൻ ചരിവിൽ നിന്നാണ് മഞ്ഞനദി ഉത്ഭവിക്കുന്നത്. ലൂസ് പീഠഭൂമിയിലെ പൊടി കലർന്നുണ്ടായതാണ് നദിക്ക് മഞ്ഞനിറമെന്നാണ് കണ്ടെത്തൽ. അതു ചെന്നു പതിക്കുന്ന കടലിന്റെ പേരും മഞ്ഞക്കടലെന്നായിരുന്നു.

മഞ്ഞനദിയിൽ കുളിച്ചു കയറിയാൽ ഭൂമിയിലെ പാപങ്ങളിൽനിന്നും മോചിതരാവുമെന്നൊരു വിശ്വാസമുണ്ടായിരുന്നു. ആ നദിയിലാണ് മനുഷ്യരുടെയും മൃഗങ്ങളുടേയും രക്തം കലർന്നിരിക്കുന്നത്.

ഞങ്ങൾ നടുങ്ങി വിറച്ചു. കുട്ടികളായ ഞങ്ങൾക്ക് നേതാവും വഴികാട്ടിയും ഉപദേശകനുമായിട്ടുള്ളത് യൂഹാവാണ്.

“ആ ചെകുത്താന്മാർ ഇവിടെ വരുമോ യൂഹാ–ഞങ്ങളെയൊക്കെ കൊല്ലുമോ?”

“വന്നാൽ ഞാനവരെ വകരുത്തും.”

അവൻ മരത്തടി ചെത്തിക്കൂർപ്പിച്ച് തോക്കു പോലെ നീട്ടിപ്പിടിച്ചു.

“ആരെയും ഹിംസിക്കരുതെന്നല്ലേ ഗുരുവും ഫാലനും ഒക്കെ നമ്മെ പഠിപ്പിച്ചത്.”

സോങ്ചു ചോദിച്ചു.

“ശരിയാണ്. എന്നാലും നിരപരാധികളായ ടിബറ്റൻ ജനതയെ മൃഗീയമായി കൊന്നൊടുക്കുന്നവരിൽ ഒരെണ്ണത്തിനെയെങ്കിലും ഞാൻ

കൊല്ലും. നിർവാണമില്ലാതെ, പല ജന്മങ്ങളിൽ പൂച്ചയും പട്ടിയുമാകട്ടെ. എന്നാലും ഞാനത് ചെയ്യും."

അവൻ കണ്ണിൽ രോഷത്തീയാളിച്ചുകൊണ്ട് പറഞ്ഞു. കുഷ യൂഹായുടെ ശരീരത്തോടുരുമ്മി നിന്നു. യൂഹായുടെ ലാളനയേൽക്കാനുള്ള കൊതിയാണാ ഉരുമ്മിച്ചേരൽ. പക്ഷേ യൂഹാ അതൊന്നും അറിഞ്ഞില്ല. അവൻ കൂർത്ത വടി നീട്ടിപ്പിടിച്ചു നടന്നുപോയി. സോങ്ചു പേടിയോടെ കുഷയെ കെട്ടിപ്പിടിച്ചു: "നമ്മളെന്തു ചെയ്യും കുഷ?"

"തെറ്റ് ചെയ്താലേ ശിക്ഷ കിട്ടൂ എന്നല്ലേ ഫാലൻ പറഞ്ഞിട്ടുള്ളത്. ഒന്നും ചെയ്യാതെ പട്ടാളം എന്തിനാ നമ്മെ ഉപദ്രവിക്കുന്നത്"

കുഞ്ഞായ ടോങ്ക ഓരോരുത്തരോടും ചോദിച്ചു. ആർക്കും ഒരിക്കലും ഉത്തരം പറയാനില്ലാത്ത ഒരു ചോദ്യമായിരുന്നു ടോങ്ക അന്നുന്നയിച്ചതെന്ന് സോങ്ചു അപ്പോൾ കരുതിയില്ല.

ഗ്രാമത്തിലെ മൺപാതകളിലൂടെ പട്ടാളക്കാരുടെ ട്രക്കുകൾ പ്രത്യക്ഷപ്പെട്ടു. അവർ വീടുകളിൽ ഓടിക്കയറി പ്രാർഥനാമന്ത്രങ്ങളെഴുതിയ നിറമുള്ള കൊടികൾ പിഴുതെടുത്തു ചവിട്ടിയരച്ചു. വീടുകൾക്കുള്ളിലെ പഴയ ദലൈലാമമാരുടെയും പുതിയ ദലൈലാമയുടെയും ശ്രീബുദ്ധന്റെയും ചിത്രങ്ങൾ വലിച്ചെറിഞ്ഞു.

"ഇനി ഇത്തരം പടങ്ങൾ വീടിനുള്ളിൽ പാടില്ല. ദലൈലാമ ദൈവമല്ല, ഒരു സാധാരണ മനുഷ്യൻ മാത്രമാണ്. ഒരു മനുഷ്യൻ പറയുന്നതല്ല, ഗവൺമെന്റ് പറയുന്നതാണ് ഒരു രാജ്യത്തിലെ ജനത അനുസരിക്കേണ്ടത്. ഈ കൊച്ചു രാജ്യം ഇനി മുതൽ ചൈനയുടേതാണ്. ഒരു രാജ്യത്ത് ഒരു ഭരണം മതി. ലോകരാഷ്ട്രങ്ങളിൽ അതാണ് പതിവ്."

ഗ്രാമീണർ നടുങ്ങി. പട്ടാളക്കാർക്ക് മുന്നിൽ അവർ തല കുനിച്ചു വണങ്ങിനിന്നു. പ്രതികരിക്കാനോ എതിർക്കാനോ ശ്രമിച്ചവരെ ബയണറ്റുകൊണ്ട് കുത്തിക്കീറുകയോ വെടിവച്ചു കൊല്ലുകയോ ചെയ്തു. മുഖത്ത് എതിർപ്പിന്റെ ലാഞ്ചന കാട്ടിയവരെപ്പോലും. മൃഗീയമായി വേദനിപ്പിച്ചു.

അയൽക്കാരിൽ പലരും മുൻവശത്തെ ഭിത്തികളിൽ സൂക്ഷിച്ച ആരാധനാപടങ്ങൾ അകത്തളങ്ങളിൽ ഒളിപ്പിച്ചു. കൊടികൾ അപ്രത്യക്ഷമായി.

"നമ്മൾക്കും അതനുസരിക്കാം" സോങ്ചുവിന്റെ അമ്മ ഭയപ്പെട്ടു.

"അല്ലെങ്കിൽ അവർ നമ്മളെയും, നമ്മുടെ മക്കളെയും ഉപദ്രവിക്കും. എനിക്ക് പേടിയാകുന്നു."

അമ്മയുടെ കരയുന്ന മുഖം കണ്ട് ടോങ്ക ഉറക്കെ കരഞ്ഞു. അവരുടെ ഫാലൻ നിസ്സഹായനായി. അദ്ദേഹം ഭിത്തിയിലെ ഫോട്ടോ എടുത്തു മാറ്റാൻ തുനിഞ്ഞു.

"വേണ്ട ഫാലൻ. അതെടുക്കരുത്" യൂഹാ തടഞ്ഞു.

"അവർ നമ്മെ കൊല്ലട്ടെ. എന്തും ചെയ്യട്ടെ. എന്നാലും ഈ ഫോട്ടോ ഇവിടുന്ന് എടുക്കരുത്. അത് നമ്മുടെ വിശ്വാസത്തോടുള്ള, നമ്മുടെ ആത്മാവിനോട് തന്നെയുമുള്ള അവഹേളനമാണ്."

അത് പറയുമ്പോൾ യൂഹാ പതിനാറ് വയസുള്ള കുട്ടിയായിരുന്നില്ല. കരുത്തനായ പോരാളിയുടെ തന്റേടമായിരുന്നു അവന്റെ മീശ കുരുത്തു വരുന്ന മുഖത്ത് നിഴലിച്ചത്. അവനെ എതിർക്കാൻ മോഹ ആദ്യമായി പേടിച്ചു. പക്ഷേ അയൽക്കൂട്ടങ്ങൾ ചെറിയ കുട്ടിയുടെ വിഡ്ഢിത്തത്തെ അപലപിച്ചു. എഴുപതു വയസുള്ള അയലത്തെ വൃദ്ധൻ അവനെ ശാസിച്ചു.

"ഈ ഭിത്തിയിൽനിന്ന് മാത്രമേ ചിത്രം എടുത്തു മാറ്റുന്നുള്ളൂ. നമ്മുടെ മനസിൽ നിന്നല്ല. ഏത് നിയമത്തിനോ ശക്തിക്കോ വെടിയുണ്ടയ്ക്കോ നമ്മുടെ വിശ്വാസങ്ങളെ പറിച്ചെറിയാനാവില്ല. പ്രശ്നങ്ങളുണ്ടാക്കാനല്ല, തുരത്താൻ ശ്രമിക്കുന്നതിനെയാണ് 'ബുദ്ധി' എന്ന് പേരിട്ടു വിളിക്കുന്നത്." യൂഹാ ആലോചനാനിമഗ്നനും ശുണ്ഠിക്കാരനുമായി രൂപാന്തരപ്പെട്ടു.

പട്ടാളക്കാർ കടകളും വീടുകളും ആക്രമിച്ചു ഭക്ഷണസാധനങ്ങളും വിലപിടിച്ചതുമൊക്കെ കൊള്ളയടിച്ചു.

സോങ്ചുവിന്റെ വീട്ടുകാർ ധാന്യങ്ങളും ഉണക്കിയ മാംസങ്ങളും ചെമ്പുപാത്രങ്ങളിലാക്കി പിറകുവശത്തെ മണ്ണിനടിയിൽ കുഴിച്ചിട്ടു. ഏത് നിമിഷവും ഓടിക്കയറി വന്നേക്കാവുന്ന അക്രമികളെ പേടിച്ച് ശ്വാസനിശ്വാസങ്ങളില്ലാതെ അനക്കമറ്റിരുന്നു, ഗ്രാമത്തിലെ കുട്ടികൾ പോലും.

ഉച്ചതിരിഞ്ഞ നേരത്തായിരുന്നു സോങ്ചുവിന്റെ വയലുകളിലൂടെ ട്രക്കുകളോടിച്ച് അവരെത്തിയത്. ബൂട്ട്സുകളുടെ ശബ്ദം മാത്രമേ കുട്ടികൾ കേൾക്കുന്നുണ്ടായിരുന്നുള്ളൂ. അവരുടെ മുഖങ്ങൾ മടിയിലൊളിപ്പിച്ച് അമ്മ അടുക്കളയിലെ മൂലയിൽ ഒളിച്ചിരുന്നു. അവരുടെ ശരീരത്തിന്റെ വിറയലിൽ കുട്ടികളുടെ തലയും ചലിക്കുന്നുണ്ടായിരുന്നു. അട്ടഹാസങ്ങളും പോർവിളികളും മുഴങ്ങി. ഫാലനോട് അവർ എന്തൊക്കെയോ ചോദിക്കുകയാണ്. അദ്ദേഹം വിറയ്ക്കുന്ന ശബ്ദത്തിൽ മറുപടി പറയുന്നു. എന്തൊക്കെയോ വലിച്ചെറിയുന്നു. തട്ടിമറിക്കുന്നു. അവർ തൊട്ടടുത്തെത്തിയെന്ന് സോങ്ചുവിന് മനസിലായി. അമ്മയുടെ ശരീരത്തിന്റെ വിറയലേറി. അവന്റെ മുഖം അവരുടെ മടിയിലേക്ക് കൂടുതലമർന്നു. അവന് ശ്വാസംമുട്ടുന്നുണ്ടായിരുന്നു.

ആ നിമിഷത്തിലാണ് സോങ്ചുവിന്റെ കഴുത്ത് ഒരു കനത്ത പിടിയിലമർന്നു ഞെരിഞ്ഞത്. ടോങ്കയുടെയും അമ്മയുടെയും കരച്ചിലൊപ്പമുയർന്നു. കുട്ടികൾ അടുക്കളയുടെ മൂലകളിലേക്ക് വലിച്ചെറിയപ്പെട്ടു കഴിഞ്ഞു. സോങ്ചു കമിഴ്ന്നാണ് വീണത്. മുഖം, മൂലയിൽ, ഇരുമ്പടുപ്പ് നിറയ്ക്കാൻ കൂട്ടിയിട്ട മരപ്പൊടിയിലാഴ്ന്നുപോയി. ഒരു പിടച്ചിലിൽ സോങ്ചു എഴുന്നേറ്റു മുഖം കുടഞ്ഞു. കണ്ണിലും വായിലും മൂക്കിലും നിറയെ പൊടിയാണ്. തൊട്ടടുത്ത് വലിയ ബഹളമാണ് നടക്കുന്നത്. കിടുകിടെ വിറച്ചു കൊണ്ടാണവൻ നോക്കിയത്. ഉയരമുള്ള ഒരു പട്ടാളക്കാരൻ അമ്മയെ വട്ടം ചുറ്റിപ്പിടിച്ചിരിക്കുന്നു. ഫാലൻ അയാളുടെ കാൽ

മുറുകെ കെട്ടിപ്പിടിച്ചു നിലവിളിക്കുന്നു. യൂഹാ മറ്റൊരു തടിയന്റെ കൈയിൽ കിടന്നു കുതറുന്നു. സോങ്ചു കരഞ്ഞുകൊണ്ടോടിച്ചെന്നു അമ്മയുടെ വയറ്റിലൂടെ കൈചുറ്റി അലറി. അവൻ പത്തുമാസം കിടന്ന അമ്മയുടെ ഗർഭപാത്രത്തിന്റെ വിലാപം പോലും സോങ്ചു കേൾക്കുന്നുണ്ടായിരുന്നു.

പട്ടാളക്കാരന്റെ മഞ്ഞനിറമുള്ള മുഖത്ത് രക്തമിരച്ചു കയറിയത് സോങ്ചു കരച്ചിലിനിടയിലും കാണുന്നുണ്ടായിരുന്നു. അയാൾ ഫാലനെ ചവിട്ടിത്തെറുപ്പിച്ചു. നാടൻനായയുടെ ദീനമായ നിലവിളിയോടെ ഫാലൻ പടിക്കെട്ടിനപ്പുറം ചെന്നുവീണു. സോങ്ചുവിനെ മറ്റൊരു പട്ടാളക്കാരൻ കൈയിൽ തൂക്കിയെടുത്തു വെളിയിലേക്കെറിഞ്ഞു. യൂഹാ രക്തത്തിൽ കുളിച്ചു വീണുകിടക്കുന്നിടത്താണ് സോങ്ചുവും ചെന്നു വീണത്. അമ്മയുടെ നിലവിളി കേട്ടിട്ടും അവനെഴുന്നേൽക്കാനായില്ല.

പട്ടാളക്കാർ കണ്ണിൽ കണ്ടതെല്ലാം വാരിയെടുക്കുകയും നശിപ്പിക്കുകയും ചെയ്തു. പാഠപുസ്തകങ്ങൾ, പ്രാർഥനാ പുസ്തകങ്ങൾ, പാത്രങ്ങൾ, വസ്ത്രങ്ങൾ ആ വീടിന്റെ എല്ലാമെല്ലാം.

ഇറങ്ങിപ്പോകും വഴി തൊഴുത്തിലെ രണ്ട് ചെമ്മരിയാടുകളെ ബയണറ്റുകൊണ്ട് കുത്തി. അവറ്റകളുടെ ദയനീയമായ കരച്ചിൽ നേർത്തില്ലാതാകും വരെ വെട്ടിയും കുത്തിയും പട്ടാളക്കാർ ആർത്തട്ടഹസിച്ചുകൊണ്ടിരുന്നു.

ദിവസങ്ങളോളം ആ വീട് ചലനമറ്റു കിടന്നു. അയൽക്കാർ വന്നും പോയും പരസ്പരം സഹതപിച്ചും കരഞ്ഞും കൊണ്ടിരുന്നു. അമ്മ എഴുന്നേൽക്കുകയോ സംസാരിക്കുകയോ കുട്ടികളെ നോക്കുകയോ ചെയ്തില്ല.

യൂഹാ മാത്രം പറഞ്ഞു "ഞാനിതിന് പ്രതികാരം ചെയ്യും ഉറപ്പ്."

മോഹയുടെ സുഹൃത്തുക്കൾ വീട്ടിലുണ്ടായിരുന്നു. യൂഹായുടെ പ്രായമുള്ള അവന്റെ കൂട്ടുകാരും മുറ്റത്തുണ്ടായിരുന്നു. അരണ്ട വെളിച്ചമുള്ള രാത്രിയായിരുന്നു അത്. യൂഹായുടെ കണ്ണുകളിൽ തീയുണ്ട്. അവന്റെ കൂട്ടുകാരിലേക്കും അത് പടർന്നുകത്തുന്നു.

"എടുത്തുചാട്ടം വേണ്ട, നിങ്ങൾ കുട്ടികളാണ്."

മുതിർന്നവർ അവരെ നിരുത്സാഹപ്പെടുത്തി. "നമ്മുടെ സ്വാതന്ത്ര്യം തിരിച്ചുകിട്ടും. ഇന്ത്യക്ക് സ്വാതന്ത്ര്യംകിട്ടിയതു കണ്ടില്ലേ. ഗാന്ധിജി അത് നേടിയത് യുദ്ധം ചെയ്തല്ല, അഹിംസയിലൂടെയാണ്."

"ഞങ്ങൾ അതിൽ വിശ്വസിക്കുന്നില്ല. പെറ്റമ്മയെ കൺമുന്നിലിട്ടു നശിപ്പിക്കുന്നത് കണ്ടുനിന്ന എനിക്ക് ആ വഴി വേണ്ട. ഈ ടിബറ്റിന്റെ, സ്ഥാനാരോഹണം കഴിഞ്ഞുനിൽക്കുന്ന ദലൈലാമയ്ക്ക് എന്റെ പ്രായമാണ്. പതിനെട്ടു വയസുവരെ കാത്തുനിൽക്കാതെ റീജന്റിൽനിന്നും അദ്ദേഹത്തിന് അധികാരം ഏറ്റെടുക്കേണ്ടിവന്നു. ഞാനും എന്റെ മാതാവിനും മാതൃരാജ്യത്തിനും വേണ്ടി യുദ്ധം ചെയ്യും."

അവന്റെ തിളയ്ക്കുന്ന രക്തത്തെ തണുപ്പിക്കാനുതകുന്നതൊന്നും അന്നില്ലായിരുന്നു.

"എന്നിട്ടോ" അഖില ചോദിച്ചു.

സോങ്ചു പറഞ്ഞുവന്ന കഥയ്ക്ക് വിരാമമിട്ടത് അവൾക്ക് സങ്കടമായി.

"എന്നിട്ടെന്തുണ്ടായി" സോങ്ചു പിന്നീടൊന്നും മിണ്ടിയില്ല. ഓർമകൾ അയാളുടെ നാവ് ബന്ധിച്ചിരുന്നു.

ഒമ്പത്

ചെദന്റെ അനുജത്തിമാർ കാർപ്പറ്റുകളും ഷാളുകളും നെയ്യുന്ന ഫാക്ടറിയിൽ ജോലിക്ക് പോയിത്തുടങ്ങിയിരുന്നു. ചണനൂലുകളുപയോഗിച്ച് കനത്തിൽ നെയ്യുന്ന ഭംഗിയുള്ള കാർപ്പെറ്റുകളിൽ ടിബറ്റിന്റെ മന്ത്രങ്ങളും ചരിത്രസ്മാരകങ്ങളും ചിത്രങ്ങളുമുണ്ടായിരുന്നു. കുശാൽ നഗറിലെ കടകളിലും ഹോട്ടലുകളിലും പണക്കാരുടെ വീടുകളിലും അത്തരം കാർപ്പെറ്റുകളുണ്ടായിരുന്നു. അവരുടെ സോഫയും മേശയും തറയുമൊക്കെ അവയുപയോഗിച്ച് അലങ്കരിക്കപ്പെട്ടു.

ചെറിയ വ്യവസായ സംരംഭങ്ങൾക്ക് കർണാടക ഗവൺമെന്റിന്റെ കോപ്പറേറ്റീവ് സൊസൈറ്റി സബ്സിഡികൾ നൽകുന്നുണ്ട്.

"ഞാൻ നാട്ടിലായിരുന്നപ്പോൾ കേട്ടത്, ഇവിടെ ധാരാളം പുകയില കൃഷിയുണ്ടെന്നാണല്ലോ ചെദൻ."

ചെദൻ അവളുടെ ചോദ്യം ശ്രദ്ധയോടെ കേട്ടു. "കേട്ടതൊക്കെ സത്യം തന്നെയാണഖില. പുകയിലകൃഷി ധാരാളമുണ്ടായിരുന്നു. നല്ല ലാഭം കിട്ടുന്ന ഒരു തൊഴിലായിരുന്നു പുകയില ബിസിനസ്. പക്ഷേ രണ്ടുവർഷങ്ങൾക്ക് മുന്നെ ദലൈലാമ ഇവിടം സന്ദർശിച്ചപ്പോൾ പുകയിലകൃഷി ചെയ്യരുതെന്ന് നിർദേശിച്ചു. നല്ലതല്ലാത്തതൊന്നും അരുതെന്നാണ് അദ്ദേഹം പറയുന്നത്. പക്ഷേ അഖില, ഞങ്ങളിൽ ചിലർക്കൊക്കെ പണമുണ്ടാക്കണമെന്ന മോഹമുണ്ട്. എവിടെയുമെന്നതുപോലെ പടുമുളകൾ ഞങ്ങൾക്കിടയിലുമുണ്ട്. അവരുടെ ചില വിക്രിയകൾ കാരണം ഇവിടെ സ്വൈരമില്ലാതാകുന്ന ലക്ഷണമാണ്."

"എന്താണ് ചെദൻ. നീയെന്താണുദ്ദേശിക്കുന്നത്."

ചെദൻ തന്റെ ഫ്രോക്കിന്റെ ബെൽട്ടിൽ കൈവിരലുകൾ തിരുകി. പറയാൻ അവൾക്ക് മടിയുണ്ടോ.

"നീ പേടിക്കേണ്ട ചെദൻ. എന്നോടെന്തും പറയാം. നീ എന്റെ അടുത്ത സുഹൃത്തല്ലേ."

നേർത്ത ചുണ്ടുകളിൽ വിഷാദം കലർത്തിയാണവൾ സംസാരിച്ചത്. അവളുടെ അയൽക്കാരനായ പയ്യൻ മോഷണക്കുറ്റത്തിന് പിടിക്കപ്പെട്ടു. മടിക്കേരിയിലെ ഒരു കടയിൽ വച്ചാണ് സംഭവം. തീർത്തും ദരിദ്രമായ കുടുംബം. ചോളക്കൃഷി ചെയ്തു ജീവിക്കുന്നു. അപ്പ രോഗിയാണ്. പയ്യനാണെങ്കിൽ പാശ്ചാത്യജീവിതത്തോട് ഭ്രമമുള്ളവനും.

പിടിക്കപ്പെട്ടവനെ നാട്ടുകാർ ചേർന്നു തല്ലി. കർണാടക പൊലീസും കൈകാര്യം ചെയ്തു. മോഷ്ടാവ് എന്ന കുറ്റത്തിന് അപ്പനവനെ വീട്ടിൽ നിന്നിറക്കി വിട്ടു. പയ്യൻ എവിടെയാണെന്നറിയില്ല. പക്ഷേ–

ചെദനതിൽ പ്രതിഷേധമുണ്ട്. ഒരു വിചാരണയെങ്കിലും ആവശ്യമായിരുന്നു, അവനെ മോഷ്ടാവെന്ന് മുദ്രകുത്തും മുന്നെ. പതിനാറ് തികയാത്ത കുട്ടിയല്ലേ.

"അതെവിടെയായാലും ഇങ്ങനൊക്കെ തന്നെയാണ് ജനത്തിന്റെ പ്രതികരണം ചെദൻ."

"ശരിയാവാം. എന്നാലും നിയമങ്ങൾ പലപ്പോഴും ഞങ്ങൾക്ക് നേരെ കണ്ണടയ്ക്കുന്നു. ചെറിയ തെറ്റുകൾക്കുപോലും കടുത്ത ശിക്ഷ. അഭയം തന്ന കൈകൾതന്നെ തല്ലി പുറത്താക്കുമോ എന്ന ഭയമാണ് ഞങ്ങൾക്ക്. ഇന്ത്യ ഇപ്പോൾ ഞങ്ങളുടെ മാതൃരാജ്യം തന്നെയാണ്. ടിബറ്റിനെപ്പോലെ തന്നെ ഏറെ പ്രിയപ്പെട്ടത്. ഇവിടെ എല്ലാ ജാതിമതക്കാരും രാഷ്ട്രീയക്കാരും എല്ലാ ചിന്താഗതിക്കാരും ഒത്തൊരുമയോടെ കഴിയുന്നു. ദലൈലാമ കഴിഞ്ഞ കോൺഫറൻസിൽ എന്താണ് പറഞ്ഞതെന്നോ? ലോകരാജ്യങ്ങൾ ഇന്ത്യയെ കണ്ടുപഠിക്കണമെന്ന്."

"അങ്ങനെ അദ്ദേഹം പറഞ്ഞെങ്കിൽ അതിൽ ഞങ്ങൾക്ക് അഭിമാനമുണ്ട്. എന്നാലും സ്വന്തമായ ഒരു സ്വപ്നഭൂമി ആരുടെയോ അധീനതയിൽ കിടക്കുമ്പോൾ ഞങ്ങളെങ്ങനെ ആശ്വസിക്കും. സ്നേഹസൗഭാഗ്യങ്ങൾ ആവോളം ലഭിച്ചാലും സ്വന്തം മണ്ണിനോടുള്ള സ്നേഹം മറ്റെന്തിലുമേറെ ഒരു മനുഷ്യന്റെ അടിത്തട്ടിൽ ലയിച്ചു കിടക്കുന്നു."

ചെദന്റെ കണ്ണുകളിൽ നേർത്ത വെളിച്ചമുണ്ടായി.

"ഒരിക്കൽ ഞങ്ങൾക്ക് സ്വാതന്ത്ര്യം കിട്ടും അഖില. അന്ന് ഞങ്ങൾ തിരിച്ചുപോകേണ്ടി വരും, ഈ രാജ്യത്തോടുള്ള നന്ദിയും സ്നേഹവും ഉള്ളിലുണ്ടെങ്കിലും. സ്വാതന്ത്ര്യത്തോടുള്ള ആസക്തി മറ്റെന്തിനെയും മറികടക്കും."

ചെദൻ പറയുന്നത് സത്യം. സ്വന്തം രാജ്യത്തിന്റെ സംസ്കാരങ്ങൾ കാത്തുസൂക്ഷിക്കാൻ ബദ്ധശ്രദ്ധരാണ് ടിബറ്റുകാർ. ഇന്ത്യൻ സ്കൂളിൽ പഠിക്കുന്നെങ്കിലും ടിബറ്റൻ ഭാഷ നിർബന്ധമാണ്. അവരുടെ വേഷവിധാനങ്ങൾക്കോ വസ്ത്രധാരണങ്ങൾക്കോ മറ്റൊരു അനുകരണമില്ല. ആചാരാനുഷ്ഠാനങ്ങളും പ്രാർഥനകളും മതവിശ്വാസങ്ങളും ഒട്ടും ചോർന്നു പോകാതെ കാത്തുസൂക്ഷിക്കുന്നു. ഓരോ തലമുറയിലേക്കും തങ്ങളുടെ അമൂല്യമായ പ്രതീക്ഷയുടെ കൈത്തിരികൾ കൈമാറുന്നു.

വിജനമായ സ്കൂൾ ഗ്രൗണ്ടിൽ ഇരിക്കുകയായിരുന്നു അവർ. കുട്ടികളും മറ്റ് ടീച്ചേഴ്സും പോയിക്കഴിഞ്ഞിരിക്കുന്നു. നേർത്ത തണുപ്പുള്ള കാറ്റ് മരച്ചില്ലകളിളക്കിക്കൊണ്ട് അവരെ കടന്നുപോയി.

"നിങ്ങളുടെ നാടിന്റെ സ്വാതന്ത്ര്യത്തിനുവേണ്ടി ഞാനിനി പ്രാർഥിക്കാം. ചെദൻ ധർമ്മടത്തുള്ള അണ്ടലൂർക്കാവിലെ ദൈവത്താറഈശ്വരൻ പ്രാർഥനകൾ കൈക്കൊള്ളുമെന്നാണ് തലശ്ശേരിയുടെ വിശ്വാസം."

"ഞാനും ദൈവത്തോട് പ്രാർഥിക്കാം" ചെദന് സന്തോഷമായി.

"ധർമ്മടം എന്ന പേര് എങ്ങനുണ്ടായെന്നറിയോ? ഉത്തരകേരളത്തിലെ പ്രധാനപ്പെട്ട ബുദ്ധമതകേന്ദ്രമായിരുന്ന ധർമ്മപട്ടണം എന്ന പേര് കാലപ്പഴക്കത്താൽ ധർമ്മടമായതാണ്. ധർമ്മടത്തെ പള്ളിക്കണ്ടം എന്ന സ്ഥലം പണ്ട് ബുദ്ധവിഹാരകേന്ദ്രമായിരുന്നെന്ന് *ബുദ്ധമതം കേരളത്തിൽ* എന്ന ചരിത്രഗ്രന്ഥത്തിലുണ്ടെന്ന് കേട്ടിട്ടുണ്ട്."

"ഇതൊക്കെ സത്യമാണ് അല്ലേ. അപ്പോൾ അജ്ഞാതമായ ഒരു കരം നമ്മെ കൂട്ടിയോജിപ്പിക്കുന്നുണ്ട്. നിനക്ക് ബുദ്ധമതത്തിൽ വിശ്വാസമുണ്ടോ?"

അഖിലയ്ക്ക് തനിക്കറിയാവുന്നതൊക്കെ പറയാനാഗ്രഹമുണ്ടായിരുന്നു. അവർക്ക് ഇന്ത്യയെക്കുറിച്ച്, പ്രത്യേകിച്ച് കേരളത്തെക്കുറിച്ചുള്ള അറിവുകൾ വളരെക്കുറച്ച്, സ്വന്തം നാടിന്റെ നന്മയും സംസ്കാരവും അന്യരോട് വെളിപ്പെടുത്താൻ ആരാണ് ആഗ്രഹിക്കാത്തത്.

"എനിക്ക് ബുദ്ധമതം ഇഷ്ടമാണ് ചെദൻ. ഞാൻ അണ്ടലൂർക്കാവിന്റെ പരിസരങ്ങളിൽ ജനിച്ചുവളർന്നവളാണ്. മുതിർന്നവർക്ക് പറയാനുള്ള പഴങ്കഥകളിൽ ശ്രീബുദ്ധനും അദ്ദേഹത്തിന്റെ അനുയായികളും അവരുടെ വിശ്വാസങ്ങളുമുണ്ടായിരുന്നു. ശ്രീബുദ്ധൻ വിഷ്ണുവിന്റെ മറ്റൊരു അവതാരമായാണ് ഞങ്ങളുടെ പൂർവികർ കരുതുന്നത്."

ചെദൻ ആകാംക്ഷയോടെ കേട്ടിരിക്കുന്നു. ഇങ്ങനെ തന്റെ കഥകൾ കേൾക്കാൻ ഒരിക്കലും ആരുമുണ്ടായിട്ടില്ലെന്ന് അപ്പോൾ അഖില ഓർത്തുപോയി.

ബുദ്ധമതം വളരെ പ്രധാനപ്പെട്ട ചില ആദർശങ്ങൾ വച്ചുപുലർത്തുന്നു. ജാതിയുടെ വേർതിരിവില്ലാതാക്കി, സവർണരും അവർണരും തമ്മിലുള്ള ദൂരമില്ലാതാക്കാൻ ബുദ്ധമതം വലിയ പങ്കു വഹിച്ചിരുന്നു. എന്നിട്ടും ബുദ്ധമതത്തിന് പ്രാമുഖ്യം കിട്ടിയില്ല."

"അതെന്താ?" നിരാശയോടെ ചെദൻ ചോദിച്ചു. "അതങ്ങനെയാണ് ചെദൻ. മതങ്ങളെയോ ജാതിവേർതിരിവുകളെ അടിച്ചമർത്താനോ മനുഷ്യരെ ഒന്നാക്കിനിർത്താനോ ലോകം അനുവദിക്കില്ല. മനുഷ്യന് നന്മയുടെ പാത തിരഞ്ഞെടുക്കാൻ വിഷമമാണ്. തിന്മയിലേക്കാണെങ്കിൽ അന്ധരായി എടുത്തു ചാടിയിരിക്കും."

അഖിലയുടെ മുഖത്തേക്കു നോക്കി ചെദൻ ഒരു കൊച്ചുകുട്ടിയെപോലിരുന്നു.

"തീർച്ചയായും നിന്റെ നാട് കാണാൻ ഞാൻ വരും. ശ്രീബുദ്ധന്റെ അനുചരന്മാരുണ്ടായിരുന്ന ഒരു കൊച്ചു ഗ്രാമത്തിൽ, ഞാൻ വരും. എനിക്കവിടമൊക്കെ നടന്നു കാണണം."

"അവിടെ എനിക്കാരുമില്ല ചെദൻ. എന്റെ സ്വന്തമെന്നു പറയാൻ ആരും, ഒന്നുമില്ല."

"നമുക്ക് നടക്കാം. വൈകുന്നു. വിച്ചുവിനുള്ള മരുന്നും വാങ്ങാനുണ്ട്." അഖില എഴുന്നേറ്റു. നടക്കുമ്പോൾ ചെദൻ മടിയോടെ ചോദിച്ചു.

"അഖില, പിണങ്ങില്ലെങ്കിൽ ഞാനൊരു കാര്യം ചോദിക്കട്ടെ."

"എന്തായാലും ചോദിച്ചോളൂ ചെദൻ. ഇണങ്ങാനാരുമില്ലാത്ത ഒരുവൾ എങ്ങനെ ആരോടെങ്കിലും പിണങ്ങും."

ടാറിട്ട റോഡിലൂടെ വാഹനങ്ങളും സന്ദർശകരും തിരക്കിട്ട് നീങ്ങുന്നുണ്ടായിരുന്നു. എല്ലാവർക്കും തിരികെയെത്താൻ ഇടമുണ്ട്. കാത്തിരിക്കാൻ ആരെങ്കിലുമൊക്കെയുണ്ട്. തണുപ്പിന്റെ നേർത്ത പട്ടുനൂൽ കുശാൽ നഗറിനെ പുണർന്നു കുരുങ്ങിക്കിടന്നു.

"വിച്ചുവിനെ ചികിത്സിക്കുകയും അവനെ ജീവിതത്തിലേക്ക് കൊണ്ടുവരാൻ ശ്രദ്ധിക്കുകയും ചെയ്യുന്ന എത്രയോ കെയർസെന്ററുകളുണ്ട് ഇന്ത്യയിൽ. മൈസൂരിൽ ഉണ്ടെന്നും കേട്ടിട്ടുണ്ട്. വിച്ചുവിനെപ്പോലെ എത്രയോ കുട്ടികളുണ്ട്. അവരുടെ കൂടെയാവുമ്പോൾ അവന് സന്തോഷമായി കഴിയാനാവും. അഖില യുവതിയല്ലേ. ഇനിയൊരു മാര്യേജിന് ശ്രമിച്ചൂടെ."

ചെദന്റെ കണ്ണുകളിൽ തന്റെ ഭാവിയെക്കുറിച്ചുള്ള ആകാംക്ഷയുണ്ട്. സ്നേഹത്തിന്റെ ഒരു തരി കണ്ണിൽ വന്നു വീണതുപോലെ അവളുടെ ഹൃദയം ഒന്നു കുളിർത്തുലഞ്ഞു.

"വിവാഹം"– അഖില കടന്നുവന്ന ആ തീ പിടിച്ച പാതയെക്കുറിച്ചോർത്തു.

സ്നേഹമുള്ള ഒരു പുരുഷനൊപ്പം ജീവിക്കാൻ എല്ലാ സ്ത്രീകളും ആഗ്രഹിക്കും ചെദൻ. എനിക്കും ആഗ്രഹങ്ങളുണ്ട്. തനിച്ചായിപ്പോവുന്ന സ്ത്രീകൾക്കേ, പുരുഷന്റെ സ്നേഹസംരക്ഷണങ്ങളുടെ വിലയറിയൂ. പക്ഷേ ഇനിയൊരു ദാമ്പത്യജീവിതത്തിൽ, എനിക്കൊരു കുഞ്ഞു പിറന്നാൽ അവനും എന്റെ വിച്ചുവിനെ പോലെയാകില്ലെന്നുറപ്പുണ്ടോ. അന്ന് ആ മനുഷ്യൻ കുഞ്ഞിനെ കൊന്നുകളയണമെന്നു പറഞ്ഞാലോ. പിന്നെയും ചരിത്രം ആവർത്തിക്കും."

"അങ്ങനെ നെഗറ്റീവായിത്തന്നെ ചിന്തിക്കണമെന്നുണ്ടോ അഖില."

"എന്റെ വഴിയിലൂടെ കടന്നുവന്നാൽ, ആർക്കും പോസിറ്റീവായി ചിന്തിക്കാൻ കഴിയില്ല ചെദൻ."

"ഇതുവരെയും സങ്കടമല്ലേ അനുഭവിച്ചത്. ഇനിയൊരു നല്ല നാളെ നിനക്കുണ്ടാവും."

"ഒക്കെ വെറുതെയാണ് ചെദൻ. വേദനകൾ അനുഭവിക്കാനൊരു വിഭാഗത്തെ ദൈവം മാറ്റി നിർത്തിയിട്ടുണ്ട്. മനഃശാന്തിക്ക് കടന്നുവരാൻ ഒരു വിള്ളൽ പോലുമില്ലാത്ത മതിലും കെട്ടിയിട്ടുണ്ട്."

"അമ്മ നിന്നെക്കുറിച്ചു പറയാറുണ്ട്. നിന്റെ വേദനകൾ എന്റെ വീട്ടിലും ചുടുകാറ്റ് പോലെ പ്രവഹിക്കുന്നുണ്ട്. ആലോചിക്കണം അഖില, നിന്നെക്കുറിച്ചോർത്തു വേദനിക്കുന്നവരുമുണ്ടെന്ന്."

ചെദനോട് യാത്ര പറയുന്ന സായാഹ്നങ്ങളിൽ എപ്പോഴും അഖിലയ്ക്ക് താൻ തനിച്ചാവുകയാണെന്നു തോന്നും. അത്രയേറെ മാനസിക ബന്ധം അവളോടുണ്ടായിക്കഴിഞ്ഞിരിക്കുന്നു. ഒരിക്കലും തനിക്കൊരു നല്ല സുഹൃത്തുണ്ടായിരുന്നില്ലെന്ന് ആ നിമിഷങ്ങളിലൊക്കെ അഖില ഓർത്തുപോകും.

അഖില ക്വാർട്ടേഴ്സിൽ ചെന്നുകയറുമ്പോൾ വിച്ചുവിനോടൊത്ത് അനിലായിരുന്നു. വിച്ചുവിന്റെ കൈയിൽ പുതിയ ഒരു കളിപ്പാട്ടമുണ്ട്. അവൻ പതിവു പോലെ അത് വായിലിട്ട് കടിക്കാൻ ശ്രമിക്കുന്നു. അനിൽ ഇംഗ്ലീഷ് പത്രത്തിൽ മുങ്ങിത്താണിരിക്കുകയാണ്.

"അനിൽ എപ്പൊ വന്നു. ചുണ്ടായി എവിടെ?"

"നേപ്പാളിൽ നിന്നാരൊക്കെയോ വന്നിട്ടുണ്ടെന്നറിഞ്ഞ് ഓടിപ്പോയതാണ്. അവരുടെ അനിയനുണ്ടെങ്കിലോ എന്നൊരു സന്ദേഹം. എന്നെ ഫോൺ ചെയ്തു വരുത്തിയതാണ്. ഒരു കന്നടപ്പാർട്ടിയുടെ ഫോട്ടോയെടുപ്പിലായിരുന്നു. ചുണ്ടായി വിളിച്ചപ്പോൾ ശരിക്കും പേടിച്ചു, വിച്ചുവിനെന്തെങ്കിലും അസുഖമായോന്ന്. അപ്പോഴോടിയതാണ്. അവിടെത്തിയപ്പോൾ ചുണ്ടായി ഒറ്റക്കാലിൽ നിൽക്കുന്നു. അവർക്കിപ്പോൾ പോകണമെന്ന്."

അഖില അടുക്കളയിൽ കയറിയപ്പോൾ പാത്രങ്ങളൊക്കെ തട്ടിമറിഞ്ഞ് അടുക്കള നിറയെ ഭക്ഷണം ചിതറിക്കിടക്കുന്നു. വിച്ചു അനിലിന്റെ കണ്ണു വെട്ടിച്ചു ചെയ്തതാണ്. ചായയുണ്ടാക്കി അനിലിന് കൊടുക്കുമ്പോൾ അവൾക്ക് തല വേദനിച്ചു. വിച്ചു മുറി മുഴുവൻ മലിനമാക്കിയിരിക്കയാണ്. ചുണ്ടായി കൂട്ടിനു വന്നപ്പോൾ മുതൽ ഇത്തരം വിഷയങ്ങൾ താൻ അറിഞ്ഞതേയില്ലെന്നവൾ അത്ഭുതപ്പെട്ടു.

മുറിയിലാകെ ദുർഗന്ധമുണ്ട്. അത് വിച്ചുവിൽനിന്നാണ്. ചിരപരിചിതയായിക്കഴിഞ്ഞതിൽ താനതറിഞ്ഞില്ല. അനിൽ അകന്നു മാറിയിരിക്കയാണ്. അവൾക്ക് സഹതാപം തോന്നി. ഒരു സൗഹൃദത്തിന് ഇത്രയേറെ വില കൊടുക്കേണ്ടതുണ്ടോ. അവൾ മുറി വൃത്തിയാക്കുന്നത് അയാൾ നോക്കിയിരുന്നു.

"നീ വല്ലാതെ വിഷമിക്കുന്നു അല്ലേ അഖില" അയാൾ ചോദിച്ചു.

അമ്മ എന്താവാം മറുപടി പറയുന്നതെന്ന് കേൾക്കാൻ കാത്തിരിക്കുകയാണോ തന്റെ മോൻ. ഒരുവേള എല്ലാ വാക്കുകളും എല്ലാവരുടെയും വികാരങ്ങളും അവൻ തിരിച്ചറിയുന്നുണ്ടോ.

അവളുടെ ഹൃദയം ഒന്നു കുതിച്ചു. അനിലിനോട് മറുപടി പറയാതെ അവൾ വിച്ചുവിന്റെ, മലത്തിലും മൂത്രത്തിലും കുതിർന്ന ശരീരം കെട്ടിപ്പിടിച്ചു. വഴുക്കലോടെ അവൻ അവളോടൊട്ടിച്ചേർന്നു.

"വയ്യ അനിൽ. ഈ വിഷമങ്ങളൊന്നുമില്ലാതെ എനിക്കിനി ജീവിക്കാനൊക്കോ."

"നീയെത്ര നാളെന്നു വച്ചാ. സ്കൂളിൽ ചേർത്താൽ എന്തെങ്കിലും മാറ്റമുണ്ടായാലോ."

"അനിൽ നീ അറിഞ്ഞതല്ലേ, ആ സ്കൂളിൽ വച്ചിവനെ ആ ടീച്ചർ ഉപദ്രവിക്കുന്നത് ഞാൻ കണ്ടതല്ലേ. ഇവനെ ആർക്കും ഇഷ്ടമല്ല അനിൽ. പക്ഷേ എനിക്ക് വേണം എന്റെ മോനെ. എന്നെങ്കിലും പൂർണാരോഗ്യത്തോടെ അവനെ ദൈവം തിരിച്ചുതന്നേക്കുമെന്നാണ് പ്രതീക്ഷ. അത്രയുമില്ലെങ്കിൽ ജീവിക്കാനെന്നെ പ്രേരിപ്പിക്കുന്നതെന്തുണ്ട്."

അയാൾക്ക് സഹതാപം തോന്നി. "ഒരുനാൾ ഇവൻ സംസാരിക്കും. എന്നെ "അമ്മേ" എന്ന് വിളിക്കും, എല്ലാ കുട്ടികളെയുംപോലെ എന്റെ മോൻ. ലോകത്തിലെ എല്ലാ അമ്മമാരെയുംപോലെ ഞാനും. സുന്ദരമായ ഒരു ക്യാൻവാസ് ചിത്രം.... അല്ലേ അനിൽ."

അവളുടെ കണ്ണുകളിലേക്ക് നോക്കി. പ്രതീക്ഷയുടെ ഇത്തിരി വെട്ടത്തിൽ അവളുടെ മുഖം തേജോമയമായിരിക്കുന്നു. അപ്പോഴാണ് അയാൾക്ക് മനസിലായത്, ഇക്കാലമത്രയും അഖിലയുടെ മുഖത്ത് ഇരുട്ടായിരുന്നു. അവളുടെ മനസിലും ജീവിതത്തിലും വെളിച്ചമില്ലായിരുന്നു. കുട്ടിക്കാലം മുതലേ അവളെ കാണുന്നതാണ്. വില കുറഞ്ഞ ചീട്ടിത്തുണി കൊണ്ടുള്ള യൂണിഫോമിൽ, ഭയപ്പെട്ട കണ്ണുകളോടെ ഒതുങ്ങി നടക്കുന്ന പെൺകുട്ടി. ഒരു പ്രത്യേകതയും അവളിലില്ല. പഠിക്കാൻ വലിയ മിടുക്കില്ല. സംസാരിക്കാൻ വിമുഖ, സുന്ദരിയുമല്ല. അകന്ന ബന്ധത്തിലായിട്ടും ഒരേ സ്കൂളിലായിരുന്നിട്ടും എന്നിട്ടും കാണുമായിരുന്നിട്ടും മറ്റ് പെൺകുട്ടികളോടുള്ള നേർത്ത അടുപ്പംപോലും അഖിലയോടില്ലായിരുന്നു.

ഗണേഷുമായുള്ള കല്യാണത്തിന് ആദ്യാവസാനക്കാരനായി താനുമുണ്ടായിരുന്നു. കൂട്ടുകാരിലാരോ അന്ന് പറഞ്ഞു:

"പാവം പെണ്ണ് അതിനിയെങ്കിലും സന്തോഷമായി ജീവിക്കട്ടെ."

പക്ഷേ, അവളുടെ മുഖം അധികകാലം തെളിഞ്ഞു കണ്ടില്ല. വിച്ചു ജനിച്ചപ്പോൾ ആ മരവിപ്പ് ഏറിയതേയുള്ളൂ. വഴിയിൽ കാണുമ്പോൾ തെളിയാത്ത ഒരു ചിരി എപ്പോഴും ആ മുഖത്ത് കാണാം. പിന്നീട് കണ്ണീർ കലരാത്ത, സങ്കടപ്പെട്ട ഒരു മുഖവും കൂടി അവളിൽ കണ്ടു. വിങ്ങിവിതുമ്പുന്ന ആ വേദന കണ്ടില്ലെന്ന് നടിക്കാൻ പലപ്പോഴും കഴിഞ്ഞില്ല. കുശാൽ നഗറിലേക്ക് മാറിയെങ്കിലും നാട്ടിലെത്തുമ്പോഴെല്ലാം അവളെ കാണാറുണ്ട്. കുട്ടിയെ നെഞ്ചിലടക്കി ആസ്പത്രി ലക്ഷ്യമാക്കിയുള്ള ഓട്ടമായിരിക്കും പലപ്പോഴും. സ്വാർഥലാഭങ്ങൾ മോഹിക്കാതെ സഹായിക്കാൻ തോന്നിക്കുന്നതായിരുന്നു അഖില എന്ന പെൺകുട്ടി.

"വല്ലാത്ത തണുപ്പ്. ഇതിനോടിനിയും പൊരുത്തപ്പെടാൻ കഴിഞ്ഞിട്ടില്ല."

വിച്ചുവിനെ കളിക്കാൻ വിട്ട് അഖില അനിലിന്റെ അടുത്തു വന്നു നിന്നു. അവൾ കുളി കഴിഞ്ഞ് മുടി പിറകിൽ വിടർത്തിയിട്ടിരിക്കുന്നു. വെളിയിൽ ഇരുട്ട് മൂടിക്കഴിഞ്ഞിരുന്നു. വിത്തിറക്കാത്ത പാടത്തിനക്കരെ നിലാവിന്റെ അരിവാൾ ഊഴം കാത്തുനിൽക്കുകയാണ്.

"ചുണ്ടായി ഇനി എപ്പോൾ വരുമോ എന്തോ" അവൾ തനിയെ പിറുപിറുത്തു. "അനിയനെ കണ്ട് കിട്ടുമോ അനിൽ. ചുണ്ടായി ഇപ്പോഴും അങ്ങനെ വിശ്വസിക്കുന്നോ?"

"ഒക്കെ വെറുതെയാണ് അഖില. അവരുടെ ദുരനുഭവങ്ങൾ ആശ്വാസം തേടിയെത്തുന്ന ചിന്തകളാവാം, അല്ലെങ്കിൽ വെറും സ്വപ്നങ്ങൾ. പാവം."

അഖില ഇരുട്ടിലേക്ക് തറച്ചു നോക്കി. ചുണ്ടായി പോയാലാണ് ഇരുട്ടിന്റെ കറുപ്പേറുന്നതെന്നവൾക്ക് തോന്നി. അവളിൽനിന്നും യൗവനത്തിന്റെ മാസ്മരികഗന്ധം പ്രവഹിച്ചു. അനിൽ അവളുടെ കൈകൾ പിടിച്ചു. വളയിടാത്ത കൈകൾക്ക് ഐസിന്റെ തണുപ്പ്. ആ കൈകളിൽ പിടിച്ച് അയാളെഴുന്നേറ്റപ്പോൾ അപരിചിതനെന്നപോലെ അഖില മിഴിച്ചു നോക്കി.

അനിൽ അവളുടെ നെറ്റിയിലെ നനഞ്ഞ മുടിയിഴകൾ മാടിയൊതുക്കി മൃദുവായി ഒന്നുമ്മ വച്ചു. അയാളുടെ ചുണ്ടുകൾക്ക് നേർത്ത ചൂട്. അവൾ കണ്ണടച്ചു കളഞ്ഞു. പിന്നീടയാൾ അവളെ സാവകാശം നെഞ്ചോട് ചേർത്തു.

അയാളുടെ കൈകൾ മുറുകിവന്നപ്പോൾ അവൾ കണ്ണുകൾ തുറന്നു. വിരലുകൾ വായിലിട്ടു വിച്ചു തന്നെ നോക്കുന്നതവൾ കണ്ടു. ചൂടുള്ള തന്റെ നിശ്വാസത്തിൽ മഞ്ഞിന്റെ തണുപ്പ് കലരുന്നു. അയാളുടെ കൈകൾ പതിയെ തടഞ്ഞകറ്റി അവൾ മന്ത്രിച്ചു:

"വേണ്ട അനിൽ. വിച്ചു നോക്കുന്നു" അയാൾ മുഴുവൻ തുറക്കാത്ത കണ്ണുകളോടെ വിച്ചുവിനെ നോക്കി. അവന്റെ നോട്ടത്തിൽ ഒരു താക്കീതുണ്ടെന്ന് അനിലിനപ്പോൾ തോന്നി. അവൻ അഖിലയുടെയും ഗണേഷിന്റെയും മകനാണെന്ന ഓർമയിൽ അനിലിന്റെ കൈകൾ അയഞ്ഞു. വിച്ചുവിനെ ഒന്നൂടെ നോക്കി, യാത്ര പറയാതെ അയാൾ ഇരുട്ടിലേക്കിറങ്ങി.

പത്ത്

"എല്ലാ മനുഷ്യനും ആരംഭം മുതൽ അതിന്റെ അവസാനം വരെയും ഏകതയാൽ ബന്ധിക്കപ്പെട്ടിരിക്കുന്നു. മഹത്തായ വികാരവിചാരങ്ങളുടെ, കർമങ്ങളുടെ, ചിന്തകളുടെ ഏകീകരണം. ഓരോ വ്യക്തിയും അവന്റെയുള്ളിൽത്തന്നെ കൊളുത്തിവയ്ക്കുന്ന അനശ്വരപ്രകാശമുണ്ട്, അതാവാം ആത്മാവ്. പ്രകാശംതേടി എങ്ങും നാം അലയേണ്ടതില്ല. മഹനീയമായ ശക്തിവിശേഷം, അതുല്യമായ പ്രകാശം, എല്ലാം ഒന്നുചേർന്നിരിക്കുന്നത് സ്വന്തം ആത്മാവിൽ തന്നെയാണ്. സത്യവും മുക്തിയും തിരയുന്ന മനുഷ്യജന്മങ്ങൾ പാഴാവുകയാണ്. വേദങ്ങൾ പറയുന്നു."

"നിന്റെ ആത്മാവാണ് പ്രപഞ്ചം
നിന്റെ ആത്മാവാണ് പ്രകാശം
നിന്റെ ആത്മാവിലാണ് മുക്തി"

വയലറ്റു നിറമുള്ള പൂക്കൾ പൊഴിച്ചുകൊണ്ട് ഇലയില്ലാത്ത മരം കാറ്റിനോടെതിരിട്ടു. പൂക്കൾ ഗുഅയുടെ തലയിലേക്കും അഖിലയുടെ തലയിലേക്കും അലക്ഷ്യമായി വന്നുവീണു.

ഗുഅയുടെ വാക്കുകളിൽ ശ്രദ്ധ കേന്ദ്രീകരിക്കാൻ അഖില ശ്രമിച്ചുനോക്കി. അനേകകാലങ്ങളിലെ തപസ്യയുടെ പ്രഭ ആ മുഖത്തുണ്ടായിരുന്നു. ഗതകാലങ്ങളുടെ ജ്ഞാനസിദ്ധിയുള്ള കണ്ണുകൾ, വാക്കുകൾ, ചിന്തകൾ.

"പിന്നെന്തിന് സന്യസിക്കണം" അഖില ചോദിച്ചു.

"നമ്മുടെ വഴിയിലെ കല്ലും മുള്ളും തൂത്തെറിയുകയാണ് സന്യാസത്തിന്റെ ലക്ഷ്യം. നന്മയാണ് നമ്മുടെ പാത. തിന്മകളാണ് മുള്ളുകൾ."

ഒരു നേർത്ത ചിരി ആ ചുണ്ടുകളിലുണ്ടായിരുന്നു.

"നന്മ ചെയ്യണമെങ്കിൽ സന്യാസിയാകണമെന്നുണ്ടോ?"

"ഇല്ല. കൂടുതൽ നന്മകൾ ചെയ്യാനാവുന്നത് ഗൃഹസ്ഥാശ്രമിക്കാണ്. നല്ല കുടുംബം, നല്ല കുട്ടികൾ. അവരിൽ നന്മകൾ വളർത്തി, ഭൂമിക്കലങ്കാരമാക്കി മാറ്റാൻ ഒരു സന്യാസിക്കല്ല ഗൃഹസ്ഥാശ്രമിക്കേ കഴിയൂ."

"പിന്നെന്തിന് ഗുആ സന്യാസിയായി?"

"ഇത് നിയോഗമാണ് ടീച്ചർ. ഞങ്ങളുടെ മതാനുഷ്ഠാനമനുസരിച്ച് കുടുംബത്തിലൊരു കുട്ടി ലാമയാകാൻ വിധിക്കപ്പെടുന്നു. അതൊരു നേർച്ചയാണ്. ബുദ്ധമത പ്രചാരകനാകാൻ ഓരോ മതവിശ്വാസിയുമെടുക്കുന്ന പ്രതിജ്ഞ".

ഗുആയുടെ വെളുത്ത നെറ്റിക്ക് മീതെ ഒരു വയലറ്റ് പൂവിതൾ. അത് ആ മുഖത്തിന് കൂടുതൽ ചന്തം ചാർത്തുന്നു. അഖിലയ്ക്ക് ആ മുഖത്തു നിന്നും കണ്ണെടുക്കാൻ തോന്നിയില്ല. വെളുത്ത മേഘങ്ങൾ നിറഞ്ഞ നീലാകാശത്തിലേക്ക് കണ്ണുകളുയർത്തി ഗുആ ശാന്തനായിരിക്കുമ്പോൾ അവൾ ശ്രീബുദ്ധനെക്കുറിച്ചോർത്തു. തോഷ കണ്ട സ്വപ്നത്തിൽ, സ്വന്തം കുടുംബത്തെ ഉപേക്ഷിച്ച് ഇറങ്ങിപ്പോയ രാജകുമാരൻ.

നന്മയിലേക്കും നിർവാണത്തിലേക്കുമുള്ള വഴി, ഗൃഹസ്ഥാശ്രമിക്കാണെളുപ്പമെന്ന് ഒരു ബുദ്ധഭിക്ഷു പറയുന്നു.

"നോക്കൂ ഞാനൊരു കാര്യം ചോദിക്കട്ടെ."

"ചോദിച്ചോളൂ" ആകാശത്തിൽനിന്നും നോട്ടം പിന്തിരിപ്പിക്കാതെ അദ്ദേഹം അനുവാദം കൊടുത്തു.

"ഇപ്പോൾ, ഈ ജീവിതത്തിൽ, അങ്ങയെ പോലുള്ള ലാമമാർ സന്തുഷ്ടരാണോ?"

അവളുടെ ചോദ്യത്തിൽ ഉണർന്നതുപോലെ അദ്ദേഹം അഖിലയുടെ മുഖത്തേക്ക് നോക്കി.

"ഞാൻ സന്തുഷ്ടനാണ്. മറ്റുള്ളവരെക്കുറിച്ച് എനിക്കറിയില്ല. ഞാൻ അന്വേഷിച്ചിട്ടില്ല."

"ലൗകിക ജീവിതത്തോട് ഒരിക്കലും ആകർഷണം തോന്നിയിട്ടില്ലേ?"

"ലൗകിക ജീവിതത്തെക്കുറിച്ച് കേട്ടറിവും വായിച്ചറിവും മാത്രമാണ്. നാലഞ്ചു വയസാകുമ്പോൾ ഞങ്ങൾ ആശ്രമത്തിലെത്തുന്നു. ഞങ്ങൾക്ക് പഠിക്കാനും ചിന്തിക്കാനും സ്വപ്നം കാണാനുമുള്ള വിഷയങ്ങൾ ഞങ്ങളുടെ ഗുരുനാഥൻമാർ തരുന്നതാണ്. മഹത്തായ പലതും ഞങ്ങൾ ബാല്യത്തിലേ പഠിക്കുന്നു. സത്യമെന്നാൽ ബ്രഹ്മമാകുന്നു. ബ്രഹ്മമാണ് ആനന്ദം. ബ്രഹ്മം തേടിയുള്ള യാത്രയാണ് സന്യാസം."

അൽപ്പം ഗൗരവത്തോടെ അദ്ദേഹം പറഞ്ഞു.

"ഏറ്റവും പരമമായതെന്തും അപ്രാപ്യമാണ്. അത് തേടിയുള്ള മനുഷ്യയാത്ര അവസാനിക്കുന്നില്ല. സന്യാസജീവിതവും അങ്ങനെയാണ്. മോക്ഷത്തിലേക്കുള്ള പാത അകന്നകന്നു പോകും.

മരീചികയ്ക്ക് പിറകെയെന്ന പോലെ ആത്മാവും ഒഴുകുകയാണ്."

"ഈ ജീവിതത്തിൽ ഒരിക്കലും മടുപ്പ് തോന്നിയിട്ടില്ലേ?"

"ഇല്ല. കണ്ടെത്തുമെന്ന് വിശ്വസിച്ചാൽ എങ്ങനെ മടുക്കും. അതിനായി ഇന്ദ്രിയങ്ങളെ നിയന്ത്രിക്കുക. എല്ലാ മോഹങ്ങളും ആഗ്രഹങ്ങളും ഹൃദയത്തിൽ നിന്നുമകറ്റി നിർത്തുക.

അഹന്ത അവസാനിച്ചാൽ, ആഗ്രഹങ്ങളില്ലാതായാൽ ആത്മാവ് ഈശ്വരനാകും. സന്യാസമെന്ന് നമ്മൾ പേർ ചൊല്ലി വിളിക്കുക ആത്മീയജീവിതം."

മറ്റ് ലാമമാർ അവരെ ശ്രദ്ധിച്ചുകൊണ്ടു കടന്നുപോകുന്നുണ്ടായിരുന്നു. ചിലർ ഗുഅയെ വിഷ് ചെയ്തു. പലരും ഇതൊന്നും തങ്ങളെ ബാധിക്കുന്നതല്ലെന്ന അലക്ഷ്യഭാവത്തോടെ നടന്നുനീങ്ങി.

സുവർണക്ഷേത്രത്തിൽ നിന്നകന്ന "പാലസ്" എന്നു വിളിക്കുന്ന ടിബറ്റൻസിന്റെ ഒഫിഷ്യൽ ബിൽഡിംഗായിരുന്നു അത്. വിശാലമായ പറമ്പിനുള്ളിലെ ചെറിയ, മനോഹരമായ ഒരു കെട്ടിടം. പ്രാർഥനാ ചടങ്ങുകളും, പലായനത്തിന്റെ തീയതികൾ ആലേഖനം ചെയ്ത സ്തൂപങ്ങളുമുണ്ട്. നിറമുള്ള കൊടിക്കൂറകൾ കാറ്റിൽ വർണരാജികൾ സൃഷ്ടിച്ചു.

അകലെ ഏതോ സിനിമയുടെയോ ആൽബത്തിന്റെയോ ഷൂട്ടിങ് നടക്കുന്നുണ്ട്. ലാമമാരെ കൈയിൽ പൂങ്കുലകളുമായി നിരയൊപ്പിച്ച് നിർത്താൻ ശ്രമിക്കുന്നുണ്ട്, തലയിൽ വീതിയുള്ള ക്യാപ്പിട്ട ഒരു തടിയൻ.

"ഗുഅ നിങ്ങൾ സന്യാസിമാരെ ഷൂട്ടിംഗിനും മറ്റും നിർത്തി ദുരുപയോഗം ചെയ്യുകയാണല്ലോ. ഇതെന്തിനനുവദിക്കുന്നു. പ്രണയസീനുകളിൽപ്പോലും കാണാം. ഇത് പാടുണ്ടോ?"

"ടീച്ചർ പറയുന്നത് ശരിയാണ്. പക്ഷേ ഞങ്ങൾ നിങ്ങളുടെ രാജ്യത്തെ വെറും അഭയാർഥികൾ മാത്രമാണ്. അനുസരിക്കേണ്ടത് പലപ്പോഴും വിഷമത്തോടെയാണെന്നു മാത്രം.

പക്ഷേ ലാമമാരിൽ പലരും ഇതൊക്കെ എൻജോയ് ചെയ്യുന്നുണ്ടെന്നറിയാം. മുതിർന്നവരിൽ പലർക്കും വിഷമമുണ്ട്. എല്ലാ വികാരങ്ങളും എപ്പോഴും പ്രകടിപ്പിക്കാൻ കഴിയാത്തവരാണല്ലോ അഭയാർഥികൾ.

ഗുഅയുടെ മുഖത്ത് ഇപ്പോൾ മാത്രമാണ് അപമാനത്തിന്റെ കരിനിഴലുകൾ കാണാനായത്.

"എത്ര വയസായി ഗുഅക്ക്" വിഷയം മാറ്റാനായി മര്യാദയില്ലാതെ അഖില ചോദിച്ചപ്പോൾ അദ്ദേഹം ചിരിച്ചു. മറുപടി പറയില്ലെന്ന് തന്നെയാണ് കരുതിയത്, മറ്റ് സന്യാസിമാരെ പോലെ. "എനിക്ക് പ്രായമില്ല, ഞാൻ ജനിച്ചിട്ടില്ല" എന്നൊക്കെ പറഞ്ഞേക്കുമെന്ന് പേടിച്ചത് തെറ്റി.

"ഇരുപത്തെട്ട്" കൃത്യമായി പറഞ്ഞു. തന്നെക്കാൾ എത്ര വയസിനിളപ്പമെന്നവൾ അത്ഭുതപ്പെട്ടു. പക്ഷേ ഈ മുന്നിൽ നിൽക്കുമ്പോൾ താൻ തീർത്തും കൊച്ചുകുട്ടിയായിരിക്കുന്നു.

"അപ്പ,അമ്മ?"

"നേപ്പാളിലാണ്. ഞാനും അവിടുത്തെ മൊണാസ്ട്രിയിലായിരുന്നു. പത്തുവർഷമായി ഇവിടെ വന്നിട്ട്. ഇടയ്ക്ക് അവരെ പോയി കാണാറുണ്ട്."

"അപ്പോൾ ബന്ധങ്ങളുടെ ചങ്ങലകൾ അറുത്തിട്ടില്ല."

"ബന്ധങ്ങൾ അങ്ങനെയാണ് ടീച്ചർ അതങ്ങനെ കനത്ത നൂലിഴകൾ പോലെ കുരുങ്ങിക്കിടക്കും. നമ്മൾ ഓരോ ജന്മത്തിലും സന്യാസിയോ ഗൃഹസ്ഥാശ്രമിയോ പുഴുവോ പൂച്ചയോ ആയാലും ആ ഇഴകളിലൂടെ ഒട്ടിച്ചേർന്നു കിടക്കും."

"സഹോദരങ്ങൾ?"

"ഒരു സഹോദരി മാത്രം. ഡീൻജിൽ. മാരീഡാണ്. ഹോസ്പിറ്റലിൽ നഴ്സാണ്."

"അവരെയൊക്കെ കാണാൻ ഗുഅ ആഗ്രഹിക്കാറുണ്ടോ?"

ചമ്മലോടെ ഒരു ചെറുചിരി ചുണ്ടുകളിൽ ഒളിഞ്ഞും മാഞ്ഞും കിടന്നു.

"ആഗ്രഹനിഗ്രഹം ഇതുവരെ സാധിച്ചിട്ടില്ല. അതുകൊണ്ടാണ് ഞാൻ പൂർണമായും സന്യാസിയായിട്ടില്ലെന്നു പറഞ്ഞത്. പക്ഷേ, ശ്രമിക്കണം. അതെന്റെ ലക്ഷ്യമാണ്."

"ഒരിക്കലും അതിന് കഴിഞ്ഞില്ലെങ്കിൽ നിരാശപ്പെടുമോ?"

"നിരാശയ്ക്കടിമപ്പെടാതെ നമ്മൾ കൂടുതൽ ശ്രമിക്കയല്ലേ ടീച്ചർ കൂടുതൽ നല്ലത്."

"നടക്കാത്തത് സാധിക്കുമെന്ന് വിശ്വസിക്കുന്നവരെയാണ് മൂഢന്മാർ എന്നു വിളിക്കുന്നത്."

"ടീച്ചർ ബുദ്ധിമതിയാണ്. സംസാരിക്കാൻ നന്നായറിയാം."

അഖിലയ്ക്ക് സന്തോഷമായി. അവൾ ഒരു വലിയ വിഡ്ഢിയാണെന്നാണ് ഇതുവരെയും ആരും പറഞ്ഞിട്ടുള്ളത്. ബുദ്ധിയില്ലാത്തവൾ, നിർഭാഗ്യവതി, അനാഥ. കഠോരമായ അത്തരം വാക്കുകളൊന്നും ഒരിക്കലും തന്നെ വേദനിപ്പിച്ചിരുന്നില്ലെന്ന് അവൾ അത്ഭുതപ്പെട്ടു. അവളുടെ പ്രസന്നമായ മുഖത്തേക്ക് നോക്കി ഗുഅ പറഞ്ഞു:

"നടക്കാത്തത് സാധിച്ചേക്കുമെന്നുള്ള വിശ്വാസമാണ് ടീച്ചർ ജീവിതം. പ്രത്യേകിച്ചും മനുഷ്യജന്മം. നമ്മൾ ഈ ചക്രത്തിനുള്ളിൽ വന്നു പെട്ടിരിക്കുകയാണ്. കറങ്ങിയേ ഒടുങ്ങൂ. അതുവരെയും വിശ്വസിക്കാം, ലക്ഷ്യത്തിലെത്തുമെന്ന്."

അഖില അദ്ദേഹത്തെ മിഴിച്ചു നോക്കി. തനിക്കെന്താണ് ലക്ഷ്യം. വിച്ചുവിന്റെ അസുഖങ്ങൾ മാറുമെന്നോ ഗണേഷ് തന്നെയും മകനെയും സ്നേഹത്തോടെ സ്വീകരിക്കുമെന്നോ. സുന്ദരമായ ഒരു ഭാവി കാത്തിരിക്കുന്നെന്നോ. നോക്കുന്നിടത്തൊക്കെ ശൂന്യത കണ്ടവൾക്ക് തല കറങ്ങി.

"അങ്ങ് ധ്യാനത്തിലിരിക്കുമ്പോൾ എന്താവാം മനസിൽ?"

"ധ്യാനത്തിലിരിക്കുമ്പോൾ ഞാനെന്റെ മനസ്സ് ശൂന്യമാക്കി വയ്ക്കാറാണ് പതിവ്. അല്ലാത്തപ്പോൾ ആഗ്രഹിക്കാറുണ്ട്, മനുഷ്യന് നന്മയുടെ ജീവിതം നയിക്കാനെന്താണ് തടസമെന്ന്. മതമോ സമ്പത്തോ രാഷ്ട്രങ്ങളോ ആഗ്രഹങ്ങളോ ഒന്നും മനുഷ്യനെ ഭിന്നിപ്പിക്കാതിരിക്കട്ടെ എന്ന്.

എല്ലാ മനസിലും ആനന്ദമുണ്ടാകണമെങ്കിൽ നന്മയും സത്യവുമുള്ള ഒരു ജനതയുണ്ടാകണം. അപ്പോഴേ പരമമായ ആനന്ദം കൈവരൂ."

"എല്ലാവരും സന്യാസിമാരല്ലല്ലോ ഗുരു" അഖില ചോദിച്ചു. "ആരുടെയും ദുഃഖങ്ങൾക്ക് കാരണം ആഗ്രഹങ്ങളാണ്. അതിനെ തരണം ചെയ്താൽ ആനന്ദം ലഭിക്കും."

"ആഗ്രഹപൂർത്തീകരണമല്ലേ ആനന്ദം. ഒരാഗ്രഹവുമില്ലാത്തവന് വേദനയില്ല, സന്തോഷമില്ല, ലക്ഷ്യങ്ങളോ മാർഗങ്ങളോ ഇല്ല."

അവളോട് തർക്കിക്കാതെ ഒരു സന്യാസിയുടെ പരമശാന്തതയോടെ ഗുരു പറഞ്ഞു:

"തർക്കത്തിനല്ല അഖില. വിശ്വാസങ്ങൾ എപ്പോഴും ബലാബലം നോക്കും. മത്സരിച്ച് ജയിക്കാനുള്ളതല്ല വിശ്വാസങ്ങൾ. സ്വന്തം ആത്മാവിന്റെ വിജയമായിരിക്കണം, നമ്മുടെ ഓരോ വിശ്വാസവും."

ഇത്തവണ ആത്മനിന്ദയോടെ അവൾ തല താഴ്ത്തി. ആരോടും ഒരിക്കലും ഇങ്ങനെ മതിമറന്ന് താൻ സംസാരിച്ചിട്ടുള്ളതല്ല. ആരോടും മത്സരിക്കാനോ തർക്കിക്കാനോ ഇട വന്നിട്ടുമില്ല. എന്നിട്ടും, ഈ യുവഭിക്ഷുവിനോട് ജയിക്കാനുതകുന്ന എന്തറിവാണ് തന്നിലുള്ളത്.

ഒരു സാധാരണ സ്ത്രീയുടെ താഴ്മയോടെ അവൾ പറഞ്ഞു:

"സോറി ഗുരു ഞാൻ കുറെയേറെ സംസാരിച്ചു."

""ടീച്ചർ ഒരു മിണ്ടാപ്രാണിയാണെന്ന് എനിക്കറിയാം."

"എങ്ങനെ? എങ്ങനെ എന്നെക്കുറിച്ചറിയാം". അവൾക്ക് ആകാംക്ഷയായി.

"ചുണ്ടായിയെ എനിക്കറിയാം. അവർക്ക് ടീച്ചർ പ്രിയപ്പെട്ടവളാണ്. അതിനെക്കാളേറെ മകനെയും. ഇവിടെ വരുമ്പോഴൊക്കെ നിങ്ങൾക്കായി പ്രാർഥനകളും പൂജകളും നടത്തുന്നു."

"എനിക്കത്ഭുതമാണ് ഗുരു. എത്ര ദൂരെ ജനിച്ചുവളർന്നവരാണ് നമ്മൾ".

"സ്നേഹത്തിന് ഭാഷയോ ദൂരമോ തടസമല്ല ടീച്ചർ. പ്രിയപ്പെട്ടതൊക്കെ ഒരിക്കൽ നമ്മെ തേടി വരും".

അപ്പോൾ അവൾ തോഷയെ ഓർത്തു. പ്രിയപ്പെട്ടവനെ തേടി നടക്കുന്ന തടിച്ച സ്ത്രീ.

"ഡോക്ടർ തോഷയെ അങ്ങയ്ക്കറിയുമോ ഗുരു."

"അറിയാം. ഏറെ അറിവുള്ള ഒരു സ്ത്രീയാണവർ."

"അവർ പറയുന്നത്, ഏതോ ജന്മത്തിൽ അവർ യശോധരയായിരുന്നെന്ന്. അതിൽ എന്തെങ്കിലും വാസ്തവമുണ്ടാകുമോ?"

വെളുത്ത പല്ലുകൾ കാട്ടി ഗുരു ചിരിച്ചു.

"ടീച്ചർക്ക് തെറ്റി. വാസ്തവമല്ലാത്തതൊന്നും അവർ പറയില്ല."

"അവർ തേടിനടക്കുന്ന ശ്രീബുദ്ധനെ അവർ കണ്ടെത്തുമെന്നോ?"

"അവർ തേടുന്നത് ബുദ്ധനെയല്ല, സിദ്ധാർഥരാജകുമാരനെയാണ്."

"രണ്ടും ഒന്നല്ലേ ഗുരു."

"അല്ല. ഒരു ജന്മത്തിലെ രണ്ടു ശരീരങ്ങൾ, രണ്ടു മനസുകൾ, സത്യത്തിൽ രണ്ടു വ്യക്തികൾ."

അതെങ്ങനെ– ഒരേ ജന്മത്തിൽ രണ്ടു വ്യക്തികൾ."

"അതാണ് സത്യം. ആദ്യത്തേത് മോഹങ്ങളും ഭോഗതൃഷ്ണയുമുള്ള ശരീരവും മനസുമാണെങ്കിൽ പിന്നീടത് ദേഹമെന്ന ചിന്തതന്നെ വെടിഞ്ഞു, വികാരവിചാരങ്ങളെ നിർവീര്യമാക്കികളഞ്ഞ, ദേഹിയെ പരിപാവനമാക്കി സൂക്ഷിക്കുന്ന മറ്റൊരു ജന്മം."

അഖില കണ്ണുമിഴിച്ച് ഗുരുവിനെ നോക്കി.

"അവർ അന്വേഷിക്കുന്നത് സിദ്ധാർഥനെയാണ്. ശ്രീബുദ്ധനെയല്ല."

"ഒരു സ്വപ്നം കണ്ടെന്നവർ പറയുന്നതും സത്യമാണോ?"

"ചിലപ്പോൾ ശരിയാവാം. അല്ലെങ്കിൽ ഒരുതരം ഇല്യൂഷൻ. ഏതോ കഠിനമായ ദുരന്തത്തിൽ മാനസികാവസ്ഥ തകിടംമറിഞ്ഞപ്പോൾ, സ്വന്തം ജീവിതം നിലനിർത്താൻ മനസ്സ് കണ്ടെത്തിയ മാർഗമാകാം ആ സ്വപ്നം."

"ആ സ്വപ്നം സത്യമാണെങ്കിലോ?"

"സംഭവിച്ചേക്കാം. കാരണം യൗവനതൃഷ്ണകളിൽനിന്ന് മോചിതയാവാതെയാണ് യശോധരയുടെ ജീവിതം വിധവാതുല്യമായിത്തീർന്നത്. മോഹങ്ങൾ ഒടുങ്ങിയില്ലെങ്കിൽ പുനർജ്ജനിച്ചേക്കാം പുണ്യമുള്ള ചില ജന്മങ്ങൾക്ക് മാത്രം പൂർവജന്മസ്മൃതികൾ ശേഷിച്ചേക്കാം."

"അങ്ങനെയെങ്കിൽ അവരുടെ ജന്മങ്ങളെല്ലാം പാഴാകും."

അഖിലയ്ക്ക് സങ്കടം തോന്നി. ശ്രീബുദ്ധൻ ചെയ്തത് ശരിയല്ലെന്നവൾക്ക് തോന്നി.

"ലാമമാരെല്ലാം ശ്രീബുദ്ധന്റെ ശിഷ്യന്മാരാണെന്നല്ലേ വിശ്വാസം. സത്യസന്ധമായ ജീവിതമാണോ എല്ലാ ഭിക്ഷുക്കൾക്കും?"

ഗുരു വീർപ്പുമുട്ടലോടെ അഖിലയെ നോക്കി. അവളുടെ ചോദ്യങ്ങൾക്കൊക്കെ ഉത്തരം പറയേണ്ടതുണ്ടെന്ന് അയാൾക്ക് തോന്നി.

"നിർഭാഗ്യവശാൽ ഞങ്ങൾക്കിടയിലും സന്യാസജീവിതത്തെ മലിനപ്പെടുത്തുന്നവരുണ്ട്. എവിടെയും ഏത് വേഷത്തിലും ഇത്തരക്കാരുണ്ട്. കാഷായമായാലും രുദ്രാക്ഷവും ഭസ്മവുമണിഞ്ഞാലും വെള്ളവസ്ത്രമോ തലമുണ്ഡനമോ എന്തൊക്കെയായാലും അതൊരു പുറന്തോട് മാത്രമാകുന്നു. അതിനുള്ളിൽനിന്നും അവരുടെ ഭൗതികമോഹങ്ങൾ തലയും കാലും ഇടയ്ക്കിടെ പുറത്തേക്ക് നീട്ടുന്നു. അത് മനുഷ്യസഹജമാണ്. ഒളിഞ്ഞിരിക്കാനുള്ള ഗുഹ മനുഷ്യസൃഷ്ടി മുതൽ കണ്ടെത്തിയിട്ടുണ്ട്. ഒരിലയുടെ മറവിലേക്കോ ഒരു മാളത്തിന്റെ സുരക്ഷിതത്വത്തിലോ ഒളിച്ചിരുന്നു സ്വന്തം സുഖങ്ങളിലേക്ക് ഇരകളിലേക്കൊരെത്തിനോട്ടം. അത് ജന്തുസഹജമാണ്."

പാലസിൽ ഒരുപറ്റം സന്ദർശകരെത്തി. മലയാളികളാണെന്ന് ഒറ്റനോട്ടത്തിൽ അഖിലയ്ക്ക് മനസിലായി. സ്വന്തം നാട്ടുകാരെ കാണുമ്പോൾ തോന്നാവുന്ന അടുപ്പമൊന്നും അവൾക്ക് തോന്നിയില്ല.

ഗുഅയോട് സംസാരിക്കുമ്പോൾ, തൊട്ടടുത്തിരിക്കുമ്പോൾ ഈ ഭൂമിയിലുള്ള മറ്റെല്ലാം തങ്ങളുടെ മായികവൃത്തത്തിന് വെളിയിലാണെന്ന് അവൾക്കനുഭവപ്പെട്ടു. മുന്നിൽ നിവർന്നിരിക്കുന്ന ഈ യുവാവ് ഒരു സന്യാസിയാണെന്നും, ആ മനസിന്റെ ഭാവം ആത്മീയത മാത്രമാണെന്നും ഇതിനകം സാധ്യമായിക്കഴിഞ്ഞതാണ്.

"കുശാൽ നഗറിൽ ഹോട്ടലുകളിൽ ലാമമാർ മത്സ്യവും മാംസവും കഴിക്കുന്നത് കാണാമല്ലോ. സന്യാസികൾക്ക് ഇതൊന്നും നിഷിദ്ധമല്ലേ?"

"ബുദ്ധമതം പറയുന്നത് ജീവനെടുക്കാനുള്ള അവകാശം നമുക്കില്ലെന്നാണ്. പക്ഷേ, ഞങ്ങൾ ബുദ്ധസന്യാസിമാർക്ക് ഭക്ഷണം ഭിക്ഷയെടുത്തു ലഭിക്കുന്നതു മാത്രമാണ്. ഭിക്ഷയെന്നാൽ തരുന്നതെന്തും സ്വീകരിക്കുകയെന്നതാണല്ലോ. ചിലപ്പോൾ കിട്ടുന്നത് ഉണക്കമീൻ ചുട്ടതാവാം. മാംസമാവാം. വിശപ്പനുഭവപ്പെടുമ്പോൾ പച്ചമത്സ്യം കഴിച്ചവരുണ്ട് പലായനക്കാരായ ലാമമാർക്കിടയിൽ. വിശപ്പിനെ തുരത്താൻ മാത്രം കഴിവുള്ള സന്യാസിമാരുണ്ടോ എന്നെനിക്കറിയില്ല. അതാവാം ഞങ്ങൾക്കിടയിൽ കഴിക്കുന്ന ഭക്ഷണത്തിന് അതിർവരമ്പുകളില്ലാത്തത്."

പക്ഷേ ഞാൻ സസ്യാഹാരിയാണ്. സന്യാസിയായതുകൊണ്ട് മാത്രമല്ല. നമ്മുടെ ദന്തഘടനയും ആമാശയവും ദഹനവ്യവസ്ഥയും മറ്റും അങ്ങനെയാണ് സൃഷ്ടിച്ചെടുത്തിരിക്കുന്നത്. അതിനെ മറികടക്കാൻ ശ്രമിക്കുമ്പോൾ രോഗികളാകുന്നു. ലോകത്തെ സേവിക്കാനാഗ്രഹിക്കുന്നവർ രോഗികളാകുന്നത് ശരിയല്ലല്ലോ. ഏതോ ഒരുനിമിഷത്തിൽ, സംസാരിച്ചിരിക്കെ ഗുഅ നിശ്ശബ്ദനായി. കണ്ണടച്ചിരുന്ന് ചിന്തിക്കുകയോ ധ്യാനിക്കുകയോ ആവാം. എന്താവാം ആ മനസിലെന്നറിയാൻ തീവ്രമായി അവൾ ആഗ്രഹിച്ചുപോയി.

ഇപ്പോൾ അവൾക്കയാളെ കാണാമായിരുന്നു. മാർബിളിൽ നിർമിച്ച ബുദ്ധപ്രതിമപോലെ നിശ്ചേഷ്ടനായി ഗുഅ അഞ്ചാറ് മിനിറ്റുകളോളം ഇരുന്നു. വെളുത്ത നെറ്റിയിൽ വിയർപ്പണിഞ്ഞിരുന്നു. ചുണ്ടുകളിൽ മന്ത്രമോ പ്രാർഥനയോ നേർത്ത തോതിൽ ചലനങ്ങളാകുന്നുണ്ട്. കാറ്റിൽ അദ്ദേഹത്തിന്റെ ഷാൾ പറന്നു.

കടുംചുവപ്പ് നിറമുള്ള ഗൗണിനുള്ളിൽ വെളുത്ത നീണ്ട വിരലുകളും ചലിക്കുന്നുണ്ട്. നോക്കിയിരിക്കെ ആ മുഖത്ത് അപൂർവമായൊരു പ്രകാശം വന്നുനിറയുന്നതുപോലെ അവൾക്ക് തോന്നി.

കണ്ണിമയ്ക്കാതെ അഖില ആ പ്രകാശത്തിലേക്ക് കണ്ണയച്ചു. ശരീരമാകെ പൊട്ടിത്തരിക്കുംപോലെ ഒരു കാന്തി അദ്ദേഹത്തിൽനിന്നും തന്നിലേക്ക് വന്നുനിറയുന്നു. തടുക്കുവാൻ വയ്യാത്ത പ്രേരണയാലെന്നപോലെ ചമ്രം പടിഞ്ഞിരുന്ന ഗുഅയുടെ വെളിയിൽ കാണാവുന്ന കാൽവിരലുകൾ അവൾ ഒന്നു തൊട്ടു. അദ്ദേഹം അതറിഞ്ഞില്ലെന്നു തോന്നിയപ്പോൾ, അവൾ കൈവിരലുകൾകൊണ്ട് ആ വിരലുകളെ ചുറ്റിപ്പിടിച്ചു.

ഇപ്പോൾ ഗുഅ കണ്ണുകൾ തുറന്നു. ഒന്നും സംഭവിക്കാത്തതുപോലെ പിണഞ്ഞിരുന്ന കാലുകൾ വലിച്ചെടുത്തു. പിന്നെ അവളെ

നോക്കി സ്വാഭാവികതയോടെ ചിരിച്ചു. അഖിലയുടെ കണ്ണുകൾ പെട്ടെന്നു നിറഞ്ഞു. അവൾ അദ്ദേഹത്തിന്റെ കൈകൾ കൂട്ടിപ്പിടിച്ചു.

"ഞാൻ ഞാനല്ലാതായിത്തീരുന്നതുപോലെ ഗുരു. ഈ സ്പർശന ത്തിലൂടെ എന്റെ ആത്മാവ് മോക്ഷം നേടുന്നു."

അവൾ ആ കൈകളിൽ തുരുതുരെ ചുംബനമർപ്പിച്ചു.

ഗുരുയുടെ മുഖം ചുവന്നുതുടുത്തു. അയാൾ അവളുടെ ചുണ്ടുക ളിൽനിന്നും ബലമായി തന്റെ കൈകൾ വലിച്ചെടുത്തു. പിന്നെ ഒന്നും മിണ്ടാതെ എഴുന്നേറ്റു നടന്നു. സന്ധ്യയുടെ ഇരുട്ട് കുശാൽ നഗറിൽ താമസിച്ചാണോ വന്നെത്തുന്നത്?

അതോ അദ്ദേഹം നടക്കുന്ന വഴിയിൽ സൂര്യാസ്തമയമോ? സൂര്യനു നേരെ മിഴി തുറക്കുന്ന പൂവുപോലെ അഖില ഗുരു പോയ വഴിയിലേക്ക് കണ്ണുകൾ നട്ട് നിശ്ചേതയായിരുന്നു.

പതിനൊന്ന്

തോഷ വിച്ചുവിന്റെ കൈ പിടിച്ച് നാഡിമിടിപ്പ് പരിശോധിച്ചു. കൈ ബന്ധനസ്ഥയാക്കിയവരോടുള്ള പ്രതിഷേധം അവന്റെ മുഖത്ത് പ്രകടമായി. മറുകൈയുയർത്തി അവൻ അവരുടെ മുഖത്തേക്ക്, നിനച്ചിരിക്കാതെ ആഞ്ഞടിച്ചു. അടികൊണ്ടപ്പോൾ തോഷ ഒരുനിമിഷനേരത്തേക്ക് സ്തബ്ധയായി. അവരുടെ കൺകോണുകൾ ചുവന്നുതുടുത്ത് അഖിലയെ പേടിപ്പിച്ചു. അവർ നോർമലല്ല എന്ന് ചെദൻ മുന്നറിയിപ്പ് തന്നിട്ടുണ്ട്.

വിച്ചുവിന്റെ അടി അവരുടെ ബോധാവസ്ഥയെ തകിടം മറിച്ചേക്കുമോ. ഒന്നുമുണ്ടായില്ല.

അവർ അവന്റെ കവിളിൽ അരുമയോടെ ഒന്നു തട്ടി തന്റെ പരിശോധന തുടർന്നു. അവരുടെ സ്നേഹപ്രകടനങ്ങളോ അഭിനന്ദനമോ അവഹേളനമോ ഒന്നും തിരിച്ചറിയാൻ വിച്ചുവിന് കഴിയുന്നില്ല. ചുണ്ടായി ടിബറ്റൻ ഭാഷയിൽ വാ തോരാതെ അവരോട് സംസാരിക്കുന്നുണ്ടായിരുന്നു. തോഷ അതിനുത്തരമൊന്നും പറയാതെ കുട്ടിയുടെ ശരീരത്തിലും അവന്റെ പ്രകടങ്ങളിലും മാത്രം ശ്രദ്ധ കേന്ദ്രീകരിച്ചിരുന്നു. അവന്റെ കണ്ണും വായും ചുണ്ടും നാക്കുമൊക്കെ അവർ വിദഗ്ധമായിത്തന്നെ നോക്കി. കുതറുകയും അലറിക്കരയുകയും ചെയ്യുന്ന കുട്ടിയുടെ കൈയിൽ അവർ ഒരു ചോക്ലേറ്റ് വച്ചു കൊടുത്തു. പെട്ടെന്നു തന്നെ വിച്ചുവിന്റെ ശ്രദ്ധ അതിലേക്കായി.

പിന്നീടവർ കുട്ടിയെക്കുറിച്ച് അഖിലയോട് പലതും ചോദിച്ചു. മറ്റു ഡോക്ടർമാർ ചോദിച്ചതിലും വിശദമായ ഒരന്വേഷണമായിരുന്നു തോഷയുടേത്. മകനെക്കുറിച്ച് നല്ലതായെന്തെങ്കിലും ആരുടെയെങ്കിലും നാവിൽ നിന്നുതിർന്നു വീഴുന്നത് കേൾക്കാൻ അപ്പോഴും അഖില കാത്തിരുന്നു.

പക്ഷേ, തോഷ നിശ്ശബ്ദയായി ഒരു കസേരയിൽ ചെന്നിരുന്നു. അവരുടെ ചുണ്ടുകൾ കൂടുതൽ ഇറുകി, നേർത്ത വരപോലെയായിരുന്നു.

ക്ഷമകെട്ടതുപോലെ ചുണ്ടായി തോഷയുടെ കൈകൾ പിടിച്ചു.

"ഡോക്ടർ വിച്ചുവിന്റെ അസുഖം മാറുമോ– മാറുമോ?"

എന്നാണവൾ ചോദിക്കുന്നത്. അവരുടെ മുഖത്തെ ആകാംക്ഷയിലും തോഷ സൂക്ഷിച്ചു നോക്കി. ഇരുവരുടെയും മുഖത്ത് സാമ്യതയുണ്ടായിരുന്നു. ജന്മദേശത്തിന്റെ, ഭാഷയുടെ, കാലാവസ്ഥയുടെ, പ്രായത്തിന്റെ– പക്ഷേ അതിലുമൊക്കെയേറെ നിരാശയുടെയും ദുഃഖത്തിന്റെയും വിരഹത്തിന്റെയും സമാനതകൾ കെട്ടുപിണഞ്ഞു കിടന്നു. തോഷയുടെ മൗനത്തിൽ ചുണ്ടായി അസ്വസ്ഥയായിരുന്നു. പക്ഷേ അഖില പ്രതീക്ഷയുടെ ഭാരം താഴെ വച്ച് നിർവികാരയായി നിന്നു.

ചുണ്ടായി മെനക്കെട്ടിരുന്ന് ഉണ്ടാക്കിയതൊന്നും തോഷ കഴിച്ചില്ല. മധുരമിടാത്ത കട്ടൻചായ മാത്രം ഇടയ്ക്കിടെ ചുണ്ടു തൊടാതെ വായിലേക്കൊഴിച്ചു. അഖിലയോടവർ വിശദീകരിച്ചു: "ചായക്കറയാണ്. ചുണ്ട് കറുത്തിരിക്കുന്നത് എനിക്കിഷ്ടമല്ല."

അഖില തന്റെ നാടിന്റെ ചിത്രങ്ങൾ നിറച്ച ആൽബം തോഷയ്ക്ക് കാട്ടിക്കൊടുത്തു. കേരളത്തിന്റെ ചിത്രങ്ങൾ. തലശ്ശേരി കടൽപ്പാലവും ധർമ്മടം തുരുത്തും അണ്ടലൂർക്കാവും കോട്ടയുമൊക്കെ അക്കൂട്ടത്തിലുണ്ടായിരുന്നു.

"ബ്യൂട്ടിഫുൾ, ഗോഡ്സ് ഓൺ കൺട്രി."

അവർ ഓരോന്നും നോക്കി അഭിനന്ദിച്ചുകൊണ്ടിരുന്നു.

"രഞ്ജിനി ഇവിടെ എവിടെയെങ്കിലുമാകും. അല്ലേ അഖില?"

അഖില ചിരിച്ചതേയുള്ളൂ. കാലങ്ങൾക്കുശേഷവും സുഹൃത്തിനെ മറക്കാത്ത ആ മനോഭാവം സമനിലയില്ലാത്ത ഒരു സ്ത്രീയുടേതാണോ. അവർ സങ്കടത്തോടെ പറഞ്ഞു:

"ഞാനിനി അവളെ എവിടെ കാണും. ഈ ജന്മം അവസാനിക്കാറായി. ഞാനിനിയും ജനിച്ചേക്കും. കാരണം എന്റെ കടമകളൊന്നും തീർന്നിട്ടില്ല. മോക്ഷപ്രാപ്തയല്ല. പക്ഷേ രഞ്ജിനിക്ക് ഇനിയൊരു ജന്മമുണ്ടാകണമെന്നില്ല. അവൾ അത്രയും നല്ലവളായിരുന്നു. മറ്റാരെക്കാളും ദൈവത്തിന് പ്രിയപ്പെട്ടവൾ."

തോഷയ്ക്കുവേണ്ടി ചുണ്ടായി ഉണ്ടാക്കിയ സപെഷ്യൽ ടിബറ്റൻ ഭക്ഷണമൊക്കെ വിച്ചു വലിച്ചുവാരി കഴിക്കുന്നുണ്ടായിരുന്നു. ചുണ്ടായി അവനെ പിന്തിരിപ്പിക്കാൻ ശ്രമിക്കുമ്പോഴൊക്കെ ദുർബലനായി കരഞ്ഞു. ഭക്ഷണം വലിച്ചെറിയുകയും സ്വയം പീഡിപ്പിക്കുകയും ചെയ്തപ്പോൾ ചുണ്ടായി പിന്മാറി.

തോഷ അവരെ ശ്രദ്ധിക്കുന്നുണ്ടായിരുന്നു. കുട്ടിയുടെ വാശിയും ചുണ്ടായിയുടെ വാത്സല്യവും പരസ്പരം മത്സരിച്ച് തോൽക്കുന്നു.

അവർ അഖിലയെ നോക്കി. ചുമർ ചാരിനിന്ന് അവൾ ആ കാഴ്ചയിലേക്ക് ആഴ്ന്നുപോയിരിക്കുന്നു. ചുണ്ടുകളിൽ തേച്ചുപിടിപ്പിച്ചതുപോ

ലൊരു ചിരി. കണ്ണുകൾ തീർത്തും നിർവികാരമായിരുന്നു. അത് അവൾ ചാരി നിൽക്കുന്ന ചുമർപോലെ ശൂന്യം.

"അഖിലാ, നിന്റെ കണ്ണുകളിൽ ഞാനൊരു പഴയ ചിത്രം കാണുന്നു."

അവർ ഗ്ലാസിലെ അവസാനതുള്ളിയും വായിലേക്ക് കമഴ്ത്തിയിട്ട് പറഞ്ഞു: "എന്റെ അമ്മയെ. കരയാൻ മറന്നുപോയ എന്റെ പ്രിയപ്പെട്ട അമ്മ."

തോഷയുടെ ചുണ്ടുകൾ വക്രിച്ചു. ഓർമകൾ അവരെ കരയിക്കുമോ എന്ന് അഖില ആശങ്കപ്പെട്ടു. ചുണ്ടായി വിച്ചുവിനെ അവന്റെ ശാഠ്യത്തിനനുവദിച്ച് തോഷയെ ശ്രദ്ധിച്ചിരിക്കുകയാണ്. ഇംഗ്ലീഷിലാണ് തോഷ സംസാരിക്കുന്നത്. മനസിലാക്കാൻ ചുണ്ടായിക്ക് കഴിയുമോ. ദുരന്തങ്ങൾ ഒന്നുചേർന്നനുഭവിച്ചവർക്ക് പുതുതായെന്തുണ്ടറിയാൻ.

"എന്റെ അപ്പ കടുത്ത ബുദ്ധമതവിശ്വാസിയായിരുന്നു. അദ്ദേഹം മതപ്രഭാഷണങ്ങൾ നടത്തും. വലിയ ഒരു ബിസിനസുകാരനുമാണ്. കമ്പിളിയും കാർപ്പെറ്റും കരകൗശലവസ്തുക്കളും മറ്റു പലതുമുണ്ടായിരുന്നു. അമ്മ വിദ്യാലയങ്ങളിൽ കണക്ക് പഠിപ്പിക്കും. ഏഴെട്ടു വിദ്യാലയങ്ങളിൽ അമ്മയായിരുന്നു കണക്ക് ടീച്ചർ. ഞങ്ങൾ നാലുകുട്ടികൾ. വലിയ വീട്, വേലക്കാർ. കുതിരകളെ പൂട്ടിയ വണ്ടിയിലാണ് ഞങ്ങൾ സ്കൂളിൽ പോയിരുന്നത്."

തോഷയുടെ മുഖം പ്രഫുല്ലമായി.

"എത്ര സന്തോഷം, ഉല്ലാസം പ്രകാശപൂർണമായ ആ ദിനങ്ങൾക്ക് മീതെ കറുത്ത തിരശ്ശീല വന്നുവീണു."

അവരുടെ പ്രഫുല്ലമായ മുഖം ഇരുട്ടിലേക്കാഴ്ന്നുപോകുന്നത് അഖില കണ്ടു. ചുണ്ടായിയുടെ മുഖത്തേക്കും ആ കാളിമ വ്യാപിച്ചു.

പ്രഭാഷണം നടത്തിക്കൊണ്ടിരുന്ന അച്ഛനെ അവർ തടവിലാക്കി. പട്ടാളക്കാർ ഞങ്ങളുടെ വീട്ടിലേക്കോടിക്കയറി, സമ്പാദ്യങ്ങൾ കൊള്ളയടിച്ചു. എന്റെ അമ്മയെ, അമ്മയെ–ശ്വാസം വിലങ്ങിയതുപോലെ തോഷ നിർത്തി. അവരുടെ മുഖം ചുവന്നു വീങ്ങി. കണ്ണുകൾ കലങ്ങി ചെറുതായി.

"എന്റെ അമ്മയെ അപമാനിച്ചു. ഞങ്ങളുടെ പുസ്തകങ്ങളും മതഗ്രന്ഥങ്ങളും മുറ്റത്ത് തീകൂട്ടി അതിലേക്കെറിഞ്ഞു. ഞങ്ങളുടെ വേലക്കാരെയും എന്റെ മൂത്ത സഹോദരനെയും വെട്ടി മുറിവേൽപ്പിച്ചു. വളർത്തുമൃഗങ്ങളെ കൊന്നു. ആ ദിവസം എനിക്കോർമയുണ്ട്. ആ ദിവസങ്ങൾ ഞങ്ങൾ ടിബറ്റുകാർ മറക്കില്ല. ഞങ്ങളുടെ ഓരോരുത്തരുടെയും ജീവിതത്തിനുമേൽ അഗ്നിചിതറിയ ദിനരാത്രങ്ങളായിരുന്നു അവ. കുടുംബങ്ങൾ അനാഥമായി. ജീവിതം, നാട്, കൃഷിയിടങ്ങൾ, വിദ്യാലയങ്ങൾ, ആരാധനാകേന്ദ്രങ്ങൾ ഒക്കെ ക്രൂരതയുടെ ബലിയിടങ്ങളായി മാറി.

എപ്പോഴോ ജയിൽ നിറഞ്ഞപ്പോൾ അപ്പ സ്വതന്ത്രനായി. ഞങ്ങൾക്കെല്ലാം നഷ്ടപ്പെട്ടിരുന്നു. സ്വന്തം വീടു പോലും പട്ടാളക്കാരുടെ നിയ

ന്ത്രണത്തിലായിക്കഴിഞ്ഞിരിക്കുന്നു. എന്റെ കൂട്ടുകാരിയുടെ അച്ഛനെ ബുദ്ധക്ഷേത്രത്തിൽ പൂജ നടത്തിയതിന് അവർ കൊടുത്ത ശിക്ഷ നാവ് പിടിച്ച് പറിച്ചെടുക്കുകയായിരുന്നു. മരണത്തിനും ജീവിതത്തിനുമിടയിൽ കിടന്നു പിടയുകയായിരുന്നു ആ പാവം. പ്രാർഥനകളും നിരോധിക്കപ്പെട്ടു കഴിഞ്ഞു. ദലൈലാമ, ഞങ്ങളുടെ പ്രിയപ്പെട്ട നേതാവ്, ഗുരു, ഈശ്വരാവതാരം- അദ്ദേഹത്തെയും തടവിലാക്കുമെന്നൊരു സംസാരമുണ്ടായി."

"അദ്ദേഹത്തെ അവർ തടവിലാക്കിയോ" അഖില ആകാംക്ഷയോടെ ചോദിച്ചു.

"അതത്ര എളുപ്പമായിരുന്നില്ല പതിനാലാമത്തെ ദലൈലാമയ്ക്ക് അന്ന് വയസ്സ് പതിനാറ്. കുട്ടിത്തം വിട്ടുമാറാത്ത, വിദ്യാഭ്യാസം പൂർത്തീകരിച്ചിട്ടില്ലാത്ത കുട്ടി. രാജ്യം മൊത്തം ആവശ്യപ്പെട്ടു, അധികാരമേറ്റെടുക്കാൻ. അതൊരു നിർബന്ധവും അത്യാവശ്യവുമായിരുന്നു. അധികാരം ഏറ്റെടുത്തപ്പോൾ അദ്ദേഹം സമാധാന നയമാണ് ചൈനാഗവൺമെന്റിനോടവശ്യപ്പെട്ടത്. "മാപ്പപേക്ഷിച്ചും ഇരന്നുംവാങ്ങിയതാണ് എന്റെ നിരപരാധികളുടെ മോചനം."

ടിബറ്റ് മുഴുവനും കൊടുക്കുമെന്നുറപ്പായപ്പോൾ ഒത്തുതീർപ്പിനുള്ള ശ്രമം നടത്തി.

ചൈനയുടെ ക്യാമ്പിലേക്ക് ദലൈലാമയ്ക്ക് ക്ഷണമുണ്ടായി. ഒത്തുതീർപ്പിനായിരുന്നു ക്ഷണമെങ്കിലും ജനങ്ങൾക്കതിൽ വിശ്വാസമില്ലായിരുന്നു. ആ ക്ഷണം നിരസിക്കാനാണ് ഞങ്ങൾ അപേക്ഷിച്ചത്. സ്വന്തം രാജ്യത്തെ രക്ഷിക്കാൻ, ജീവൻ ബലിയർപ്പിക്കാനും തയാറായിരുന്നു ദലൈലാമ. പക്ഷേ അദ്ദേഹത്തിനെന്തെങ്കിലും സംഭവിച്ചാൽ ടിബറ്റെന്ന വാക്കുതന്നെ ഛിന്നഭിന്നമായേക്കും.

കൊട്ടാരത്തിന് ചുറ്റും ജനങ്ങൾ ആയുധങ്ങളുമായി അദ്ദേഹത്തിന് കാവൽനിന്നു. അതറിഞ്ഞ ചൈന ആക്രമണത്തിനുള്ള ഒരുക്കവും തുടങ്ങി. ഒടുവിൽ ഒരൊളിച്ചോട്ടംകൊണ്ടേ തന്റെ നാടിനെ രക്ഷിക്കാൻ കഴിയൂ എന്നുറപ്പായപ്പോൾ അദ്ദേഹം ലാസയുടെ തെക്കുവശത്തുള്ള നദി കടന്നാണ് രക്ഷപ്പെട്ടത്. തന്റെ സന്യാസവേഷം അഴിച്ചുവെച്ച് ഒരു പട്ടാളക്കാരന്റെ വേഷമണിഞ്ഞാണ് അദ്ദേഹം നദി കടന്നത്. അല്ലായിരുന്നെങ്കിൽ അദ്ദേഹം വധിക്കപ്പെടുമായിരുന്നു."

"എന്നിട്ടോ. എന്നിട്ടെന്തുണ്ടായി."

"വഴി നടത്തുന്ന വെളിച്ചമണഞ്ഞാൽ ഇരുട്ടത്തെന്തു ചെയ്യും. അദ്ദേഹത്തിന് പിറകെ അനേകായിരം ടിബറ്റുകാർ ഹിമാലയംവഴി ഭാരതത്തിലേക്ക് കടന്നു. ശ്രീബുദ്ധൻ ജനിച്ച ഇന്ത്യ പരിശുദ്ധനാടെന്നാണ് ഓരോ ടിബറ്റുകാരനും വിശേഷിപ്പിച്ചിരുന്നത്. ഇന്ത്യയിലേക്കുള്ള യാത്ര തീർഥയാത്രയുടെ പുണ്യം ചെയ്യുമെന്ന് കൊതിച്ചവരുടെ ആഗ്രഹപൂർത്തീകരണംപോലെ ഞങ്ങൾ ഇന്ത്യയിലേക്ക് പ്രവഹിച്ചു. ഇവിടെ ഞങ്ങൾക്കഭയം കിട്ടി."

ചുണ്ടായിയുടെ കണ്ണുകൾ കരകവിഞ്ഞുകൊണ്ടിരുന്നു. അത് അനുസ്യൂതമായ പ്രവാഹംപോലെ തുടരുന്നത് അഖില അത്ഭുതത്തോടെയാണ് കണ്ടത്. തോഷ അത് കാണുന്നില്ല. അല്ലെങ്കിലും സ്വന്തം നെഞ്ചിൽ പുഴയൊഴുകുമ്പോൾ ഒരു കൈത്തോടിനെന്തു പ്രസക്തി. അവർ അഖിലയുടെ കൈ പതിയെ തലോടി.

"എന്റെ പണക്കാരിയായ അമ്മ, വീട്ടുജോലി പോലും ചെയ്യാതെ, കൈകൾ സുഗന്ധ എണ്ണയിട്ടു പൂശി മിനുക്കിയ അമ്മ. ഇവിടെ റോഡു പണിക്കിറങ്ങി. ഇറങ്ങാതെ വയ്യായിരുന്നു. കാരണം ജയിലിൽ കിടന്നു നരകിച്ച അപ്പയെക്കാൾ ആരോഗ്യവതിയായിരുന്നു അമ്മ, മലകൾ തുരന്നെടുത്തു നിരത്തുകൾ നിർമിക്കുന്ന കനത്ത ജോലിയായിരുന്നു അമ്മ ചെയ്യേണ്ടി വന്നത്. നീണ്ട യാത്ര കഴിഞ്ഞുള്ള വരവിൽ ആകെ തളർന്നിരുന്നു ഞങ്ങൾ. പക്ഷേ പട്ടിണി കിടക്കാതിരിക്കാൻ കൊടും വെയിലിലും മഞ്ഞിലും അപ്പയും അമ്മയും ജോലി ചെയ്തു. അപ്പോഴും ആ മുഖങ്ങളിൽ പ്രതീക്ഷയുണ്ടായിരുന്നു. ആ സന്ധ്യയിൽ ജോലി അവസാനിക്കുമ്പോൾ ഒരു വാർത്ത കേൾക്കാം:

"ടിബറ്റ് സ്വതന്ത്രമായിരിക്കുന്നു. തിരികെ വരൂ" എന്നത്.

അവിടെ അപ്പയുടെ ഓഫീസും അമ്മയുടെ സ്കൂളുകളുമുണ്ട്. ഞങ്ങളുടെ വലിയ വീടും വയലുകളുമുണ്ട്.

കഠിനമായ ജോലികൾ ചെയ്തിട്ടും അമ്മ തളർച്ചയറിഞ്ഞില്ല. കൈകൾ വിണ്ടുകീറിയിട്ടും വെയിലും മഞ്ഞുമേറ്റ് ശരീരം മൊരിഞ്ഞുണങ്ങിയിട്ടും കാലുകൾ മുള്ളുകളേറ്റുടഞ്ഞിട്ടും അമ്മ ചിരിച്ചുകൊണ്ടേയിരുന്നു. അമ്മ വേദനകൾ മറന്നു. നാടും വീടും നഷ്ടമായാലും ഞങ്ങൾ മക്കളും പ്രിയപ്പെട്ടവനും ഒപ്പമുണ്ടല്ലോ എന്ന ആശ്വാസമായിരുന്നു അമ്മയിൽ. അമ്മ ഗർഭിണിയായിരുന്നു.

"പക്ഷേ അവിടെയും ദൈവം കനിഞ്ഞില്ല. ഞങ്ങളുടെ ഭാവിയുടെ ഗുണം കാംക്ഷിച്ച ഗവൺമെന്റ് കുട്ടികളെ, പഠനസൗകര്യത്തിനും മറ്റുമായി അച്ഛനമ്മമാരിൽ നിന്നകറ്റാൻ തീരുമാനിച്ചു."

"സമ്മതത്തോടു കൂടിയോ" അഖിലയ്ക്കതു ചിന്തിക്കാൻ വയ്യായിരുന്നു.

അമ്മ ഒരധ്യാപികയാണ്. ഞങ്ങളോടുള്ള സ്നേഹത്തെക്കാൾ വില മതിച്ചത് ഞങ്ങളുടെ ഭാവിയെക്കുറിച്ചുള്ള ചിന്തയാണ്. എത്ര അമ്മമാർ അങ്ങനെ ചിന്തിച്ചിരിക്കാമെന്ന് എനിക്കറിയില്ല.

ക്യാമ്പിൽ വന്നുനിന്ന വലിയ ട്രക്കിന് ചുറ്റും അലമുറയുയർന്നു. തളർന്നുപോയ അപ്പയെ അമ്മ ആശ്വസിപ്പിച്ചു. അത് കേൾക്കാതെ ഞങ്ങൾ മക്കളെ കെട്ടിപ്പിടിച്ച്, അപ്പ അലമുറയിട്ടു കരഞ്ഞു.

ക്യാമ്പിൽ കൂട്ടക്കരച്ചിലായിരുന്നു. ദുരനുഭവങ്ങൾ കൂട്ടത്തോടെ പെയ്തിറങ്ങിയപ്പോൾ മരവിച്ചുപോയവരുടെ കൂട്ടത്തിലായിരുന്നു എന്റെ അമ്മയെന്ന് ഞാനപ്പോൾ ഓർത്തത് തെറ്റ്.

ട്രക്കിലേക്ക് കയറിയ ഉടൻ തല വെളിയിലേക്കിട്ട് ഞങ്ങൾ "അമ്മേ" എന്ന് വിളിച്ചു കരഞ്ഞു. അമ്മ കൈയുയർത്തി വിട പറഞ്ഞു. പിന്നീടൊരിക്കലും അമ്മയെ, അപ്പയെ കാണില്ലെന്ന് അന്ന് ഞങ്ങളറിഞ്ഞില്ല."

അവരുടെ ചെറിയ കണ്ണുകളിലൂടെ കണ്ണീരൊഴുകി, ചുളിവുള്ള കവിളുകളിലേക്ക് പടർന്നു. പിന്നീടവർ അവളെ ചേർത്തുപിടിച്ചു.

"അഖില– നിങ്ങളുടെ കണ്ണുകളിലെ ഈ നിർവികാരതയാണ് അന്ന് ഞാനെന്റെ അമ്മയുടെ മുഖത്ത് കാണാനിടയായത്. അത് വേദനയുടെ പരകോടിയിലായിരുന്നെന്ന് വൃദ്ധയായപ്പോഴാണ് ഞാനറിയുന്നത്. അന്ന് അമ്മ കരയാതിരുന്നതെന്തെന്ന് ഞാൻ പിന്നീടുള്ള കാലങ്ങളിൽ ആലോചിച്ച് അത്ഭുതപ്പെട്ടിട്ടുണ്ട്. അതറിയാൻ എനിക്ക് കഴിയാതിരുന്നത് ഞാൻ ഒരിക്കലും ഒരമ്മയാകാതിരുന്നതുകൊണ്ടായിരുന്നു."

അഖില അവരെ സ്നേഹത്തോടെ തലോടി. തോഷയുടെ അമ്മയുടെ വേദന അവളുടെ നെഞ്ചിലിരുന്നു വിങ്ങി. ഗർഭപാത്രത്തിന്റെ വിലാപം എപ്പോഴും ഒന്നാണ്. ഉച്ചസ്ഥായിയിൽ മാത്രം നിലനിൽക്കുന്ന ദീനവിലാപം.

ചുങ്ങായി തോഷയുടെ അരികെയിരുന്നു ഗൗരവമായി സംസാരിച്ചു. അഖിലയ്ക്കൊന്നും മനസിലായില്ല. ആ മുഖത്ത് വേദനയും പ്രതീക്ഷയും നിരാശയും യാചനയുമൊക്കെ മാറിമാറി പ്രതിഫലിക്കുന്നുണ്ട്. ഒടുവിൽ സംസാരം അവസാനിപ്പിച്ച് അവർ വിച്ചുവിന്റെ അരികെ ചെന്നിരുന്നു.

"എന്താണ് ഡോക്ടർ അവർ പറയുന്നത്" അഖില ചോദിച്ചു. തോഷ മനോഹരമായി ചിരിച്ചു. അതിൽ സ്നേഹവും ദയയുമുണ്ട്.

"അവർ ചില കാര്യങ്ങൾ ഓർമിപ്പിക്കുകയായിരുന്നു. ടിബറ്റിൽ പഴയ കാലത്ത് മന്ത്രപൂജ ചെയ്തുവരുന്നവരുണ്ടായിരുന്നു. പ്രത്യേകതരം പ്രാർഥനകളായിരുന്നു അവരുടേത്. സാധാരണ ജനങ്ങളുമായോ ക്ഷേത്രങ്ങളുമായോ പൂജാവിധികളുമായോ ഒന്നും അവർക്ക് ബന്ധമുണ്ടായിരിക്കില്ല. സൽകൃത്യങ്ങളോ ദുർകൃത്യങ്ങളോ എന്നൊരു വേർതിരിവുമില്ല. എങ്കിലും അവരെ ആരാധിക്കുന്നവരും വിശ്വസിക്കുന്നവരുമുണ്ട്. അവർക്ക് അസാമാന്യമായ കഴിവുകളുമുണ്ടെന്നാണ് വിശ്വാസം."

"എന്ത് കഴിവ്?" അഖില ചോദിച്ചു.

"ചില മാറാരോഗങ്ങൾ മാറ്റിക്കൊടുത്തിട്ടുണ്ടത്രെ. അതിലേറെ വേറൊരു കാര്യമുണ്ട്. ഒരാളുടെ അസുഖങ്ങൾ മറ്റൊരാളിന്റെ അനുവാദത്തോടെ അയാൾക്ക് പകർന്നുകൊടുക്കും. മക്കളുടേതും സഹോദരങ്ങളുടേതുമൊക്കെ സ്വയം ഏറ്റെടുത്തു മരണംവരിക്കാൻ സന്നദ്ധരായ ത്യാഗികളുണ്ടെന്ന് പറഞ്ഞുകേട്ടിട്ടുണ്ട്. മരണമൊഴിച്ചുള്ളതെന്തും അവരുടെ കൈപ്പിടിയിലൊതുങ്ങുമെന്നു വിശ്വസിക്കുന്നു. അത്തരം മന്ത്രവാദങ്ങളൊക്കെ എനിക്കറിയാമോന്ന് ചോദിച്ചു."

"ഇതൊക്കെ സത്യമാണോ ഡോക്ടർ? അങ്ങനെ ചെയ്യാൻ സാധിക്കുമോ?"

"അതെനിക്കറിയില്ല കുട്ടീ. ഹിമാലയസാനുക്കളിൽ അങ്ങനെ ചിലരുണ്ടെന്നു കേട്ടിട്ടുണ്ട്. ഘാങ്റിംപോച്ചെ എന്ന് ഞങ്ങളും ചൈനക്കാർ കാൻഗ്രിൻബോഗ്ഫെങ് എന്നും വിളിക്കുന്ന ഹിമാലയത്തിലെ പരിശുദ്ധമലയുണ്ട്. ഇന്ത്യക്കാർ കൈലാസമെന്നു വിളിക്കും. അതിന്റെ താഴ്വാരങ്ങളിൽ ഇങ്ങനെ ചിലരുണ്ടെന്നു കേട്ടിട്ടുണ്ട്. ചിലപ്പോൾ അത്തരം സിദ്ധികളുണ്ടാകാം. പഴമക്കാർ പറയുന്നതിൽ ചിലതൊക്കെ സത്യമാണ്. അല്ലാതെയുമാകാം. എല്ലാ സത്യങ്ങളും ഞങ്ങൾ അറിയണമെന്നില്ല. അറിയുന്നതെല്ലാം സത്യമാകണമെന്നുമില്ല. പാവം ചുണ്ടായി."

"പക്ഷേ ഡോക്ടർ അവരെന്താണ് ഇങ്ങനെ പറഞ്ഞത്. എന്താണവരുടെ ആവശ്യം."

"ശ്രീബുദ്ധൻ ഒരു ശിഷ്യന്റെ കഠിനവേദന കണ്ട് മനമലിഞ്ഞ് പറയുന്നുണ്ട്. നിന്റെ വേദന എനിക്ക് തരൂ. എന്റെ ഊർജവും ഉത്സാഹവും നീ എടുത്തുകൊൾക. ബുദ്ധന്റെ പ്രിയപ്പെട്ട ശിഷ്യനായിരുന്നു ആ ഭിക്ഷു. അദ്ദേഹം കഠിനരോഗത്തിനടിമയായി ദീർഘകാലം മരണാസന്നനായി കിടന്നു. ശിഷ്യനെ രക്ഷിക്കാൻ ബുദ്ധൻ ആഗ്രഹിച്ചിരുന്നു. തന്റെ ആരോഗ്യമുള്ള ശരീരം കൈമാറാനും തയാറായിരുന്നു. ഞങ്ങൾ ബുദ്ധമതവിശ്വാസികൾക്ക് അന്യരുടെ വേദനയാണ് സ്വയം പീഡനത്തേക്കാൾ കഠിനം."

എന്താണ് ചുണ്ടായി അവശ്യപ്പെട്ടതെന്നറിയാൻ അഖിലയ്ക്ക് ആകാംക്ഷയായിരുന്നു. അവൾ പ്രതീക്ഷിച്ചതു തന്നെയാണ് തോഷ പറഞ്ഞതും.

"വിച്ചുവിന്റെ അസുഖം ചുണ്ടായിക്ക് കൈമാറണമെന്നാണ് അവരുടെ അപേക്ഷ. പക്ഷേ പ്രാർഥനയല്ലാതൊന്നും വിച്ചുവിന്റെ കാര്യത്തിൽ എനിക്ക് ചെയ്യാനില്ല."

"എനിക്കറിയാം ഡോക്ടർ" അഖില നിർവികാരയായി പറഞ്ഞു. "ഞങ്ങളുടെ *ജ്ഞാനപ്പാന* എന്ന ഭക്തകൃതിയിൽ പറയുന്നുണ്ട്, മന്നവനായവൻ ഭിക്ഷുവാകുന്നതിന്റെയും, ഇരന്നു നടക്കുന്നവൻ രാജാവാകുന്നതിന്റെയും പൊരുൾ. അതാണത്രെ ഈശ്വരനിയോഗം. പക്ഷേ ദൈവത്തിന് പറ്റിയ കൈത്തെറ്റുപോലെ എന്നും പുഴുവായി ഇഴഞ്ഞു നടക്കാൻ വിധിക്കപ്പെട്ടിട്ടുള്ള എന്നെ പോലുള്ളവരുമുണ്ട്."

തോഷയ്ക്ക് അവളെ ആശ്വസിപ്പിക്കാൻ വാക്കുകൾ കിട്ടിയില്ല. അവർ വാക്കുകൾക്ക് ഉള്ളിൽ തിരഞ്ഞുകൊണ്ടേയിരുന്നു.

ഇല്ല. ഒന്നുമില്ല. അഖിലയെ പോലുള്ള ഒരമ്മയെ ആശ്വസിപ്പിക്കാനുതകുന്നതൊന്നും ഭൂമിയിലില്ലെന്നവർ സങ്കടപ്പെട്ടു.

പന്ത്രണ്ട്

സെൻചിയുടെ വിശദമായ കത്തു വായിച്ച് പഞ്ച നിരാശയായി. അവൾക്ക് സന്തോഷിക്കാനുതകുന്ന ഒരു വാക്കുപോലും അതിലെങ്ങുമുണ്ടായിരുന്നില്ല. വിദേശരാജ്യങ്ങളിലൊന്നും സെൻചിയുടെ യോഗ്യതയ്ക്കനുസരിച്ച ജോലി ലഭിക്കുന്നില്ല.

ഒരു പ്രൈവറ്റ് കമ്പിനിയിൽ ജോയിൻ ചെയ്തിട്ടുണ്ടെന്നായിരുന്നു കഴിഞ്ഞ തവണ എഴുതിയത്. ഒരു പ്രതീക്ഷയുടെ തിരി അന്ന് പഞ്ചയുടെ നെഞ്ചിലും പ്രകാശം പരത്തിയിരുന്നു. ഇനിയെങ്കിലും ഫോൺ വിളിക്കാനുള്ള പൈസ കൈയിൽ വരുമല്ലോ. ആ ശബ്ദം കേൾക്കാൻ അവൾക്കത്രയേറെ ആഗ്രഹമുണ്ടായിരുന്നു. പക്ഷേ,

എഴുത്ത് അവൾ മൂന്നു നാല് തവണ വായിച്ചു.

കമ്പനിയുടെ എം ഡി തൃപ്തനാണ്. സെൻചി ചെയ്യുന്നതെല്ലാം അയാളുടെ സീനിയേഴ്സിനെക്കാൾ മികവുറ്റതാണ്. അയാൾ തയാറാക്കുന്ന പ്രോജക്ട് വർക്കുകളും രൂപരേഖകളും മീറ്റിംഗുകളിൽ ഡിസ്കസ് ചെയ്തു. എതിരഭിപ്രായം ആർക്കുമില്ല. പക്ഷേ അത്തരം സീരിയസായ മീറ്റിംഗുകളിൽ പങ്കെടുക്കാൻ സെൻചിയെ ആരും വിളിച്ചില്ല. അതിനയാൾക്ക് അനുവാദമില്ലായിരുന്നു. അഭിനന്ദനത്തിന്റേതായ ഒരു വാക്കുപോലും എങ്ങുനിന്നും ലഭിച്ചില്ല. ഇന്നല്ലെങ്കിൽ നാളെ അതുണ്ടായേക്കുമെന്നയാൾ പ്രതീക്ഷിച്ചു. ശമ്പളം സൈൻ ചെയ്തു വാങ്ങുന്ന തുകയുടെ ഒരു ചെറിയ ശതമാനം മാത്രമാണ് കൈയിൽ കിട്ടുന്നത്. തൂപ്പുകാരനു പോലും, നല്ല ശമ്പളം. അയാളുടെ കണ്ണിൽ സെൻചി വെറും ഭിക്ഷക്കാരൻ. കാരണം അയാൾക്കുമുണ്ട് അഭിമാനിക്കാനുതകുന്ന ഭൂമി. സ്വന്തം മണ്ണ്. സെൻചിക്കതില്ല.

"സെൻചി ഇതൊക്കെ നിന്റെ അബദ്ധധാരണകളാണ്."

പഞ്ച ഫോണിൽ വിളിച്ചു പറഞ്ഞു നോക്കി.

"അല്ല. ഞങ്ങൾക്കുവേണ്ടി ശബ്ദമുയർത്താൻ ആരുമില്ല. സംഘടിക്കാനുള്ള അനുവാദം ഒരു രാജ്യവും തരില്ല. ഭൂമിയിലെന്നും ഞങ്ങൾ നിലനിൽപ്പില്ലാത്തവരാണ്. മടുത്തു. സർവതും മടുത്തു. വിദ്യാഭ്യാസം വേണ്ടായിരുന്നു. ചണനൂലുകൾ നെയ്തോ കമ്പിളിക്കുപ്പായം വിറ്റോ അശരണരായി, ഭിക്ഷാംദേഹികളായി ഈ ജന്മം തീർക്കാമായിരുന്നു."

സെൻചിയുടെ ചിന്താഗതിയെ പിന്തിരിപ്പിക്കാൻ പഞ്ച അശാന്തയായിരുന്നു. അയാൾ തിരിച്ചുവന്നെങ്കിൽ ജീവിതത്തെ മറ്റൊരു വഴിക്ക് നയിക്കാമായിരുന്നെന്ന് അവളാഗ്രഹിച്ചുപോയി. സെൻചിയുടെ സാമീപ്യം അത്രയേറെ പഞ്ച കൊതിക്കുന്നുണ്ടായിരുന്നു. വയോധികർക്കിടയിൽ, അവരുടെ പരിഭവങ്ങളും പരാതികളും കേട്ട് അവരെ ശുശ്രൂഷിക്കുകയും ആശ്വസിപ്പിക്കുകയും ചെയ്തുകൊണ്ടുള്ള ജീവിതത്തിനിടയിൽ സെൻചിയെക്കുറിച്ചുള്ള ചിന്തമാത്രമായിരുന്നു ആശ്വാസം.

ചെദനോ അഖിലയോ വന്നാൽ തന്റെ വേദനകൾ പഞ്ച പറയാറുണ്ട്.

"സെൻചിയോട് വരാൻ പറയണം പഞ്ച. നമുക്ക് സന്തോഷിക്കാൻ ചെറിയ കാര്യങ്ങളേയുള്ളൂ" ചെദൻ പറഞ്ഞു.

"സന്തോഷിക്കാനുള്ള കാരണങ്ങൾ മനുഷ്യർക്കെല്ലാവർക്കും ഒരുപോലെയാണ് ചെദൻ. ദുഃഖിക്കാനാണെങ്കിൽ നമ്മുടെ മനസ്സ് തേടി നടന്നു കണ്ടെത്തുകയും ചെയ്യും."

അഖില തിരുത്തി. അഖിലയെക്കുറിച്ചോർക്കുമ്പോൾ അത് സത്യമാണെന്ന് പഞ്ചയ്ക്ക് തോന്നും. തീരാത്ത ദുഃഖം തലയിലേന്തി നടക്കുകയാണെന്ന് അഖിലയെ കണ്ടാൽ തോന്നാറില്ല.

സെൻചി വീണ്ടും ഫോൺ ചെയ്തപ്പോൾ ഒരിക്കലുമില്ലാത്ത വിധം പഞ്ച കരഞ്ഞു. "സെൻചി നീ തിരികെ വരൂ. എനിക്ക് നീയില്ലാതെ ജീവിക്കാൻ വയ്യ. ഞാൻ മരിച്ചു പോകും."

"ഞാൻ വരണമെങ്കിൽ എന്റെ കൈനിറയെ പണം വേണം. അവിടെ വലിയൊരു വീടുപണിത് കാറും ബിസിനസുമൊക്കെയായി പണക്കാരനായി എനിക്കു ജീവിക്കണം."

പഞ്ചയ്ക്ക് ദേഷ്യം വന്നു. "നീ വിഡ്ഢിത്തമാണ് സെൻചി പറയുന്നത്. ഇവിടെ വലിയ വീട് പണിയാനോ വൻതോതിൽ ബിസിനസ് നടത്താനോ നമുക്കനുവാദമില്ല. ഇന്ത്യാഗവൺമെന്റ് നമുക്ക് ചുറ്റും വരച്ച വര കടക്കാൻ സ്വാതന്ത്ര്യമില്ല. ഇത് ടിബറ്റല്ലെന്ന് നീ മറന്നോ."

"നിയമങ്ങൾക്കപ്പുറത്ത് ആരും ഒന്നും ചെയ്യുന്നില്ലേ."

"ഉണ്ടാകാം. അത് നിയമവിരുദ്ധമാണ്. നമുക്ക് അഭയം തന്നവരുടെ രീതികൾ അനുസരിക്കാൻ നാം ബാധ്യസ്ഥരാണ്. അല്ലെങ്കിൽ അത് നമുക്കാപത്താണ്."

"നീ പറയുന്നതിനോട് ഞാൻ യോജിക്കുന്നില്ല പഞ്ച. വെറുതെ കന്നുകാലികളെ പോലെ ജീവിച്ചു മരിക്കാൻ എനിക്കാവില്ല."

"നമ്മളിവിടെ സ്വസ്ഥമായ ജീവിതമാണ് നയിക്കുന്നത്. നമുക്ക് ഭക്ഷണവും വസ്ത്രവും താമസസൗകര്യങ്ങളുമുണ്ട്. ജോലിയുണ്ട്. കൃഷിഭൂമികളുണ്ട്. നമ്മുടെ വിശ്വാസങ്ങൾ ചോദ്യം ചെയ്യപ്പെടുന്നില്ല. മതവിചാരങ്ങൾ വ്രണപ്പെടുന്നില്ല. ഇത്രയും പോരെ സെൻചി. നീയിങ്ങോട്ട് വരൂ. സ്വസ്ഥമായ ജീവിതം എന്തെന്ന് ഞാൻ നിന്നെ പഠിപ്പിക്കാം."

"പഞ്ച നീ വേലിക്കുള്ളിലെ ആട്ടിൻകുട്ടി മാത്രമാണ്. നിനക്ക് വെളിയിലൊരു ലോകമുണ്ട്. സുഖങ്ങളും സന്തോഷങ്ങളും സൗകര്യങ്ങളും നിറഞ്ഞൊരു ലോകം. നീയത് മനഃപൂർവം മറക്കാൻ ശ്രമിക്കുകയാണ്. പക്ഷേ എനിക്കതു വേണം."

"സെൻചി ഇത് വിഡ്ഢിത്തമാണ്" എന്നു പറഞ്ഞപ്പോൾ അയാൾ ഫോൺ കട്ട് ചെയ്തു കളഞ്ഞു. അയാൾ കുപിതനായിരിക്കാമെന്ന് പഞ്ച ഊഹിച്ചു. പക്ഷേ അത്രയെങ്കിലും പറയാതിക്കാൻ അവൾക്ക് വയ്യായിരുന്നു. സെൻചി ഇനിയൊരിക്കലും വരില്ലെന്ന് വിശ്വസിക്കണോ. സുഖങ്ങൾ തേടി മാത്രം യാത്ര ചെയ്യുന്നവർ ഒരിക്കലും അതു കണ്ടെത്തുന്നില്ല.

വേദനകൾ മനസിനെ കീഴ്പ്പെടുത്തുമ്പോഴൊക്കെ അവൾ വൃദ്ധരായ ഏതെങ്കിലും അന്തേവാസിയുമായി സംസാരിച്ചിരിക്കും. പട്ടാളക്കാരൻ തന്റെ പഴയ തൊപ്പി തുടച്ചു വൃത്തിയാക്കുകയാണ്.

"സാബിന് വിശക്കുന്നില്ലേ. ഉച്ചയ്ക്ക് ഒന്നും കഴിച്ചില്ലല്ലോ" പഞ്ച ചോദിച്ചു.

"എനിക്ക് വിശപ്പില്ല കുട്ടീ" അയാൾക്ക് നന്നെ വയസായിരിക്കുന്നു. എൺപതോ, അതിലേറെയോ. ആരുടെയും പ്രായമറിയാൻ നിർവാഹമില്ല. പഞ്ചയുടെ വാടിയ മുഖം കണ്ടപ്പോൾ ആ വൃദ്ധന്റെ മനസ്സ് നൊന്തു.

"കുട്ടീ എന്തിനാ ദുഃഖിക്കുന്നത്. ഒരിക്കലും വേദനിക്കാൻ ഒരുക്കമല്ലെന്ന് മനസിനെ ട്രെയിൻ ചെയ്തെടുക്കണം."

അവൾ സാകൂതം അയാളെ നോക്കി.

"സാബ് അങ്ങയ്ക്ക് സങ്കടം തോന്നാറില്ലേ?"

"എന്തിന്?"

"ടിബറ്റിനെക്കുറിച്ചോർത്താൽ. അവിടെ അങ്ങയ്ക്ക് ആരൊക്കെയോ എന്തൊക്കെയോ ഉണ്ടായിരുന്നു എന്നതോർത്താൽ സങ്കടം വരില്ലേ?"

"ടിബറ്റ്" ആ വാക്ക് അയാൾ ഒന്നുരണ്ട് തവണ ഉച്ചരിച്ചു.

"സുന്ദരമായ വാക്ക്. പടികൾ കടന്നു മുകളിലോട്ട് കയറിയാൽ സ്വർഗരാജ്യമെന്നു വിശ്വസിക്കുന്നതുപോലെ."

"അങ്ങയ്ക്ക് ദുഃഖമില്ലേ?"

"ഇല്ല. കാരണം. ഇന്നല്ലെങ്കിൽ നാളെ അത് സ്വതന്ത്രമാകും. ഒരു രാജ്യത്തെയും ഒരു ജനസമൂഹത്തെയും എക്കാലത്തും തടവിലിടാൻ ഒരു ശക്തിക്കും സാധിക്കില്ല. കീഴടക്കപ്പെട്ട രാജ്യങ്ങളുണ്ടായിരുന്നു. ഈ ഇന്ത്യപോലും അങ്ങനെയായിരുന്നില്ലേ. യുദ്ധം ചെയ്യാതെ തന്നെ

സ്വാതന്ത്ര്യം വീണ്ടെടുത്തു. മഹാത്മാഗാന്ധിയെപോലെ അഹിംസയിലും അച്ചടക്കത്തിലും വിശ്വസിക്കുന്ന ആത്മീയനേതാവാണ് ദലൈലാമ. അദ്ദേഹത്തിന്റെ നയംതന്നെ ഒടുവിൽ ജയിക്കും."

"സാബ് ചൈനപ്പട്ടാളക്കാരോട് യുദ്ധം ചെയ്തിട്ടുണ്ടോ?"

"ഇല്ല. ദലൈലാമയുടെ കൊട്ടാരത്തിലെ സുരക്ഷാഭടനായിരുന്നു ഞാൻ" ആ മുഖം ഊർജസ്വലമായി.

"വിലക്കപ്പെട്ട നഗരം എന്നു വിളിക്കുന്ന ലാസയിലാണ് പൊട്ടലെ പാലസ്."

"വിലക്കപ്പെട്ടതെന്ന് വിളിക്കാനെന്താ കാരണം?"

"ഭൂമിശാസ്ത്രപരമായി ഒറ്റപ്പെട്ടു കിടക്കുന്ന പ്രദേശമാണ് ടിബറ്റ്."

തികച്ചും വ്യത്യസ്തവും സ്വതന്ത്രവുമായ ഒരു സംസ്കാരമാണ് ഞങ്ങളുടേത്. പിന്നെ അവിടെ ചെന്നെത്താനും വൈഷമ്യങ്ങളേറെ. മലകളും പീഠഭൂമികളും തരിശുനിലങ്ങളും മഞ്ഞും തണുപ്പും. വിദേശികൾ സന്ദർശനത്തിന് മടിക്കും. ഞങ്ങൾ അവരെ സ്വീകരിക്കാനും മടിച്ചു. പക്ഷേ ഞങ്ങൾക്കത് വിശുദ്ധനഗരമായിരുന്നു.

അവിടെയായിരുന്നു അഞ്ചാം ദലൈലാമയുടെ കാലത്ത് പൊട്ടലെ പാലസ് നിർമിക്കപ്പെട്ടത്. അതിന് മുന്നേ അതൊരു ധ്യാനകേന്ദ്രം മാത്രമായിരുന്നു. പതിമൂന്ന് നിലയാണ്. പ്രധാന കെട്ടിടത്തിന് ഹാൾ, പ്രാർഥനാമുറികൾ ഒക്കെയുണ്ട്. ഏഴ് ദലൈലാമമാരെ അടക്കം ചെയ്തത് ആ കൊട്ടാരത്തിലാണ്. മുപ്പതടി ഉയരമുള്ള ശവകുടീരങ്ങൾ രത്നം പതിപ്പിച്ചതും സ്വർണത്താലുള്ളതുമാണ്.

ഓഫീസുകൾ നിലകൊള്ളുന്ന പ്രധാന കെട്ടിടത്തിന്റെ മുകൾനിലയിലാണ് ദലൈലാമ താമസിക്കുന്നത്. കൊട്ടാരത്തിൽ വിലമതിക്കാനാവാത്ത രത്നങ്ങളും വസ്ത്രങ്ങളും മുത്തുകളുമൊക്കെ സൂക്ഷിച്ചിരുന്ന എല്ലാ ചരിത്രരേഖകളും അവിടെയായിരുന്നു. താഴത്തെ നിലകളിൽ ഭക്ഷണപദാർഥങ്ങളും വസ്ത്രശേഖരങ്ങളും ഉണ്ട്. കൊട്ടാരത്തിന്റെ കിഴക്കുവശത്താണ് ജയിൽ. അവിടെ എന്റെ കൂട്ടുകാരായ പട്ടാളക്കാരുമുണ്ട്. ചെറിയ തെറ്റുകൾക്ക് ശിക്ഷിക്കപ്പെട്ടവരായിരുന്നു ജയിൽവാസികൾ.

"അതെന്താ വലിയ തെറ്റ് ചെയ്യുന്നവർക്ക് വേറെ ജയിലാണോ"പഞ്ച ചോദിച്ചു. അദ്ദേഹത്തിന്റെ മുഖത്ത് അഭിമാനത്തിൽ കുതിർന്നൊരു മന്ദഹാസമുണ്ടായി.

"അതല്ല കുട്ടീ." വലിയ തെറ്റുകൾ ചെയ്യുന്നവർ വളരെ ചുരുക്കമാണ്. മതവിശ്വാസങ്ങളിൽ ആമഗ്നരായിരിക്കുന്നവർ തെറ്റ് ചെയ്യാൻ മടിച്ചിരുന്ന കാലമായിരുന്നു അത്.

"അങ്ങ് ലാമയെക്കുറിച്ച് പറയൂ."

"ദലൈലാമ കുട്ടിത്തം മാറാത്ത പ്രകൃതമായിരുന്നു. മുറികളിൽ കയറിയിറങ്ങി കരകൗശല വിദ്യകളും കൊത്തുപണികളുമൊക്കെ നോക്കിയിരിക്കാൻ കൗതുകമായിരുന്നു. അദ്ദേഹത്തിന് സന്ദർശകർ കളിപ്പാട്ടങ്ങളും ഭക്ഷണവും മറ്റും കൊണ്ടുവന്നു."

അദ്ദേഹം ദീർഘമായി നിശ്വസിച്ചു. സംസാരിക്കുമ്പോൾ മാത്രമാണ് ഉത്സാഹം. നിർത്തുമ്പോൾ മുഖത്ത് ക്ഷീണം മാത്രം ശേഷിപ്പിക്കുന്ന ഓർമകൾ ജീവസുറ്റതാകുന്നു. കണ്ണുകളിൽ പഞ്ച ആകാംക്ഷയോടെ നോക്കി.

"ഞങ്ങൾ ടിബറ്റൻസിന്റെ മനസിൽ യുദ്ധവും ചോരയും കൊലയുമൊന്നുമില്ലായിരുന്നു. സൈനികരായിരുന്നിട്ടും എന്നെങ്കിലും യുദ്ധം ചെയ്യേണ്ടിവരുമെന്ന് ഞങ്ങൾ വിശ്വസിച്ചിരുന്നില്ല."

"സൈനികർക്ക് ആയുധ പരിശീലനം തന്നിട്ടില്ലേ?"

"ആയോധന കലയെന്നത് അവിടെ സൈനികർക്ക് മാത്രമായിരുന്നില്ല. സാധാരണ ഗ്രാമീണരും അത് പരിശീലിച്ചിരുന്നു. സ്വരക്ഷയ്ക്കോ അതിലുപരി ആപത്തിലായവരെ രക്ഷിക്കാനോ മാത്രമായിരുന്നു പഠനം. എതിരാളികളെ നശിപ്പിക്കണമെന്നു ഞങ്ങൾ കരുതിയതേയല്ല."

"ദലൈലാമയെ സാബ് എന്നും കാണുമായിരുന്നു അല്ലേ?"

"പതിനാലോ പതിനഞ്ചോ വയസുള്ള കുട്ടിയായിരുന്നു അന്നദ്ദേഹം. കൊട്ടാരത്തിലെ പുൽത്തകിടികളിൽ കളിക്കുകയും പ്രാർഥനകൾക്കും പഠനത്തിനുമായി കുട്ടിത്തത്തിന്റെ ഇഷ്ടക്കേടോടെ പങ്കെടുക്കുകയും ചെയ്യുന്ന ഒരു സാധാരണ ബാലൻ. അതീവ തിളക്കവും തേജസ്സാർന്ന മുഖവുമാണ് എന്റെ ഓർമയിലുള്ളത്. അകലെനിന്ന് നോക്കിനിൽക്കാൻ ആരും കൊതിച്ചുപോകും. അദ്ദേഹത്തിനു ചുറ്റും ഒരുസംഘം എന്നുമുണ്ടാകും. ദേഹരക്ഷയ്ക്കായുള്ള സൈനികരും പഠനത്തിനായുള്ള ഗുരുനാഥൻമാരും. പക്ഷേ അതദ്ദേഹത്തിനിഷ്ടമായിരുന്നില്ല. സ്വാതന്ത്ര്യം കാംക്ഷിക്കുന്ന ബാല്യത്തിന്റെ രസക്കേടോടെ ഞങ്ങളോട് ദേഷ്യപ്പെടും.

"അൽപ്പനേരമെങ്കിലും എന്നെ തനിച്ചുവിടാമോ" എന്ന് ചോദിക്കുമായിരുന്നു. സഹോദരൻ ഒപ്പമുണ്ടായിരുന്നു. മൂത്ത ജ്യേഷ്ഠനായിരുന്നു ഏറ്റവും അടുത്ത കൂട്ടുകാരനും. സുന്ദരമായ ഒരു കാലമായിരുന്നു. ഒരിക്കലും ആരെയും പേടിക്കേണ്ടെന്നു കണ്ടെത്തിയിരുന്ന കാലം."

"ചൈനയുടെ ആക്രമണമുണ്ടായപ്പോൾ സാബ് എന്തു ചെയ്തു?" പഞ്ച ചോദിച്ചപ്പോൾ അദ്ദേഹം അൽപ്പ നേരം മൂകനായി. പത്തൻപത് വർഷങ്ങൾക്ക് മുന്നേയുള്ള നടുക്കത്തിന്റെ നിമിഷങ്ങൾ തൊട്ടുമുന്നിലെത്തിനിൽക്കുന്നത് ആ കണ്ണുകളിൽ കാണാമായിരുന്നു.

"തെളിച്ചമില്ലാത്ത ഒരുദിവസമായിരുന്നു അന്ന്. നേരം വെളുത്തപ്പോഴും കൊട്ടാരത്തിലെ പൂമരത്തിലായിരുന്നു മൂങ്ങ. കാലാനയപ്പക്ഷികൾ കൊട്ടാരമുറ്റത്ത് ചിറകടിച്ച് പറന്നുയർന്നു. ഒരു കറുത്ത മേഘം നിഴൽ പരത്തുന്നുണ്ടായിരുന്നു."

ദലൈലാമ പൂന്തോട്ടത്തിൽ കളിക്കുകയായിരുന്നു. ഞങ്ങൾ സുരക്ഷാ ഭടൻമാർക്കൊപ്പമായിരുന്നു കളി. ഒരു സൈനികൻ ഓടിവന്നു. അന്ന് റീജന്റായിരുന്ന റിംപോച്ചെയുടെ കൈയിൽ ഒരു പേപ്പർ കൊടുത്തു. പിന്നീടവർ വളരെ രഹസ്യമായി സംസാരിച്ചു. അത്രയും ഗൗരവത്തോടെ റിംപോച്ചെയെ മുന്നേ കാണുന്നതുകൊണ്ടാവാം, ദലൈലാമ എന്നോട് ചോദിച്ചു:

“എന്താണവർ സംസാരിക്കുന്നത്. ഞാനെന്തെങ്കിലും കുസൃതി കാട്ടിയോ.”

ആ മുഖത്ത് ഭീതിയും ആകാംക്ഷയും കലർന്നിരുന്നു. അഹിതമായതെന്തോ വന്നെത്തുമെന്ന പേടി ദലൈലാമയുടെ നെറ്റിയുടെ മധ്യത്തിൽ പിടയുന്നുണ്ടായിരുന്നു. ദുർദിനങ്ങളുടെ മുന്നറിയിപ്പ് ഞങ്ങളുടെ ടിബറ്റിന് മുകളിൽ ആകാശം അറിയിച്ചുകഴിഞ്ഞിരുന്നതായി മതാചാര്യൻമാർ പറഞ്ഞിരുന്നു.

അന്നുച്ചയോടെ ഞങ്ങൾ അറിഞ്ഞു, ചൈനപ്പട്ടാളം ടിബറ്റിനെ കീഴടക്കിക്കൊണ്ടിരിക്കയാണ്. ദലൈലാമ അപകടത്തിലാണ്. സ്ഥാനാരോഹണത്തിന് ഇനി കാലതാമസമുണ്ടാകരുത്. കേട്ടറിവു മാത്രമുള്ള ഒരു പഴയ ദുരന്തചരിത്രത്തിന്റെ ഏടുകൾ വീണ്ടും പുതിയ തലമുറയ്ക്ക് മുന്നിൽ നിവർത്തുകയായിരുന്നു ആ പഴയ സൈനികൻ. ഓരോ അക്ഷരവും അവരെ നടുക്കുന്ന ഓരോ താളങ്ങളും തളർത്തുന്ന ഓരോ അധ്യായവും വിവശരാക്കുന്നു.

“അപ്പോൾ അതുവരെ അദ്ദേഹത്തിന് സ്ഥാനാരോഹണം ലഭിച്ചിരുന്നില്ലേ?”

“ഇല്ല. പതിനെട്ട് വയസിൽ വിദ്യാഭ്യാസം പൂർത്തിയായിക്കഴിഞ്ഞേ അത് നടക്കുമായിരുന്നുള്ളൂ. പക്ഷേ അന്നത്തെ അടിയന്തിര സാഹചര്യം കാരണം പതിനാറാം വയസിൽ നിനച്ചിരിക്കാതെ അദ്ദേഹത്തിന് അധികാരം കയ്യേറേണ്ടിവന്നു.”

“അദ്ദേഹത്തിന് അതിന് സമ്മതമായിരുന്നോ?”

“കളിപ്രായം കഴിയാത്ത ഒരു കൗമാരക്കാരൻ ഏതാനും ദിവസങ്ങൾകൊണ്ട് ഒരു രാജ്യത്തിന്റെ ഭരണാധികാരിയായി മാറി. ആ മാറ്റം ഞങ്ങളെ അത്ഭുതപ്പെടുത്താതിരുന്നില്ല. കടങ്കഥകളും കളിപ്പാട്ടുകളും വഴിമാറി നിർദേശങ്ങളും ആജ്ഞകളും എത്രപെട്ടെന്നാണ് ആ നാവിന് വശംവദമായത്. കൈയിൽ ബൈനോക്കുലറുമായി ഓടിനടന്ന ആൾ ലാസയ്ക്ക് ചുറ്റും പാഞ്ഞുകയറുന്ന ചൈനപ്പട്ടാളത്തെ എങ്ങനെ നിയന്ത്രിക്കണമെന്ന് ചിന്തിക്കാൻ തുടങ്ങി.”

“പേടിയുണ്ടായിരുന്നില്ലേ അദ്ദേഹത്തിന്?”

“പേടിയുണ്ടായിരുന്നു. അത് സ്വന്തം പ്രാണനെ ഓർത്തായിരുന്നില്ല. ടിബറ്റിനെ, സ്വന്തം ജനതയെ എങ്ങനെ സംരക്ഷിക്കുമെന്നുള്ള ആകുലതയായിരുന്നു. ജനങ്ങളാകട്ടെ അവരുടെ പ്രാണനേക്കാൾ ദലൈലാമയെ എങ്ങനെ രക്ഷിക്കുമെന്നായിരുന്നു ചിന്തിച്ചത്. പരസ്പരം രക്ഷിക്കാനുള്ള മത്സരം. സ്നേഹത്തിന്റെയും സഹനത്തിന്റെയും ത്യാഗത്തിന്റെയും മത്സരമായിരുന്നു ടിബറ്റിൽ അന്ന് നടന്നത്.”

സംസാരിക്കുമ്പോൾ വാക്കുകളിടറി. പഞ്ചയുടെ നെഞ്ചിലും വിങ്ങലുണ്ടായി.

“എനിക്ക് അമ്മയും സഹോദരിയും ഭാര്യയും കുട്ടികളുമുണ്ടായിരുന്നു. ചെറിയ കുട്ടികൾ. പക്ഷേ ദലൈലാമയുടെ സുരക്ഷാഭടന്മാരിലൊരാളായി ടിബറ്റിൽനിന്നും എനിക്കൊളിച്ചോടേണ്ടിവന്നു.”

"അപ്പോൾ സാബിന്റെ കുടുംബം?"

"അന്ന് കുടുംബത്തെക്കുറിച്ചല്ല, സ്വന്തം ജീവനെപ്പോലും ഞങ്ങൾ കരുതിയിരിക്കില്ല. കണ്ണിലെ കൃഷ്ണമണികളേക്കാൾ സുരക്ഷിതമായി ഞങ്ങളുടെ നേതാവിനെ രക്ഷാസ്ഥാനത്ത് എത്തിക്കേണ്ടിയിരിക്കുന്നു. മഞ്ഞും മഴയും കൊടുങ്കാറ്റുമുള്ള വഴികൾ. യാക്കിന്റെയും കുതിരകളുടെയും കഴുതകളുടെയും പുറത്ത് കയറിയിരുന്നുള്ള യാത്ര. ഒരു രാത്രിയിൽ ചൈനപ്പട്ടാളത്തിന്റെ കണ്ണുവെട്ടിച്ചായിരുന്നു ഞങ്ങൾ പുറപ്പെട്ടത്. നക്ഷത്രങ്ങൾ അസാമാന്യമാംവിധം തിളക്കത്തോടെ ആകാശത്തിൽ നമുക്ക് വഴികാട്ടിയിരുന്നു. ഭയപ്പാടുകളില്ലാത്ത മുഖവുമായി ദലൈലാമ കുതിരപ്പുറത്ത് പട്ടാളവേഷത്തിൽ ശാന്തനായിരുന്നു. പത്തിരുനൂറ് പേരുണ്ടായിരുന്ന- ഞങ്ങളുടെ കൂട്ടത്തിൽ വലിയ ഓഫീസർമാർ, ബുദ്ധസന്യാസിമാർ, സൈനികർ- ഞങ്ങൾ ചെറിയ കൂട്ടങ്ങളായി വേർതിരിഞ്ഞാണ് പുറപ്പെട്ടത്, മറ്റാരുടേയും ശ്രദ്ധയിൽപ്പെടാതിരിക്കാൻ." ആ യാത്ര പഞ്ച കാണുന്നുണ്ടായിരുന്നു. കണ്ണടച്ചാൽ ആ കാലം കൺമുന്നിലെത്തുന്നു. അവരുടെ ഭീതിതമായ അടക്കിപ്പിടിച്ച നിശ്വാസങ്ങൾ കേൾക്കുന്നു. പ്രിയപ്പെട്ടവരെ എന്നെന്നേക്കുമായി വേർപിരിയേണ്ടിവരുന്നതിന്റെ വേദനയുടെ കാഠിന്യം അവളുടെ നെഞ്ചിനെ കുത്തിനോവിക്കുന്നു.

ജാംഗ് എന്ന ഗ്രാമത്തിലെ ബുദ്ധവിഹാരകേന്ദ്രങ്ങളുടെ മുന്നിലൂടെയായിരുന്നു ഞങ്ങളുടെ യാത്ര. അവിടെവെച്ച് ഭിക്ഷുക്കൾ ദലൈലാമയെ തിരിച്ചറിഞ്ഞു. തങ്ങളെ വിട്ടുപോകേണ്ട എന്ന അപേക്ഷയോടെ നൂറ് കണക്കിന് സന്യാസിമാരും സാധാരണ ജനങ്ങളും ഞങ്ങളെ വലയം ചെയ്തു. അവരെ പിൻതിരിപ്പിക്കുന്നത് ശ്രമകരമായിരുന്നു. ദലൈലാമയുടെ സുരക്ഷയെക്കുറിച്ച് അവരെ ബോധ്യപ്പെടുത്താൻ ചെലവഴിക്കുന്ന ഓരോ നിമിഷവും ഭയപ്പെടുത്തുന്നതായിരുന്നു. ചൈനയുടെ ചാരൻമാർ അവിടെയുണ്ടാകുമെന്നതിന് തിട്ടമില്ല. ഒടുവിൽ അവരുടെ കണ്ണീരിൽ തുഴഞ്ഞാണ് ഞങ്ങൾ ആ ഗ്രാമം കടന്നത്.

അതുപോലെ ടിബറ്റിലെ നാലാമത്തെ വൻ നഗരമായ ജാൻത്സെയും പിന്നീട് ഡ്രൊമൈയിലും ഇത്തരം വേദനാനിർഭരമായ കൂടിച്ചേരലും വേർപാടുമുണ്ടായി.

താനും അവരിലൊരു യാത്രക്കാരിയായിരുന്നോ. പഞ്ച അതിശയിച്ചു. ദലൈലാമയെ ഓർത്തവൾ വേദനിച്ചു. ഈശ്വരാവതാരമെന്നു വിശ്വസിക്കുകിലും പതിനാറു വയസുള്ള ഒരു കുട്ടി അനുഭവിക്കേണ്ടിവന്ന യാതനകൾ അവിശ്വസനീയമാണ്.

സ്കൂളിലെ ക്രിസ്ത്യാനിയായ ഒരധ്യാപിക തന്ന *ബൈബിൾ* വായിച്ചപ്പോൾ യേശുക്രിസ്തു അനുഭവിച്ചത് ഇതിലേറെ യാതനകളായിരുന്നു. ശത്രുക്കളും മിത്രങ്ങളും ക്രിസ്തുവിനെയും ഒരുപോലെ വേദനിപ്പിച്ചിരുന്നു. മനുഷ്യനുവേണ്ടി സ്വയം യാതനകളേറ്റുവാങ്ങിയ ദൈവപുത്രൻ. കഴുതപ്പുറത്തുള്ള പര്യടനം.

"ദലൈലാമയെ ഇതൊന്നും തളർത്തിയില്ലേ, സാബ്. അദ്ദേഹം എങ്ങനെ ഇതൊക്കെ തരണംചെയ്തു."

"അദ്ദേഹം ദുഃഖിതനായിരുന്നു. തന്റെ പ്രിയപ്പെട്ട ജനതയുടെ സ്നേഹം തിരിച്ചറിയുന്ന നിമിഷങ്ങളിലാണ് താൻ നിഷ്കാസിതനാകുന്നതിന്റെ വേദന അദ്ദേഹത്തെ കാർന്നുതിന്നത്."

ഡ്രോമൈയിൽ ഒരു നദിയുണ്ടായിരുന്നു. രാവും പകലും ഒരുപോലെ ശബ്ദായമാനമാക്കി ഒഴുകുന്ന നദിക്കരയിൽ കുറെ ഗ്രാമങ്ങളുമുണ്ട്. ആമോ–ചു താഴ്വാരത്തിൽനിന്നും രണ്ടായിപ്പിരിയുന്ന ആ സ്ഥലം കടൽനിരപ്പിൽനിന്നും ഒൻപതിനായിരം അടി ഉയരത്തിലായിരുന്നു. അതിന്റെ താഴ്വാരത്തിലൂടൊഴുകുന്ന നദിയുടെ തീരക്കാഴ്ച അതീവ മനോഹരമാണ്. അങ്ങിങ്ങായി ചെറിയ മലകൾ. പൈൻമരങ്ങളും പച്ച വിരിച്ച ഭൂമിയും- അന്ന് മഴയുണ്ടായിരുന്നു. എന്നിട്ടും, ആകാശവും പ്രകൃതിയും തെളിഞ്ഞുകിടന്നു. ഞങ്ങളെ എതിരേൽക്കാനെന്നപോലെ. മലകളിലേക്കുള്ള വഴികളിൽ പൂമരങ്ങൾ മെത്തവിരിച്ചിരുന്ന വസന്തകാലങ്ങളിൽ മാത്രം പൂത്തുലഞ്ഞു നിറഞ്ഞുകിടക്കുന്ന പൂമരങ്ങൾ. പൂവിരിച്ച വഴിയിലൂടെയായിരുന്നു യാത്ര.

ഡ്രോമൈയിലെ ഒരു ഓഫീസറുടെ വീട്ടിലേക്ക് ദലൈലാമ ക്ഷണിക്കപ്പെട്ടു. ആ ഓഫീസർ അദ്ദേഹത്തെ കാഴ്ചകൾ കാണിക്കാൻ കൊണ്ടുപോയി. ഞങ്ങൾ അക്ഷമരായിരുന്നു. വൈകുന്ന നിമിഷങ്ങൾ ആപൽക്കരമാണ്. പക്ഷേ ദലൈലാമയുടെ കുട്ടിത്തം അതൊന്നും ചെവിക്കൊണ്ടില്ല. ആശ്രമം നിലകൊള്ളുന്ന ഡംഗ് കാർ എന്ന കുന്നിൻ മുകളിൽ കയറിനിന്ന് ഡ്രോമൈൽ ഗ്രാമത്തിന്റെ മുഴുവൻ സൗന്ദര്യവും ആസ്വദിച്ചു.

തിരികെ യാത്രയാരംഭിച്ച ദലൈലാമയുടെ കൈയിൽ ആ നാടിന്റെ സമ്മാനപ്പെട്ടിയുണ്ടായിരുന്നു. അതിൽ നിറയെ കളിപ്പാട്ടങ്ങളും പഴങ്ങളുമുണ്ടായിരുന്നു. ആപ്പിൾ അദ്ദേഹത്തിനിഷ്ടമായിരുന്നു. ഓരോന്നായി കൈയിലെടുത്ത് അതിന്റെ ഭംഗി പരിശോധിക്കുന്ന ഞങ്ങളുടെ പ്രിയപ്പെട്ട കുട്ടിക്ക് ഗുരുവിനോട് തോന്നിയ വാത്സല്യം പറഞ്ഞറിയിക്കാനാവാത്തതായിരുന്നു.

എങ്കിലും ഈ സാഹസികതകൾക്കിടയിലും ടിബറ്റിനെക്കുറിച്ച് ശ്രദ്ധാലുവായിരുന്നു. എല്ലാ സായാഹ്നങ്ങളിലും റേഡിയോ കേൾക്കാൻ മറക്കാറില്ല. കൂടെ റിംപോച്ചെയുമുണ്ടായിരുന്നു. ടിബറ്റിലെ വാർത്തകൾ പരസ്പരം ചർച്ചചെയ്യുമ്പോഴെല്ലാം കുട്ടിത്തം വെടിഞ്ഞ് ആ മുഖം കാണപ്പെട്ടു. നേതൃത്വത്തിന്റെ തിളക്കവും ഉത്തരവാദിത്വവും ആ കണ്ണുകളിലുണ്ടായിരുന്നു.

"സുരക്ഷിതരായി നിങ്ങൾ ഇന്ത്യയിലെത്തിയോ" പഞ്ചയ്ക്ക് അതറിയാൻ ആകാംക്ഷയേറിയിരുന്നു.

"ആ യാത്രയിൽ ഞങ്ങൾ വേർപെട്ടു. ഒരു പുഴ കടക്കേണ്ടതുണ്ടായിരുന്നു. ആരോ ശത്രുക്കൾ ഞങ്ങളെ പിൻതുടരുന്നുണ്ടെന്ന പേടിയായിരുന്നു ഞങ്ങളെ നയിച്ചിരുന്നത്. ദലൈലാമയെ സുരക്ഷിതമായി പുഴ

കടത്തിയെങ്കിലും ഞാനും മറ്റു ചിലരും ഒഴുകിപ്പോയി. ഞങ്ങൾ കുറച്ചു പേർ വഴിതെറ്റി മാസങ്ങളോളം മലകളും കാടുകളും താണ്ടി യാത്ര തുടരുന്നു. വഴിയിൽ കാട്ടുമൃഗങ്ങളും കാലാവസ്ഥയും ആക്രമിച്ചു. ഒപ്പം നടന്നവരിൽ ഓരോരുത്തരായി മരിച്ചുവീഴുന്നതു കണ്ട് ആദ്യമൊക്കെ തോന്നിയ നടുക്കം പിന്നീടില്ലാതായി. ലക്ഷ്യസ്ഥാനത്തെത്താൻ ഒരിക്കലും കഴിയില്ലെന്ന് മനസ്സ് തീർച്ചപ്പെടുത്തിയിരുന്നു."

ആ മുഖത്ത് ചുളിവുകളേറിയിരുന്നു.

"ആ യാത്ര തുടങ്ങിയതിന്റെ നാലാമത്തെയോ അഞ്ചാമത്തെയോ വർഷമായിരുന്നു ഇന്ത്യയിലെത്തിയത്. അതുവരെ ഗ്രാമങ്ങളും കാടുകളും നാടുകളും നഗരങ്ങളും താണ്ടി അലഞ്ഞു. പേരറിയാത്ത നാടുകൾ. അറിയാത്ത ഭാഷകൾ. ഭിക്ഷ ചോദിച്ചു ചെന്നപ്പോൾ ചിലർ ദയവോടെ തന്നു. മറ്റുചിലർ ആട്ടിയോടിച്ചു. അവരൊക്കെ ഉപദ്രവിച്ചു. അവിടെ വച്ച് മാരക രോഗം ബാധിച്ചു. പിന്നീടെന്നോ ജയിൽ വിമോചിതനായി അലഞ്ഞുതിരിഞ്ഞ് ഇവിടെ വന്നെത്തി."

"സാബിന്റെ കുടുംബത്തെ കാണണമെന്ന് തോന്നിയിട്ടില്ലേ" ഇത്തവണ അയാൾ ചിരിച്ചു. നരച്ച കുറ്റിമുടിയുള്ള തലയിലൂടെ വിരലോടിച്ചു. പിന്നെ ആ തൊപ്പി തലയിൽ വച്ചു. ഈ സമയമത്രയും ആ തൊപ്പി അയാൾ വൃത്തിയാക്കുകയായിരുന്നെന്ന് പഞ്ചു അപ്പോഴാണോർത്തത്.

"അവരൊക്കെ അവിടെ ടിബറ്റിൽ ജീവനോടുണ്ടോ? ആർക്കാ നിശ്ചയം. മക്കളൊക്കെ വളർന്ന് വലിയവരായിരിക്കാം. അല്ലെങ്കിൽ ഓരോരുത്തരായി മരിച്ചുപോയിരിക്കാം. ഓർക്കാറുണ്ട്. ഭാര്യ, മക്കൾ, അമ്മ എല്ലാവരേയും ഒരിക്കലും ഒന്നു കാണാൻപോലുമാവാതെ എന്നെപ്പോലുള്ളവരുടെ ജന്മം തീരും. ആഗ്രഹങ്ങൾ നുള്ളിയെടുത്ത് ടിബറ്റിന്റെ മണ്ണിൽ സംസ്കരിച്ച് ഓടിയകന്ന ഒരു ജനതയാണല്ലോ ഞങ്ങളുടേത്."

ആ നരച്ച കണ്ണുകളിൽനിന്നും കണ്ണീരൊഴുകി. എന്തിനെന്നറിയാതെ പഞ്ചയും കരഞ്ഞു. ടിബറ്റിനെ ഓർത്തോ, ഈ പാവം പഴയ സൈനികനെയോർത്തോ. അതോ സെൻചിയേയും തന്നെപ്പോലുള്ളവരുടെ വിധിയേയും ഓർത്തോ.

പതിമൂന്ന്

പ്രധാന ക്ഷേത്രത്തിൽ മൂന്ന് സ്വർണപ്രതിമകളുണ്ടായിരുന്നു. ശ്രീബുദ്ധന്റെ ത്രിഭാവങ്ങൾ. അതിനോട് ചുറ്റും ചുമർചിത്രങ്ങൾ അവതാരകഥകൾ. മാർബിൾ വിരിച്ച വലിയഹാൾ മനോഹരമായിരുന്നു. വാദ്യോപകരണങ്ങളും പൂക്കളും പ്രാർഥനാചക്രങ്ങളും തുണിയിൽ വരച്ചെടുത്ത ചിത്രങ്ങളുമൊക്കെ കാഴ്ചയെ സമ്പന്നമാക്കുന്നു.

ഗുഅ ഓരോ ചിത്രങ്ങളുടേയും പിറകിലെ ചരിത്രങ്ങളും കഥകളും വിവരിച്ചു. അപ്പോൾ ആ മുഖത്ത് അസാമാന്യമയ തേജസ്സുണ്ടായിരുന്നു. വാക്കുകൾക്ക് വേഗതയും ഓജസ്സുമുണ്ട്. നടന്നു കാൽ കഴച്ചപ്പോൾ അഖില തണുത്ത മാർബിൾ തറയിലേക്കിരുന്നു. ക്ഷേത്രത്തിന്റെ വിശാലമായ അകത്തളം തണുത്തിരുന്നു. വെളിയിലെ ചൂടും സന്ദർശകരുടെ ബഹളവുമൊന്നും അവിടേക്ക് കടന്നുവന്നില്ല.

അഖില നിലത്തിരുന്നു നോക്കുമ്പോൾ എങ്ങും വ്യാളീമുഖങ്ങളുണ്ടായിരുന്നു.

"ഈ ഭീകരവ്യാളിയുമായി എന്താണ് ബന്ധം ഗുഅ?" അഖില ചോദിച്ചു.

ഇരുന്നുകൊണ്ട് നോക്കുമ്പോൾ ഗുഅക്ക് ഒരു പാടുയരം തോന്നിച്ചു. ആ മുഖവും വാക്കുകളും തന്നിൽ നിന്നേറെ ഉയരെ, ആകാശത്തിലെ തിങ്കളെപ്പോലെ ജ്വലിച്ചുനിൽക്കുന്നു. ഗുഅ അവളുടെ മുഖത്തേക്ക് നോക്കി. അവളുടെ കണ്ണുകൾ ആമ്പൽപ്പൂക്കൾ പോലെ വിടർന്നു നിൽക്കുന്നു.

അഖിലയ്ക്കും തനിക്കുമിടയിൽ ഇത്രയേറെ ആവശ്യമില്ലെന്ന മട്ടിൽ ഗുഅ, അവൾക്കരികെ. എന്നാൽ കൃത്യമായ അകലംപാലിച്ചിരുന്നു.

"വ്യാളി ചൈനയുടെ ഭാഗ്യചിഹ്നമാണ്. കാണുന്നിടത്തെല്ലാം വ്യാളി

യുണ്ടെന്നൊരു വിശ്വാസമാണ് നമ്മുടേത്. കടലിലും പുഴയിലും തടാകത്തിലും മഴമേഘങ്ങൾക്കിടയിലുമുണ്ടെന്ന്.”

“അതൊരത്ഭുതകരമായ വിശ്വാസമാണല്ലോ”.

ഒരു കുട്ടിയുടെ കൗതുകത്തോടെ അവൾ ഹാളിലെ ചിത്രങ്ങളിലേക്ക് മതിവരാതെ കണ്ണോടിച്ചു.

“ബുദ്ധഭിക്ഷുക്കൾക്ക് ഒട്ടും യോജിക്കാത്ത വ്യാളീമുഖം” അവൾ സ്വയം പുറുപിറുത്തു. ഗുഅ അതിന് മറുപടി പറഞ്ഞില്ല.

“എനിക്ക് ബുദ്ധമതത്തെക്കുറിച്ചൊന്നും അറിയില്ല. നമ്മുടെ നാട്ടിൽ ബുദ്ധമതത്തിൽ വിശ്വസിക്കുന്നവരുണ്ട്”.

“ബുദ്ധമതത്തിന് രണ്ടു വിഭാഗങ്ങളുണ്ട്. മഹായാനവും ഹീനയാനവും. സാധാരണക്കാർക്കുള്ളതാണ് ഹീനയാനം. സന്യാസിമാർക്ക് മഹായാനവും. ടിബറ്റൻ ജനത മോക്ഷമാർഗത്തിനായി അനുഷ്ഠിക്കുന്നത് ഹീനയാനമാണ്”.

“യാനം. എന്താണതിന്റെ അർഥം?” അവൾ ചോദിച്ചു.

“യാനങ്ങൾ എന്നാൽ ലക്ഷ്യത്തിലേക്ക് സഞ്ചരിക്കാനുള്ള വാഹനങ്ങൾ. ബുദ്ധമതപ്രകാരം മോക്ഷത്തിലേക്കെത്താനുള്ള മാർഗം.”

“ഇതൊക്കെ കുട്ടിക്കാലത്ത് തന്നെ പഠിച്ചോ?”

“പഠനമെന്നാൽ പടിപടിയായി മാത്രമുള്ള ഒരു സഞ്ചാരമാണ്. ജ്ഞാനത്തിലേക്കുള്ള പ്രകാശത്തിലേക്കുള്ള യാത്ര. ടിബറ്റിന്റെ പാരമ്പര്യ രീതിയിലാണ് ലോകത്തെവിടെയായാലും ഞങ്ങളുടെ വിദ്യാഭ്യാസം. വേദങ്ങളും മതഗ്രന്ഥങ്ങളും ഗുരുമുഖത്തു നിന്നുതന്നെ പഠിക്കേണ്ടിയിരിക്കുന്നു. പിന്നെ മനസിനെ ഏകാഗ്രമാക്കുന്ന ധ്യാനവും പ്രാർഥനയും. ടിബറ്റൻ ഭാഷയിലുള്ള വിദ്യാഭ്യാസത്തിന് മൂന്നു ഘട്ടങ്ങളാണുള്ളത്. ആദ്യത്തേത് മാനസികവളർച്ചയ്ക്കുതകുന്ന നാടകം, ജ്യോതിഷം, നൃത്തം, സംഗീതം, കവിത എന്നിവ. പിന്നീട് സംഖ്യാശാസ്ത്രം, സംസ്കൃതം, തർക്കശാസ്ത്രം, മതതത്വശാസ്ത്രം എന്നിങ്ങനെയുള്ളവ. പിന്നീടാണ് ആദ്ധ്യാത്മികതയും മതത്വവും പഠിക്കുന്നത്.”

“ബുദ്ധമതത്തെക്കുറിച്ച് കുറേയേറെ പഠിക്കാനുണ്ടോ?”

“പഠിച്ചുകൊണ്ടേയിരിക്കുന്നു. മതഗ്രന്ഥങ്ങൾ ആയിരക്കണക്കിനുണ്ട്. ഓരോന്നും പഠിച്ചുകഴിയുമ്പോൾ ഇനിയും ഏറെ പഠിക്കാനുണ്ടെന്ന ബോധം ശേഷിക്കും. നമ്മൾ ജീവിതകാലം മുഴുവൻ പഠിച്ചുകൊണ്ടേയിരിക്കുന്നു. മതഗ്രന്ഥങ്ങളേക്കാൾ, പാഠപുസ്തകങ്ങളേക്കാൾ വലിയൊരു പുസ്തകമുണ്ട്. ജീവിതമെന്ന മഹാഗ്രന്ഥം. നമ്മൾ മരണാസന്നനായ നിമിഷവും പഠിക്കുന്നു. അന്ത്യശ്വാസം പോലും ഒരു പാഠമാണ്. അവസാനപാഠം.”

അഖില ആ യുവാവിനെ കൗതുകത്തോടെ നോക്കി. നാട്ടിലുള്ള കുറെയേറെ സന്യാസിമാരെ അവൾ കണ്ടിട്ടുണ്ട്. അസഹനീയമായ വേദനകൾക്ക് നിവാരണത്തിനെന്നോണം അവരുടെ മുന്നിൽ അഭയം പ്രാപി

ച്ചിട്ടുണ്ട്. പക്ഷേ അവരാരും പറയുന്നത്ര മഹത്വവും നിശുദ്ധമായ തൊന്നുമല്ല ഗുഅ പറയുന്നത്.

ഹാളിലൂടെ ചെറിയ കുട്ടികൾ കൗതുകത്തോടെ ഓടിക്കളിക്കുന്നതു നോക്കി ഗുഅ ചോദിച്ചു:

"എന്താ വിച്ചുവിനെ കൊണ്ടു വരാത്തത്?"

അഖിലയുടെ മുഖം വാടി. വിച്ചു ചുണ്ടായിയുമായി പോരടിക്കുന്നുണ്ടാവാം. അവർ പാകംചെയ്ത ഭക്ഷണമൊക്കെ വാരിവലിച്ചു കഴിക്കുകയും, ശേഷിച്ചതൊക്കെ വലിച്ചെറിയുകയും ചെയ്യുകയാവാം. ചുണ്ടായി ചെറുതായി കണ്ണുരുട്ടുകയും ടിബറ്റൻ ഭാഷയിൽ ശ്വാസിക്കുകയും ഒടുവിൽ സങ്കടപ്പെട്ടു കരയുകയും ചെയ്തിരിക്കാം.

"വിച്ചു വന്നാൽ അടങ്ങിയിരിക്കില്ല ഗുഅ. അവനെപ്പോഴും എന്തെങ്കിലും തിന്നുകൊണ്ടേയിരിക്കണം. അറിയാതെ മലമൂത്ര വിസർജനം ചെയ്യും. പിന്നെ ഇവിടെ വരുന്നവർക്കൊക്കെ അവൻ ഒരു കാഴ്ചവസ്തുവാകുന്നത് എനിക്ക് സഹിക്കാനാകുന്നില്ല. കാഴ്ചകൾ കാണാൻ വരുന്ന ടൂറിസ്റ്റുകൾക്ക് അവൻ ഒരു പ്രദർശനവസ്തുവായിരിക്കും. അവന്റെ ശാഠ്യവും വികൃതമായ കരച്ചിലും ഒരു കോമഡിഷോ കണ്ടിരിക്കുന്നതിന്റെ കൗതുകത്തോടെ നോക്കിയിരിക്കും."

ഗുഅ അവളെ സങ്കടത്തോടെ നോക്കി.

"മുറിക്കുള്ളിൽ എപ്പോഴും അടച്ചിരുന്നാൽ അവന് ഒരു ചെയ്ഞ്ചുണ്ടാവില്ല ടീച്ചർ."

"അവന് ഒരിക്കലും ഒരു ചെയ്ഞ്ചും ഉണ്ടാകാൻ പോകുന്നില്ല ഗുഅ. എല്ലാ ഡോക്ടേഴ്സും സർട്ടിഫൈ ചെയ്തു കഴിഞ്ഞതാണ്. പ്രതീക്ഷകൾ ഞാനെന്നേ കൈവിട്ടു."

അവളുടെ വാടിയ മുഖത്ത് ചിറകറ്റുവീണു കിടക്കുന്ന പ്രതീക്ഷയുടെ കരിഞ്ഞ ശവങ്ങൾ ഗുഅ കാരുണ്യത്തോടെ നോക്കിക്കാണുന്നുണ്ടായിരുന്നു. അവളുടെ കണ്ണുകൾക്ക് ഒരു ചിതയുടെ ശൂന്യത അനുഭവപ്പെട്ടു.

അഖില ബാഗിൽനിന്നും പ്ലാസ്റ്റിക് ബോട്ടിലിൽ വെള്ളമെടുത്തു കുടിച്ചു. ഇളം റോസ് നിറമുള്ള സുഗന്ധമുള്ള വെള്ളം ചുണ്ടായി ദാഹശമനിയിട്ട് ചൂടാക്കിയെടുത്തതാണ്. അവൾ കുടിച്ചു കഴിഞ്ഞപ്പോൾ ഗുഅ കൈ നീട്ടി.

"എനിക്കൽപ്പം തരാമോ?"

കൈ നീട്ടി നിൽക്കുന്ന ചെറുപ്പക്കാരനായ ബുദ്ധഭിക്ഷുവിനെ നോക്കിയപ്പോൾ ഒരു പഴയ ചിത്രത്തിന്റെ പുനരാവിഷ്കാരമാണെന്നവൾക്ക് തോന്നി. ചെറിയ ക്ലാസുകളിൽ പഠിക്കുമ്പോൾ *മലയാളം പാഠാവലി*യിൽ ഇത്തരമൊരു മങ്ങിയ ബ്ലാക് ആന്റ് വൈറ്റ് ചിത്രമുണ്ടായിരുന്നു. കൈ നീട്ടി നിൽക്കുന്ന ബുദ്ധഭിക്ഷുവിന്റെ മുന്നിൽ വെള്ളം നിറച്ച കുടവുമായൊരു യുവതി. അഖില ഒന്നൂറിച്ചിരിച്ചു. അത്ഭുതത്തോടെ ഗുഅ ചോദിച്ചു:

"എന്താ ചിരിക്കുന്നത്. വെള്ളം തരുന്നതിൽ ബുദ്ധിമുട്ടുണ്ടോ?"

"നീചനാരി തൻ കൈയാൽ ജലം വാങ്ങി
ആചരിക്കുമോ ചൊല്ലെഴുമാര്യന്മാർ
എന്ന് ഗുഅ കേട്ടിട്ടില്ലല്ലോ."

"എനിക്കീ പറഞ്ഞതൊന്നും മനസിലായില്ല ടീച്ചർ മലയാളമോ, സംസ്കൃതമോ?"

ബോട്ടിൽ അയാളുടെ കൈയിലേക്ക് കൊടുത്തിട്ടവൾ പറഞ്ഞു:

"അതൊരു മലയാള കവിതയാണ്. ഞങ്ങളുടെ പ്രിയപ്പെട്ട മഹാകവി കുമാരനാശാന്റെ *ചണ്ഡാലഭിക്ഷുകി* എന്ന കവിത. അതിലിതുപോലൊരു സീനുണ്ട്. ബുദ്ധഭിക്ഷു ദാഹജലം ചോദിക്കുമ്പോൾ താണ ജാതിക്കാരിൽനിന്നും വെള്ളം കുടിക്കാമോ എന്നാണവൾ ചോദിക്കുന്നത്."

ഗുഅ അതീവ്രശ്രദ്ധാലുവായി ഇരിക്കുകയാണ്.

"ജാതി ചോദിക്കുന്നീല ഞാൻ സോദരി
ചോദിക്കുന്നതു നീർ നാവു വരണ്ടഹോ എന്ന് ഭിക്ഷു മറുപടി പറഞ്ഞു. എന്തെന്നാൽ ജാതിയല്ല, വെള്ളമാണ് ചോദിക്കുന്നതെന്ന്. പണ്ട് നമ്മുടെ നാടൊരു ഭ്രാന്താലയമായിരുന്നു എന്നാണ് വിവേകാനന്ദൻ പറഞ്ഞത്."

"വിവേകാനന്ദൻ കേട്ടിട്ടുണ്ട്. എന്താണങ്ങനെ പറയാനുള്ള കാരണം?"

അവളുടെ ബോട്ടിൽ തിരിച്ചു കൊടുത്തിട്ട് ഗുഅ താൽപ്പര്യത്തോടെ ചോദിച്ചു.

"അന്നത്തെ ജാതിവ്യവസ്ഥകൾ ഭ്രാന്തമായിരുന്നു. താണജാതിക്കാർ ഏറെ പീഡനങ്ങൾ സഹിക്കേണ്ടിവന്നു. ജന്മിത്വം നിലവിലുള്ള കാലം. വയലുകളും ഭൂമികളുമൊക്കെ ഉയർന്ന ജാതിക്കാർക്ക്. സ്വന്തം ഉഴവു കാളകളേക്കാൾ കഷ്ടമായിരുന്നു താണജാതിക്കാരുടെ ജീവിതം. രാപ്പകൽ ജോലിയെടുക്കണം. കിട്ടുന്നകൂലി വാങ്ങി അവർക്കടിമപ്പെട്ടു ജീവിക്കുക. ഒന്നിനും സ്വതന്ത്ര്യമില്ല. സ്ത്രീകൾക്ക് മാറ് മറക്കാനുള്ള അവകാശമില്ല. സ്വന്തം മക്കൾക്ക് നല്ല പേരിട്ട് വിളിക്കാൻ പാടില്ല. പറഞ്ഞാൽ തീരാത്തത്രയും അവിശ്വസനീയമായ കാര്യങ്ങളാണ്."

ഗുഅ ശ്രദ്ധയോടെ ഇരുന്നു. പലതും അദ്ദേഹത്തിന് പുതിയ അറിവുകളാണ്.

"അന്ന് ക്ഷേത്രങ്ങളെല്ലാം സവർണ നിയമങ്ങൾക്കനുസൃതമായിട്ടാണ് നിലനിന്നിരുന്നത്. പക്ഷേ അണ്ടലൂർക്കാവിൽ എല്ലാ ജാതിക്കാർക്കും പ്രവേശമുണ്ടായിരുന്നു അതിനു കാരണമുണ്ട്."

ഗുഅയുടെ കണ്ണുകളിൽ ഒരു ശ്രോതാവിന്റേതും ചെറിയകുട്ടിയുടേതുമായ നിഷ്കളങ്കമായ കൗതുകമുണ്ടായിരുന്നു. കഥ പറയുന്ന ഒരമ്മ ഭാവമായിരുന്നു അഖിലയിൽ. ഗുഅയുടെ മുഖം കാണുമ്പോൾ, തന്റെ കഥ കേൾക്കാൻ കഴിയാതെപോയ വിച്ചുവിന്റെ അജ്ഞാത ഭാവങ്ങളെയാണ് അവളോർത്തത്.

"ഒരു ചരിത്ര കഥയുണ്ട്. വിനയവർമ എന്ന മഹാരാജാവിന്റെ മകനായ വിജയവർമ രാജാവ് ബുദ്ധമത വിശ്വാസിയായിരുന്നു. ഏകദേശം

നാലാം നൂറ്റാണ്ടെന്നായിരുന്നു എന്റെ ഓർമയിൽ. അദ്ദേഹം തന്റെ നാട്ടിൽ ഒരു ബുദ്ധവിഹാരകേന്ദ്രം പണിഞ്ഞിരുന്നു. ഈ സങ്കേതം ഇടയ്ക്ക് കടലാക്രമണത്തിൽപ്പെട്ടപ്പോൾ അതിനെ രക്ഷിക്കാൻ അന്നത്തെ ഭരണാധികാരികൾ ശ്രമിച്ചു എന്നും കഥയിലുണ്ട്. കോലത്തുനാട് ഭരിച്ച വളഭൻ പിൽക്കാലത്ത് അവിടെ വച്ച് ബുദ്ധസന്യാസിമാരെ കണ്ട് അനുഗ്രഹം വാങ്ങിയതായും ആ കഥയിൽ പരാമർശിക്കുന്നു. ഈ ബുദ്ധവിഹാര കേന്ദ്രം പിന്നീട് ധർമടം തുരുത്തായറിയപ്പെട്ടു."

"ടീച്ചറുടെ നാട് അല്ലേ"

"എന്റെ നാട്" അവളൊന്ന് നെടുവീർപ്പിട്ടു. "അതെ എന്റെ നാട്. ബുദ്ധധർമ സങ്കേതം നിലകൊണ്ടിരുന്ന ബുദ്ധമതത്തെ പ്രചരിപ്പിച്ചു വന്ന ധർമടം. ഗ്രാമത്തിലെ പ്രധാനക്ഷേത്രമാണ് അണ്ടലൂർക്കാവ്. അവിടെ നടത്തിവരുന്ന പൂജയിൽ എല്ലാ ജാതിക്കാർക്കും തുല്യപങ്കാളിത്തമുണ്ടാകാനുള്ള കാരണമെന്തെന്നോ, കാവ് ജാതിവ്യത്യാസങ്ങളില്ലാത്ത ബുദ്ധകേന്ദ്രമായിരുന്നു പണ്ടെന്നുള്ളതു തന്നെ."

ആശ്ചര്യമായ ചരിത്രം. ഗുഅയുടെ മുഖത്തതു പ്രകടമായിരുന്നു.

"അതെ ഇപ്പോൾ എനിക്കുമതു തോന്നുന്നുണ്ട്. ബുദ്ധമതത്തിന്റെ പ്രചരണകേന്ദ്രങ്ങളിലൊന്നായ ധർമടത്തായിരുന്നല്ലോ ഞാൻ ജനിച്ചിട്ടുള്ളത്."

"എനിക്ക് ടീച്ചറുടെ നാട് കാണണമെന്നുണ്ട്."

അഖില സന്തോഷവും, ആത്മനിന്ദയും കലർന്നൊരു ചിരിയുതിർത്തു.

"എന്റെ നാട് കാണാനാഗ്രഹമുള്ളവരുടെ അംഗസംഖ്യ ഏറിവരുന്നു. ഒരു മിനിബസ് വേണ്ടിവരും" ഗുഅക്ക് അവളുടെ ഫലിതം ഇഷ്ടമായി. അയാൾ ഒന്നൂറിച്ചിരിച്ചു.

"എല്ലാവരും ചേർന്ന് ടീച്ചറുടെ വീട് നിറയും അല്ലേ."

"എനിക്ക് സ്വന്തമെന്നു പറയാനൊരു വീടില്ല ഗുഅ. നമുക്ക് പഴയ ബുദ്ധകേന്ദ്രമുണ്ടായിരുന്ന തുരുത്തിൽ തമ്പടിക്കാം. അവിടെ തെങ്ങുകളും മരങ്ങളുമുണ്ട്. പഴയ ചൈതന്യങ്ങൾ നിലനിൽക്കുന്ന ആ കൊച്ചു ദ്വീപിൽ ഉദയാസ്തമയങ്ങൾ കണ്ടുണരുകയും ഉറങ്ങുകയും ചെയ്യാം. സ്വന്തമായി ഒന്നുമില്ലാത്തവർക്കീ ലോകമെങ്ങും സ്വന്തമല്ലേ."

അവളുടെ വേദനിപ്പിക്കുന്ന തമാശ കേട്ട് ഗുഅ മൃദുവായി ഒന്നു ചിരിച്ചു. ക്ലീൻഷേവ് ചെയ്ത കവിളിൽ നേർത്ത നുണക്കുഴി തെളിഞ്ഞു. അപ്പോൾ അയാൾക്ക് കൊച്ചുകുഞ്ഞിന്റെ നിഷ്കളങ്കതയായിരുന്നു.

"സ്വന്തമായി ആർക്കും ഒന്നുമില്ല ടീച്ചർ. ഈ ശരീരംപോലും നമുക്ക് സ്വന്തമാണോ. ആത്മാവിന്റെ വസ്ത്രം മാത്രമാണ് ശരീരം. ജന്മം തോറും അത് മാറിക്കൊണ്ടേയിരിക്കും. ആ ഒരവസ്ഥയിൽ നിന്നുള്ള മോചന മാർഗമാണ് മോക്ഷം. നിസ്സംഗതയോടെ ഈ അവസ്ഥാവിശേഷങ്ങളെ നേരിട്ടാൽ എല്ലാ ദുഃഖങ്ങളിൽനിന്നും നമുക്ക് മോചനമുണ്ടാകും."

"ആഗ്രഹങ്ങളെ ജയിക്കാൻ ഞങ്ങൾ സാധാരണമനുഷ്യർക്ക് കഴിയുമോ?"

"സന്യാസി എന്ന് സ്വയം വിശേഷിപ്പിക്കുന്ന എനിക്കതിന് കഴിഞ്ഞിട്ടില്ല. ഗഷേ എന്ന യോഗ്യത നേടിയാലേ മൊണസ്ത്രിയിൽ ടീച്ചറാവാനുള്ള യോഗ്യതയുണ്ടാവൂ. ഞാൻ പഠിച്ചുകൊണ്ടേയിരിക്കുന്നു. അതൊരു ആഗ്രഹപൂർത്തീകരണമല്ലേ.

ബുദ്ധിസത്തിന്റെ രണ്ട് സത്തകളാണ് ദയയും സ്നേഹവും. ഞാനതിൽ വിശ്വസിക്കുന്നു. മനുഷ്യന്റെ ഏറ്റവും ശ്രേഷ്ഠമായ വികാരങ്ങളാണത്."

"ഏറ്റവും ചീത്ത വികാരമെന്തെന്നാണ് ഗുങ്ങ വിശ്വസിക്കുന്നത്?"

"അസൂയ- അസൂയയെ കവച്ചുവയ്ക്കുന്ന ദുഷിച്ചതൊന്നും ഭൂമിയിലില്ല. എല്ലാ നന്മകൾക്കും മീതെ അത് ദുർഗന്ധം പരത്തുന്നു. അസൂയയെ ജയിച്ചാൽ മതി, മനുഷ്യൻ നന്മയുള്ളവനാകാൻ."

ലാമമാർ അവരെ ശ്രദ്ധിക്കുന്നുണ്ടായിരുന്നു. ചെറുപ്പക്കാരായ ചില ലാമമാരുടെ ചുണ്ടിൽ പരിഹാസ്യമായ ഭാവം അഖില കണ്ടു. ഗുങ്ങ അതൊന്നും ശ്രദ്ധിക്കുന്നുണ്ടായിരുന്നില്ല.

അഞ്ചാറു വയസുള്ള കുട്ടിലാമമാർ ഓടിക്കളിക്കുന്നതിനിടയിൽ ഗുങ്ങയെ ചുറ്റി ഓടി. അദ്ദേഹം കുട്ടിയെ പിടിച്ചുനിർത്തി. "എന്താണിത് പോമാ. ഇതോടിക്കളിക്കാനുള്ള സ്ഥലമാണോ?"

"വിട് അവനെന്നെ പിടിച്ചാൽ ഞാൻ തോൽക്കും"

അദ്ദേഹം പിടിവിട്ടപ്പോൾ കുട്ടികൾ ഓടിപ്പോയി. പ്രാവുകൾ കുറുകിക്കൊണ്ടിരുന്നു.

"കളിച്ചു നടക്കേണ്ട പ്രായം. പാവം കുട്ടികൾ. അഹിംസയും സഹാനുഭൂതിയും അത്മസമർപ്പണവുമൊക്കെ ഈ കുട്ടികൾ എങ്ങനെ പഠിക്കും. അവരുടെ ബാല്യത്തെ തടവിലിടുന്നത് തെറ്റല്ലേ."

ദൈവസൃഷ്ടിയായ ഭൂമിയിൽ ശാസ്ത്രത്തിന്റെ സഹായത്തോടെ മനുഷ്യൻ എന്തെല്ലാം കണ്ടുപിടിത്തങ്ങൾ നടത്തുന്നു. ഭൂമിയെ മൊത്തം മാറ്റിമറിക്കാനുള്ള കഴിവ് നേടിയെടുക്കുകയാണവൻ. എല്ലാറ്റിനേയും ജയിക്കുന്നവൻ താനെന്ന അഭിമാനം അഹങ്കാരമായിമാറുമ്പോൾ പ്രകൃതി തിരിച്ചടിക്കുന്നു. ഭൂകമ്പമായും സുനാമിയായും, കൊടുങ്കാറ്റായും മനുഷ്യന്റെ വിഷം കലർന്ന ഫണത്തെ അടിച്ചമർത്തുന്നു.

ബാല്യമാണ് എല്ലാ വികാരങ്ങളുടേയും അടിത്തറ. അവിടെ വച്ച് തന്നെ 'അഹം' എന്ന ചിന്തയെ പിഴുതെറിയുമ്പോൾ അവൻ ശരിയെക്കുറിച്ചു മാത്രം ചിന്തിക്കുന്നു.

അഖില എഴുന്നേറ്റു. ചടഞ്ഞിരുന്ന കാലുകൾക്ക് തരിപ്പുണ്ടായിരുന്നു.

"വിച്ചു ചുങായിയെ വിഷമിപ്പിക്കുകയാവും."

"അവനെയോർത്ത് ടീച്ചർ വിഷമിക്കരുത്".

"ഇല്ല. പ്രതീക്ഷിക്കാനൊന്നുമില്ലെന്ന സത്യം തിരിച്ചറിയുമ്പോൾ നമ്മളറിയാതെ മനസ്സ് മരവിക്കുന്നു. അവനെനിക്ക് ഭാരമല്ല ഗുങ്ങ. സന്തോഷവും സങ്കടവുമല്ല. ശരീരത്തിന്റെ മരവിച്ച ഒരവയവം മാത്രമാണ്".

ഗുഅയെ വിട്ട് തിരക്കുള്ള ടെംപിളിന്റെ മുറ്റത്തൂടെ നടക്കുമ്പോൾ അവൾ പലതവണ തിരിഞ്ഞു നോക്കി. വർണപതാകകൾക്കിടയിലൂടെ ലാമമാർ ധൃതി പിടിച്ചും, അല്ലാതെയും നടക്കുന്നു. ആരും അവളെ ശ്രദ്ധിച്ചില്ല. മോഡേൺ ഡ്രസിട്ട ടൂറിസ്റ്റുകൾ ക്യാമറയും മൊബൈലും ബാഗുമൊക്കെയായി ഉറക്കെ സംസാരിച്ചും സന്തോഷിച്ചും നടക്കുന്നു.

അവർക്കിടയിലൊന്നും സങ്കടപ്പെട്ട ഒരു മുഖവും അവൾ കണ്ടില്ല. എല്ലാവർക്കും ധൃതിയാണ്. പ്രിയപ്പെട്ടവർക്കോ പ്രിയപ്പെട്ടതിനോ വേണ്ടിയുള്ള തിക്കുമുട്ടൽ. മുളകും ഉപ്പുമിട്ട് തീയിൽ ചുട്ടെടുത്ത ചോളം കടിച്ചു തിന്നുകൊണ്ട് കടന്നുപോയ യുവമിഥുനങ്ങളെ അഖില തിരിഞ്ഞുനോക്കി. എവിടെയോ കണ്ട് മറന്ന മുഖങ്ങൾ. തലശ്ശേരിയിലെവിടെങ്കിലുമാകാം. ധർമടത്തോ പാലയാടോ മേലൂരോ ആകാം. ഒരുപാട് നാളൊന്നുമായില്ല, വേരുകളറുത്തെടുത്ത് ഓടിയകന്നിട്ട്. എന്നിട്ടും ഓർത്തെടുക്കുമ്പോൾ തെളിയുന്ന മുഖങ്ങളെത്ര. തിരകൾ വന്ന് കാലടികളെ താലോലിക്കുന്ന ആ കടൽത്തീരങ്ങൾ പലപ്പോഴും അവളെ മാടി വിളിക്കാറുണ്ട്. തിരകളിൽ കലങ്ങി മറിഞ്ഞ മനസ്സ് പരിഭവിച്ചു പോകാറുമുണ്ട്.

"എന്തിനെന്നെ മാത്രം തിരകളിലടിച്ചകറ്റുന്നു".

തിരകളും തീരങ്ങളും ഇപ്പോൾ അവളെ കളിയാക്കി ചിരിക്കുന്നു. ഓടിയകലുകയും അണയുകയും ചെയ്യുന്നു.

തൊട്ടു മുന്നിൽ ബ്രേക്കിട്ട ബൈക്കിൽ അനിലായിരുന്നു.

"താനെന്താസ്വപ്നം കണ്ടോണ്ട് നടക്കുകയാണോ. ഇടിച്ചേനല്ലോ ഇപ്പോൾ."

അഖില ചമ്മലോടെ ചിരിച്ചു. അനിൽ ബൈക്കിൽ നിന്നിറങ്ങി.

"എവിടായിരുന്നു ഇത്രേം നേരം. ടെംപിളിലാവും അല്ലേ"

"ഉം" അവൾ മൂളി

"ഗുഅയെ കണ്ടോ താൻ?"

"ഞങ്ങൾ കുറേ നേരം സംസാരിച്ചു. അദ്ദേഹത്തിന് എന്തൊക്കെ കാര്യങ്ങൾ അറിയാമെന്നോ?"

അവളുടെ ഉലഞ്ഞ മുഖം പെട്ടെന്ന് പ്രഫുല്ലമായി. ആളൊഴിഞ്ഞ റോഡായിരുന്നു. ബൈക്കിൽ സഞ്ചരിക്കുന്ന ചില ചെറുപ്പക്കാരായ ടിബറ്റൻ ആൺകുട്ടികളും പെൺകുട്ടികളുമൊഴികെ തീർത്തും വിജനം. ഇരുവശവും ചോളവയൽ കൊയ്ത്തു കഴിഞ്ഞ് മലർന്നുകിടക്കുന്നു.

"നിനക്കയാളോട് പ്രേമമാണോ അഖില" ചിരിയോടെയാണ് അനിൽ ചോദിക്കുന്നത്. ആ മുഖത്തേക്ക് സൂക്ഷിച്ചു നോക്കിയപ്പോൾ പറയുന്നത് തമാശയാണോ സീരിയസാണോ എന്നവൾക്ക് മനസിലായില്ല

"തന്റെ മുഖത്ത് ഇത്രയേറെ സന്തോഷം ഞാൻ മറ്റൊരിക്കലും കാണാറില്ല. ഗുഅയെ കാണാൻ മാത്രമാണ് താനിപ്പോൾ ടെംപിളിൽ പോകാറുള്ളത്."

അത് സത്യമാണെന്നവൾക്ക് തോന്നി. ഭ്രാന്തമായ ഒരാവേശം ആ കാഴ്ചയിലേക്ക് തന്നെ നയിക്കുകയാണ്. പക്ഷേ അനിൽ പറഞ്ഞതു പോലൊരു വികാരം തന്നിലുണ്ടോ?

ചുവന്ന സന്ധ്യ. അഖിലയെ ചായത്തിൽ മുക്കിയെടുത്തു.

"നീയിപ്പോൾ സുന്ദരിയായിരിക്കുന്നു" അഖില അത്ഭുതപ്പെട്ടു.

ആരും പറയാത്ത ഒരു കാര്യം കേട്ടതുപോലെ അവൾ അയാളെ മിഴിച്ചു നോക്കി.

"ചുണ്ടായി കാരണം നിന്നെ ഒന്നു തൊടാനൊക്കില്ല. ഇപ്പോൾ ഒന്നു ചുംബിച്ചോട്ടെ അഖില."

അവൾ പേടിയോടെ ചുറ്റും നോക്കി. "ഈ പെരുവഴീല് വച്ചോ?"

"വേണം"അയാൾ അനുവാദമില്ലാതെ അവളെ കെട്ടിപ്പിടിച്ചു. ഗാഢമായ ചുംബനത്തിനിടയിൽ അവൾ ചുവന്ന ആകാശവും വിജനമായ വഴിയും ഒന്നുചേർന്നു ചുറ്റിപ്പിണഞ്ഞൊഴുകുന്നതു കണ്ടു.

ശക്തമായ പ്രവാഹത്താൽ ഒരു മുഖം അലിവോടെ സ്നേഹത്തോടെ പ്രത്യക്ഷമായി. ഞെട്ടലോടെ അവൾ കണ്ടു.

അതൊരു ബുദ്ധഭിക്ഷുവിന്റെ മുഖമാണ്.

പതിനാല്

"സോങ്ചു ഇന്നൊന്നും കഴിച്ചില്ല" പഞ്ചം ആശങ്കപ്പെട്ടു. "സാധാരണ നന്നായി ഭക്ഷണം കഴിക്കുന്നതാണ്. ഇന്നിതെന്തു പറ്റിയാവോ?"

അഖില സോങ്ചുവിന്റെ തലയിലൂടെ പതിയെ തലോടി.

"എന്തു പറ്റി സോങ്ചുപ്പ" അവൾ ചോദിച്ചപ്പോൾ അയാൾ ചെറിയ കണ്ണുകൾ വിടർത്തി പഞ്ചയോട് ചോദിച്ചു.

"ദലൈലാമ സ്ഥാനമൊഴിയാൻ പോകുന്നൂന്ന് കുട്ടി പറഞ്ഞതു ശരിയാണോ?"

''ഓ. അതാണ് കാര്യം'' പഞ്ച ചിരിച്ചു. ''അതു ശരിയാണ് സോങ്ചുപ്പാ. ടിബറ്റിന്റെ പരമാധികാരി എന്ന സ്ഥാനമൊഴിയാൻ അദ്ദേഹം തീരുമാനിച്ചിരിക്കുന്നു. സോങ്ചുപ്പായോട് ഞാനതു പറഞ്ഞു. അതോടെ ധർമശാലയിൽ പോയി അദ്ദേഹത്തെ കാണണമെന്ന് ശാഠ്യം പിടിച്ചിരിക്കയാണ്."

അഖിലയ്ക്ക് ആ വികാരം മനസിലായി. അവൾ തൊട്ടടുത്തിരുന്നു. "സോങ്ചുപ്പാ അദ്ദേഹം എപ്പോഴും നിങ്ങളുടെ ആത്മീയഗുരു തന്നെയാണ്. അധികാരത്തോട് ആഗ്രഹമില്ലാഞ്ഞിട്ടല്ലേ."

"ശാരീരികാവസ്ഥകളും കാരണമാകാം. ഒരു വിശ്രമം ആർക്കും ആവശ്യമില്ലേ."

സോങ്ചുവിന് അതിഷ്ടമായില്ല. എപ്പോഴും ചിരിക്കുന്ന ആ മുഖം നിറയെ പരിഭവമായിരുന്നു

"ദലൈലാമ സ്ഥാനമൊഴിഞ്ഞാൽ ലോകത്തെങ്ങുമുള്ള ടിബറ്റൻ ജനതയുടെ ഒറ്റച്ചരടിന്റെ മുറുക്കമഴിയും. അത്ര വിശ്വാസ്യതയും ആരാധനയുമുള്ള മറ്റൊരു നേതാവ് ഇനിയില്ല".

“ഉണ്ടാകും സോങ്ചുപ്പാ. കാലം ശക്തമായ നേതൃത്വങ്ങളെ ഇനിയും നമ്മുടെ മുന്നിൽ കൊണ്ടുവരും. ഒന്നിനേക്കാൾ വലുതല്ല മറ്റൊന്ന് എന്ന തോന്നൽ വെറുതെയാവും. ടിബറ്റിന് അധികം താമസിയാതെ സ്വതന്ത്ര്യം കിട്ടും. നിങ്ങൾക്ക് നഷ്ടപ്പെട്ട രാജ്യം കൈയിൽ വരും.”

അഖില പറഞ്ഞു കേട്ട് അയാൾ നിസ്സാരമാക്കി ചിരിച്ചു.

“നഷ്ടപ്പെട്ട രാജ്യത്ത് ഞങ്ങൾക്കായെന്തുണ്ട് ശേഷിപ്പ്. ബന്ധുക്കളോ സുഹൃത്തുക്കളോ ആയുസ്സോ സമ്പത്തോ എന്തെങ്കിലും ഒന്ന് തിരികെത്തരാൻ ആർക്കെങ്കിലും കഴിയുമോ.”

അയാളുടെ നരച്ച വഴികളിൽ കണ്ണീർ പൊടിഞ്ഞു.

“ദലൈലാമയോട് സ്ഥാനമൊഴിയരുതെന്ന് പറയണം. നമ്മൾ കൂട്ടായി യാചിച്ചാൽ അദ്ദേഹം കേൾക്കാതിരിക്കില്ല. ദയാലുവാണ്. കുശാൽ നഗറിലെ, ടിബറ്റൻ ക്യാമ്പുകളിലെ മുതിർന്നവരുടെ യാചനയാണത്. പക്ഷേ അധികാരങ്ങളിൽ പറ്റിപ്പിടിക്കാൻ എന്തു സാഹസവും കാട്ടുന്നവർക്കിടയിൽനിന്നും ഇങ്ങനെ വേറിട്ട് നിൽക്കുന്ന വ്യക്തിത്വത്തോട് വേറെന്തു പറയണം.”

അഖില കൊണ്ടു വന്ന പലഹാരപ്പായ്ക്കറ്റ് തുറന്നു. മധുരമുള്ള ഗന്ധം വായുവിൽ പടർന്നപ്പോൾ മൂക്ക് വിടർത്തിക്കൊണ്ട് ഒരു വൃദ്ധ അങ്ങോട്ട് വന്നു. അവർ ആംഗ്യഭാഷയിൽ വാച്ചും തൊപ്പിയും കൊണ്ട് വന്നിട്ടുണ്ടോ എന്ന് ചോദിച്ചു. ആരെക്കണ്ടാലും അതാവർത്തിക്കും. അവരുടെ തലയിൽ പൂക്കളുടെ ചിത്രമുള്ള തൊപ്പിയും കൈയിൽ നടക്കാത്ത ഒരു കളിവാച്ചുമുണ്ടായിരുന്നു. ഏതോ ഒരു ദയാലുവിന്റെ സംഭാവന. അവർ അഖിലയുടെ കൈയിൽ മുറുകെപ്പിടിച്ചു. നീണ്ടു വളഞ്ഞ നഖങ്ങൾ അവളുടെ കൈത്തണ്ടയിൽ തടഞ്ഞു.

“കുഞ്ചക്ക നോ. അവളെ വിടൂ” പഞ്ച അവരെ വിടുവിക്കാൻ ശ്രമിച്ചു. അഴുക്ക് നിറഞ്ഞ വസ്ത്രവും ദേഹവും കട്ടപിടിച്ച് മുടിയും കടുത്ത ദുർഗന്ധം അഖിലയ്ക്ക് ഓക്കാനം വരുന്നുണ്ടായിരുന്നു. പഞ്ച അവരുടെ കൈ വിടർത്താൻ ശ്രമിക്കുന്നതു നോക്കി സോങ്ചു നിർവികാരനായിരുന്നു. ഒടുവിൽ പഞ്ച ജയിച്ചപ്പോഴേക്കും നേരിയ ഒരു ചുവന്ന വര അഖിലയുടെ കൈത്തണ്ടയെ നീറ്റി.

“കഷ്ടം. മുറിഞ്ഞല്ലോ” പഞ്ച അഖിലയെ അവളുടെ മുറിയിലേക്ക് കൊണ്ടുപോയി. അതിന് മുന്നെ അവൾ ശാസിക്കാൻ മറന്നില്ല.

“കുഞ്ചക്ക തല്ല് വാങ്ങിക്കും.” അവർ മഞ്ഞ പല്ലുകൾ കാട്ടി ചിരിച്ചു. അവർ എല്ലാ സമയത്തും ചിരിച്ചും കൊണ്ടേയിരുന്നു. മുറിവിൽ മരുന്നു പൂശുമ്പോൾ പഞ്ച പറഞ്ഞു:

“സംസാരിക്കില്ല” കുടുംബമടക്കമുള്ള ഓട്ടത്തിനിടയിൽ ഓരോരുത്തരായി നഷ്ടപ്പെടുന്നതു കണ്ട് നിൽക്കേണ്ടിവന്ന സ്ത്രീയാണവർ. കടുത്ത മഞ്ഞുവീഴ്ചയിൽ അവരുടെ കുഞ്ഞുമോൻ അവരുടെ കൈയിൽ കിടന്നു മരവിച്ചു മരിച്ചു. തണുത്തുറഞ്ഞ കുഞ്ഞിന്റെ മൃതദേഹവും പേറി

അവർ യാത്ര തുടർന്നു. കുഞ്ഞ് മരിച്ചുപോയെന്ന് കൂടെയുള്ളവർ ഓർമ്മപ്പെടുത്തിയത് വിശ്വസിക്കാൻ അവർ തയാറായില്ല. അവരുടെ ഭർത്താവ് ഒടുവിൽ അവരുടെ നെഞ്ചിൽനിന്നും കുഞ്ഞിനെ പറിച്ചെടുക്കുകയായിരുന്നു. അതിനെ സംസ്കരിക്കാനോ മരണാനന്തരചടങ്ങുകൾ നിർവഹിക്കാനോ ചിന്തിക്കാൻ പോലും കഴിയാത്ത യാത്ര. അവർ അലറിവിളിച്ചു കരഞ്ഞുകൊണ്ടേയിരുന്നു. മഞ്ഞ് മാറ്റി കുട്ടിയുടെ ദേഹം അതിൽ വച്ച് മൂടിയ ഭർത്താവിനെ അവർ ദേഹോപദ്രവം ചെയ്തു. അത്തരം യാത്രയ്ക്കിടയിൽ അന്യരുടെ കണ്ണീരിനോ വേദനയ്ക്കോ ആരെയും സ്വാധീനക്കാൻ കഴിഞ്ഞില്ല.

അവശേഷിച്ച മകൾക്ക് ജ്വരം തുടങ്ങിയിരുന്നു. ഏതെങ്കിലും ഒരു ഗ്രാമത്തിൽ ചെന്നെത്താതെ മരുന്നോ ശുശ്രൂഷയോ ലഭിക്കില്ല. കനത്ത മഞ്ഞു വിരിച്ച മലകളുടെ വിജനമായ താഴ്വാരങ്ങളിലൂടെയുള്ള യാത്ര അവസാനിക്കും മുന്നെ മകളും വിട്ടുപിരിഞ്ഞു. അവളുടെ ഭർത്താവ് അവരെ ജീവനേക്കാൾ സ്നേഹിച്ചിരുന്നത്രേ. വിശന്നു വലഞ്ഞ ഭാര്യയെ വഴിയരികിൽ ചായ്ചു കിടത്തി, കൂട്ടുകാരനെ ഏൽപ്പിച്ചാണ് അയാൾ തൊട്ടടുത്ത ഗ്രാമത്തിൽ ഭിക്ഷാടനത്തിനിറങ്ങിയത്. അതൊരു തണുത്തുറഞ്ഞ, ദരിദ്രരുടെ ഗ്രാമമായിരുന്നു. സ്വന്തം വയർ നിറയ്ക്കാൻ പരസ്പരം പോരാടുന്നവരുടെ ഗ്രാമം.

അവിടെ ഭിക്ഷയാചിച്ചു ചെന്നവന് ഒരു തുള്ളി വെള്ളം കൊടുക്കാനുള്ള കാരുണ്യമോ കഴിവോ ആർക്കുമുണ്ടായിരുന്നില്ല. അഭയാർഥികൾ കടന്നുപോകും വഴിയായിരുന്നു അവികസിതമായ ആ കൊച്ചു ഗ്രാമം.

കുഞ്ചക്കയുടെ ഭർത്താവ് ഏതോ ഒരു കുടിലിൽ കയറി, അവരുണ്ടാക്കി വച്ച ഭക്ഷണം കട്ടെടുത്തു. വിശന്നു മരിക്കാറായ ഭാര്യ മാത്രമേ ആ മനസിലുണ്ടായിരുന്നുള്ളൂ. ഗ്രാമീണർ കൈയോടെ പിടിച്ച് ചോദ്യോത്തരങ്ങളില്ലാതെ വിധി നടപ്പാക്കി. രണ്ടു കൈകളും ഛേദിച്ച് വഴിയിൽ വലിച്ചെറിഞ്ഞു. ഇഴഞ്ഞും വലിഞ്ഞും അയാൾ അവശയായ ഭാര്യയുടെ സമീപമെത്തിയാണ് മരിച്ചത്. തുറിച്ച കണ്ണുകളോടെ കുഞ്ചക്ക അതു കണ്ടു നിന്നു. പിന്നീടവർ മിണ്ടിയിട്ടില്ല. അവരുടെ മനസും നാവും ചിന്തകളും മരവിച്ചു പോയി. പഞ്ചയുടെ ശബ്ദമിടറി."

"ഈ കഥകൾ എങ്ങനെ നിങ്ങളറിഞ്ഞു." അഖില ചോദിച്ചു.

"അവരുടെ ഭർത്താവിന്റെ കൂട്ടുകാരൻ ഇവിടെയുണ്ടായിരുന്നു. ഇവർ എവിടെയൊക്കെയോ അലഞ്ഞുതിരിഞ്ഞു. അഞ്ചു വർഷം മുന്നെ ആരോ ഇവിടെ കൊണ്ടുവന്നു. അപ്പോൾ അയാൾ ഇവിടെയായിരുന്നു. കാൻസർ ബാധിതനായിരുന്നു. എട്ടു മാസങ്ങൾക്ക് മുൻപെയാണ് മരിച്ചത്. അയാൾ പല കഥകളും പറയുമായിരുന്നു. അയാളുടെ കുടുംബം ചിതറിയതും ഭാര്യയും മക്കളും ദാരുണമാം വിധം കൊല്ലപ്പെട്ടതുമായ കഥകൾ. കേട്ടാൽ മനസ്സ് മരവിക്കും. ഓരോരുത്തർക്കുമുണ്ടാകും ഇത്തരം അനുഭവങ്ങൾ. കേട്ടാൽ നെഞ്ച് പൊട്ടും."

കുഞ്ചക്ക വൃദ്ധസദനത്തിന്റെ മുറ്റത്തൂടെ കാലുകൾ അകത്തിവച്ച് നടക്കുന്നുണ്ടായിരുന്നു. അവർ കൈയിൽ വാരിക്കൂട്ടിയ മരക്കമ്പുകളും, പൂക്കളുമൊക്കെയായി സദസിന്റെ ഗേറ്റിനരികെ കാലും നീട്ടിയിരുന്നു. വഴിയേ പോകുന്നവരോടൊക്കെ വിശാലമായി ചിരിക്കുകയും വാച്ചും തൊപ്പിയും ആവശ്യപ്പെടുകയും ചെയ്തു. ആരൊക്കെയോ അവരോട് കൈവീശി. അവർ പൂർവാധികം സന്തോഷത്തോടെ ചിരിച്ചുകൊണ്ട് പ്രത്യഭിവാദനം ചെയ്തു. കൺമുന്നിൽ ദാരുണമായി മരിച്ചു വീണ പ്രിയപ്പെട്ടവരുടെ ഓർമകൾ ഇപ്പോൾ അവരിലില്ല. ഒന്നുമൊന്നും അവരെ അലട്ടുന്നില്ല.

അഖില തന്റെ പോറലേറ്റ കൈത്തണ്ടയിലേക്ക് നോക്കി. നല്ല നീറ്റലുണ്ടായിരുന്നു. ഒരു ജനതയുടെ രോഷത്തിന്റെ, നിരാശയുടെ അന്തർസംഘത്തിന്റെ നീറ്റലാണെന്ന് അഖിലയ്ക്ക് തോന്നി. അവൾ കൊണ്ടുവന്ന പലഹാരങ്ങൾക്കായി വൃദ്ധരായ അന്തേവാസികൾ കുട്ടികളെപ്പോലെ തല്ല് കൂടുന്നു. ഒരാൾ വായിൽ വയ്ക്കാനൊരുങ്ങുന്ന ജിലേബി തട്ടിയെടുത്തു സ്വന്തം വായിലേക്ക് തള്ളിക്കയറ്റുന്ന മറ്റൊരാൾ. കൈവശമുള്ളത് നഷ്ടപ്പെട്ടതിന്റെ ആഘാതത്തിൽ തറഞ്ഞുനിൽക്കയാണ് ആദ്യത്തെയാൾ.

"സെൻചി വരുന്നുണ്ട് അഖില. ഒടുവിൽ അതു സമ്മതിച്ചു." സന്തോഷവും ഭയവും പഞ്ചയുടെ കണ്ണുകളിലുണ്ടായിരുന്നു. അഖില അവളുടെ തോളിൽ സ്നേഹത്തോടെ തൊട്ടു.

"എന്താ ഒരു പരിഭ്രമം. സെൻചി വരുന്നത് കാത്തിരുന്നയാളല്ലേ."

പഞ്ച അഖിലയുടെ കൈവിരൽ തെരുപിടിച്ചു.

"സന്തോഷമുണ്ട്. എനിക്കു മാത്രം. സെൻചി ഒട്ടും ഹാപ്പിയല്ല അഖില. ലോകത്തെവിടേയും താനമ്പേഷിക്കുന്നത് കിട്ടില്ലെന്നും ഇത്രയേറെ നിരാശാജനകമായ ജീവിതമെന്തിനെന്നുമാണ് എന്നോട് ചോദിച്ചത്."

"നിങ്ങളുടെത് ലൗമാരേജല്ലേ പഞ്ച. സ്നേഹിക്കുന്ന ആൾ അരികിലുണ്ടെങ്കിൽ, അല്ലെങ്കിൽ ഭൂമിയിലെവിടെയെങ്കിലും ഓർത്തിരിക്കാനും സ്നേഹിക്കാനുമുണ്ടെങ്കിൽ അതു മാത്രം മതിയല്ലോ ഒരു ജന്മം സാർഥകമാകാൻ."

പഞ്ച അഖില പറഞ്ഞതുകേട്ട് ചിരിച്ചു. ആ ചിരിയിൽ സഹതാപവും സങ്കടവുമുണ്ടായിരുന്നു.

"അത് നമ്മൾ സ്ത്രീകളുടെ മാത്രം ചിന്തകളാണഖില. ലോകത്തെവിടെയായാലും സ്ത്രീകളുടെ മനോവികാരങ്ങൾ ഒന്നുപോലെയാവും. അതാണല്ലോ സെൻചി കൂട്ടുണ്ടെങ്കിൽ ഞാൻ സുരക്ഷിതയാണെന്ന് എനിക്ക് തോന്നുന്നത്. പക്ഷേ പുരുഷൻ അങ്ങനെയല്ല. അവരുടെ ആഗ്രഹങ്ങൾ, സന്തോഷം ഒക്കെ വ്യത്യസ്തമായ തലത്തിലാണ്. കാണാപ്പുറങ്ങളിൽ നിർവൃതി തേടുന്നവരാണ് പുരുഷൻ."

ഗണേഷും വിച്ചുവുമൊത്ത് ജീവിക്കുമ്പോൾ താൻ സന്തോഷവതിയായിരുന്നോ. അഖില ഓർത്തുനോക്കി. വിച്ചു ജനിക്കുന്നതിന് മുന്നെ ഗണേഷിന്റെ സാന്നിധ്യം ആസ്വദിച്ചിരുന്നു. എപ്പോഴോ സുഗന്ധമുള്ള പൂക്കൾ നിറഞ്ഞ ഒരു ചെറിയ പൂന്തോപ്പ് താനും ജീവിതവഴിയിൽ പിന്നിട്ടിരുന്നു. നേർത്ത സൗരഭ്യവും കുളിർത്തൊരു കാറ്റും ചെറിയൊരു കാലയളവിൽ തന്നെയും തഴുകി കടന്നുപോയിരുന്നു. കടുത്ത വേനൽച്ചൂടിൽ കത്തിയെരിയുമ്പോൾ അതൊക്കെയും ഒരു സ്വപ്നം മാത്രമായിരുന്നെന്ന് തോന്നുകയാണ്. ഏതോ പാതിരാവിന്റെ യാമങ്ങളിൽ ഒരുതരിവെളിച്ചം തന്നു മാഞ്ഞുപോയോരു സ്വപ്നം. സോങ്ചുവിനെപ്പോലെ ബോധമുള്ള പലരും അസ്വസ്ഥരാണ്. പട്ടാളക്കാരൻ അഖിലയുടെ കൈയിൽ പിടിച്ചുയർത്തി അപേക്ഷിച്ചു:

"മാഡം നിങ്ങൾ ഇന്ത്യക്കാർക്ക് ദലൈലാമയോട് സ്നേഹമുണ്ടോ? അദ്ദേഹത്തെ നിങ്ങൾ വിശ്വസിക്കുന്നുണ്ടോ?"

"തീർച്ചയായും സാബ്. സത്യസന്ധനായ ഒരു സന്യാസിശ്രേഷ്ഠനെ വിശ്വസിക്കാതിരിക്കാൻ കാരണമുണ്ടോ. സ്വന്തം ജനതയെ ഇത്രയേറെ സ്നേഹിക്കുന്ന ഒരു നേതാവിനെ നിരാകരിക്കേണ്ടതുണ്ടോ?" അയാളുടെ മുഖം തുടുത്തുപോയി. സന്തോഷത്താൽ അയാളുടെ കണ്ണുകൾ നിറഞ്ഞു.

"എങ്കിൽ ഞങ്ങളോടൊപ്പം ചേർന്നു നിങ്ങളും ഒരു നിവേദനം നൽകൂ തീർച്ചയായും ആ തീരുമാനം അദ്ദേഹം പിൻവലിക്കും."

അഖില നിസ്സഹായയായി പഞ്ചയെ നോക്കി. പഞ്ച തല താഴത്തി. ദലൈലാമയുടെ തീരുമാനം അവളെയും വേദനിപ്പിച്ചിരുന്നു വൃദ്ധനായ ആ സൈനികന്റെ ആത്മാർഥത നിറഞ്ഞ കണ്ണുകളിലെ പ്രതീക്ഷ അവളെ വേദനിപ്പിച്ചു. തങ്ങളുടെ നേതാവിനുവേണ്ടി, അദ്ദേഹത്തിന്റെ ജീവനുവേണ്ടി എല്ലാമെല്ലാം വിട്ടെറിഞ്ഞ് ഓടിപ്പോന്നവനാണയാൾ. തന്റേതായ അഭിപ്രായങ്ങളും ആഗ്രഹങ്ങളും പറയാൻ അയാൾക്കും അവകാശമുണ്ട്.

"നമുക്ക് ശ്രമിക്കാം സാബ്. എല്ലാറ്റിനും വഴിയുണ്ടാക്കാം." പഞ്ച ആശ്വസിപ്പിച്ചു. അവളുടെ മുഖത്ത് നിർമലമായ പ്രകാശമുണ്ടായിരുന്നു. സെൻചിയുടെ വരവ് പ്രത്യാശിക്കുന്നതുകൊണ്ടാവാം. പഞ്ചയുടെ സഹായിയായ പെൺകുട്ടി വന്നറിയിച്ചു:

"അവർ നിലവിളിക്കുകയാണ്. പഞ്ചയെ കാണണമെന്നാണ് പറയുന്നത്."

"കഷ്ടമാണവരുടെ കാര്യം." സങ്കടത്തോടെ പഞ്ച പറഞ്ഞു".

"ആരാണത്?"

"വരൂ" പഞ്ച ക്ഷണിച്ചു. പഞ്ചയുടെ പിറകെ അഖില നടന്നു. മുറികളൊക്കെ വൃത്തികേടായിരിക്കുന്നു.

"എത്രയൊക്കെ ശ്രമിച്ചാലും ഇവരൊക്കെ ചേർന്നു വൃത്തികേടാക്കും. ഇവിടെ ഏറെപ്പേരും മെന്റൽ സ്റ്റെബിലിറ്റി ഇല്ലാത്തവരാണ്. ദുര

ന്തങ്ങളിലൂടെ കടന്നുവന്നവർ. അവരോടെന്തെങ്കിലും ദേഷ്യപ്പെട്ടു പറയാൻ എനിക്ക് കഴിയാറില്ല." പഞ്ച പറഞ്ഞു. അധികം വെളിച്ചമില്ലാത്ത ഒരു മുറിയിൽ കിടക്കയിൽ എല്ലിൻകൂട് പോലൊരു സ്ത്രീ. അവർ ദുർബലമായി കരയുകയാണ്."

"ഹോസ്പിറ്റലിൽനിന്നും വന്നിട്ട് ഒരാഴ്ചയായി. കാര്യമായ അസുഖങ്ങളൊന്നുമില്ല. എങ്കിലും വേദനിക്കുന്നെന്ന് പറഞ്ഞ് സദാ കരച്ചിലാണ്."

പഞ്ചയെ കണ്ടപ്പോൾ അവരുടെ നിലവിളിക്ക് ശക്തിയേറി. ടിബറ്റൻ ഭാഷയിൽ അവർ എന്തൊക്കെയോ പറഞ്ഞു. പഞ്ച അത് അഖിലയോടാവർത്തിച്ചു.

"അവർക്ക് ടിബറ്റൻ മണ്ണിൽക്കിടന്നു മരിക്കണമെന്നാണ് പറയുന്നത്".

"അവിടെ അവർക്കാരെങ്കിലുമുണ്ടായിരിക്കാം" സങ്കടത്തോടെ അഖില പറഞ്ഞു.

"മരണം കൺമുന്നിലെത്തിക്കഴിയുമ്പോൾ ഓർമകൾക്ക് ക്ഷീണം വന്നുകാണണം. രണ്ടു മക്കളുണ്ടായിരുന്നു. കുട്ടികളുടെ വിദ്യാഭ്യാസത്തിനുവേണ്ടി അവരെ പിരിയേണ്ടിവന്നത്രെ. ഭർത്താവ് ടിബറ്റിൽ വച്ചുതന്നെ അപ്രത്യക്ഷനായതാണ്. ചൈന പട്ടാളം കൊന്നോ, അതോ വല്ല അപകടത്തിലും ചെന്നുപെട്ടോ എന്നൊന്നും അറിയില്ല. മക്കളെ പിരിഞ്ഞതിന്റെ സങ്കടമായിരുന്നു അവർക്കെന്നും. ആദ്യമൊക്കെ കാർപ്പെറ്റുകൾ വിറ്റ് നടന്നായിരുന്നു ഉപജീവനം. മക്കളെ ഒന്നു കാണണമെന്ന ആഗ്രഹം നടന്നില്ല. ഇപ്പോൾ ജീവിതത്തിന്റെ അന്ത്യത്തോടടുക്കുമ്പോൾ അവരുടെ മോഹം സ്വന്തം മണ്ണോട് മാത്രമായി."

അവർ കമ്പിളിക്കുള്ളിൽനിന്നും പലതരം ശബ്ദങ്ങളുയർത്തി. പഞ്ച അവരെ ആശ്വസിപ്പിക്കുന്നു. അവൾ ഒരു ഗുളിക വായിലിട്ടു കൊടുത്ത് വെള്ളവും അൽപ്പാൽപ്പമായി കൊടുത്തു. ക്രമേണ അവർ ശാന്തമായി ഉറങ്ങി.

രണ്ടു സ്ത്രീകൾ പഞ്ചയുടെ അടുത്തേക്കു വന്നു. അതിൽ ഒരാൾ മുടിയുയർത്തി റിബൺകൊണ്ട് ഭംഗിയായി കെട്ടിവച്ചിരിക്കുന്നു. അവരുടെ മുഖത്ത് പ്രസന്നമായ ചിരിയുണ്ട്.

"പഞ്ച വിശക്കുന്നു. ഭക്ഷണത്തിന് സമയമായില്ലേ."

"പത്തുമിനിറ്റ് കൂടെ. വാ–"

ഓകെ. അവർ കൂട്ടുകാരിയോടൊത്ത് എന്തോ ഗൗരവമായി സംസാരിച്ചുകൊണ്ട് നടന്നുപോയി. പഞ്ച അവരോട് പെരുമാറുന്ന രീതി അഖിലയെ അത്ഭുതപ്പെടുത്തി. എത്ര സൗമ്യമായും സ്നേഹമായും. സ്വന്തം മക്കൾപോലും അച്ഛനമ്മമാരെ വലിച്ചെറിയുന്ന ഒരു കാലഘട്ടമാണിത്. അനേകം വൃദ്ധരെ സ്വന്തം മക്കളെക്കാൾ സ്നേഹിക്കുന്ന ടിബറ്റൻ പെൺകുട്ടിയോട് അഖിലയ്ക്ക് ആദരവാണ് തോന്നിയത്.

“യു ആർ റിയലി ഗ്രേറ്റ് പഞ്ച” അഖില പറഞ്ഞു. പഞ്ച ആ അഭിനന്ദനം ഇഷ്ടപ്പെട്ട രീതിയിൽ ഹൃദ്യമായി ചിരിച്ചു.

“താങ്ക് യു അഖില.” പിന്നീടാ ചിരിയുടെ തിളക്കം കുറഞ്ഞു.

“ആ പാവങ്ങൾക്ക് അവരർഹിക്കുന്നതൊന്നും കൊടുക്കാൻ ഇപ്പോൾ ഈ ലോകത്താരുമില്ല. ഞങ്ങൾ ടിബറ്റൻസ് ശാന്തസ്വഭാവമുള്ളവരായിരുന്നെന്ന് പഴയ തലമുറ പറഞ്ഞുകേട്ടിട്ടുണ്ട്.

കുറ്റവാളികൾ ഇല്ലെന്നല്ല. എന്നാലും മറ്റു രാജ്യങ്ങളെ അപേക്ഷിച്ച് നിരുപദ്രവകാരികളായിരുന്നു. എത്രയൊക്കെ കഷ്ടതകൾ അനുഭവിക്കുമ്പോഴും സന്തുഷ്ടരായിരുന്നു. കടുത്ത മോഹങ്ങളാണ് ദുഃഖങ്ങൾക്ക് കാരണമെന്ന ബുദ്ധമതതത്വം ഉൾക്കൊണ്ടിരുന്നതിനാൽ പ്രതിസന്ധികളെ തരണം ചെയ്യാൻ അവർ മിടുക്കരായിരുന്നു. എന്നിട്ടും ഞങ്ങൾക്ക് നീതി കിട്ടിയില്ല. ആദ്യത്തെ യുദ്ധ ഭീഷണി ടിബറ്റിനെ നടുക്കി. ആക്രമണത്തെ തടയാനോ ചെറുക്കാനോ ഉള്ള സൈനികശക്തി ഞങ്ങൾക്കില്ലായിരുന്നു. ഗവൺമെന്റ് മറ്റ് വിദേശ രാജ്യങ്ങളോട് സഹായമഭ്യർഥിച്ചു. പക്ഷേ, ഫലം നിരാശപ്പെടുത്തുന്നതായിരുന്നു. സഹായിക്കാൻ കഴിയില്ലെന്ന് ബ്രിട്ടനും അമേരിക്കയും പറഞ്ഞപ്പോൾ ഒരു കോംപ്രമൈസിന് ശ്രമിക്കാനായിരുന്നു ഇന്ത്യയുടെ മറുപടി.

ഐക്യരാഷ്ട്ര സഭയും ടിബറ്റിന്റെ പ്രശ്നത്തിൽ ഇടപെട്ടില്ല. പിന്നീടാണറിഞ്ഞത് ബ്രിട്ടീഷ് ഗവൺമെന്റ് ആവശ്യപ്പെട്ടതനുസരിച്ചായിരുന്നത്രെ ഐക്യരാഷ്ട്ര സഭ ടിബറ്റൻ പ്രശ്നത്തെ അവഗണിച്ചത്. ദലൈലാമയെ ഇത് വല്ലാതെ വേദനിപ്പിച്ചിരുന്നു. സ്വന്തം മണ്ണിൽനിന്നും ഒളിച്ചോടേണ്ടിവന്ന ഒരു പാവപ്പെട്ട ജനതയ്ക്കുവേണ്ടി ശബ്ദമുയർത്താൻ ആരെങ്കിലുമുണ്ടോ? ഞങ്ങൾ സ്വയം സഹതപിക്കുന്നു. പരസ്പരം കണ്ണീർ തുടയ്ക്കുന്ന അനാഥരായ ഒരു സമൂഹമാണഖിലാ നമ്മുടേത്. ആരുമില്ലാത്തവർ.”

ക്വാർട്ടേഴ്സിൽ ചെന്നു കയറിപ്പോൾ മുൻവശത്തിരിപ്പുണ്ടായിരുന്ന അതിഥിയെ കണ്ടവൾ ഒന്നു പതറി. പ്രതീക്ഷിക്കാത്തതാണ്. അവളുടെ പുതിയ കോട്ടൺ ചുരിദാറും മുഖത്തെ പ്രസന്നതയും ഒപ്പമുള്ള കൂസലില്ലായ്മയും ഗണേഷ് സസൂക്ഷ്മം നോക്കി.

“ഗണേഷേട്ടൻ എപ്പോൾ വന്നു.” ഒരതിഥിയോടുള്ള ഔപചാരികതയോടെ അവർ ചോദിച്ചു.

“കുറച്ചു നേരമായി” കണ്ണിമയ്ക്കാതെ അവളെ നോക്കിക്കൊണ്ട് അയാൾ പറഞ്ഞു. ഒരുനിമിഷം ഒന്നാലോചിച്ചുനിന്ന ശേഷം അവൾ അകത്തേക്കു പോയി. ചെറിയ ഇരുമ്പുരലിലിട്ട് ചുങായി എന്തോ പൊടിച്ചെടുക്കുകയാണ്. അവളെ കണ്ടപ്പോൾ അതാരാണെന്നു ചോദിച്ചു. അഖില ഉറങ്ങുന്ന വിച്ചുവിനെ ചൂണ്ടിക്കാട്ടി– “അവന്റെ അപ്പ.”

ചുങായി അത്ഭുതത്തോടെ അവളെ നോക്കി. അഖില ചായയുണ്ടാക്കി ഗ്ലാസുമായി വന്നപ്പോൾ അയാൾ മുറ്റത്ത് നോക്കിനിൽക്കുക

യാണ്. ചായകൊടുത്തപ്പോൾ വാങ്ങി കഴിച്ചു. പഴയ അസഹ്യത ആ മുഖത്തില്ല.

അവൾ കുളികഴിഞ്ഞു വരുമ്പോൾ അയാൾ ഡ്രസ്സ് മാറ്റി കൈലിയുടുത്തിരുന്നു. ഉണർന്നെഴുന്നേറ്റ വിച്ചു ഗണേഷിനെ കണ്ടപ്പോൾ പേടികൊണ്ട് ചുങ്ങിപ്പോയ മുഖം ചുണ്ടായുടെ മടിയിലൊളിപ്പിച്ചു മൂലയിലിരിപ്പുണ്ട്. ചുണ്ടായി അവന്റെ പുറത്ത് ചെറുതായി താളം മുട്ടുന്നുണ്ട്. അതു കണ്ടപ്പോൾ മര്യാദയില്ലാതെ അവൾ ചോദിച്ചു:

"ഗണേഷേട്ടനിന്നു പോകുന്നില്ലേ?"

"ഇല്ല. എനിക്ക് നിന്നോട് സംസാരിക്കാനുണ്ട്."

മനഃപൂർവം സൃഷ്ടിച്ചെടുത്ത നിസ്സംഗതയുടെ കെട്ടുകൾ അഴിയുന്നതായവൾക്കനുഭവപ്പെട്ടു. ഇറങ്ങിപ്പോകാൻ പറയാനുള്ള ധൈര്യം അവൾക്കില്ലായിരുന്നു. അയാൾ ഒരിക്കലെങ്കിലും വിച്ചുവിനെ നോക്കുകയോ, അവനെക്കുറിച്ചെന്തെങ്കിലും ചോദിക്കുകയോ ചെയ്തില്ല.

അത്താഴം കഴിഞ്ഞപ്പോൾ അയാൾ പറഞ്ഞു: "തലശ്ശേരിയിലെ ഒരു സ്കൂളിൽ നിനക്കൊരു ജോലി ശരിയായിട്ടുണ്ട്. കഴിയുന്നത്ര വേഗം ജോയിന്റ് ചെയ്യണം."

അഖില ഒന്നും മിണ്ടിയില്ല. അവൾ തണുത്ത ഇരുണ്ട രാത്രിയിലേക്ക് ശൂന്യമായ കണ്ണുകളോടെ തുറിച്ചുനോക്കി.

"അമ്മ പറഞ്ഞിട്ടുണ്ട്. നീ ചെയ്തതൊന്നും ശരിയല്ലെന്ന്."

"അമ്മയും ഗണേഷേട്ടനും ചെയ്തതൊക്കെ ശരിയാണല്ലോ."

"നീ അനാവശ്യമായി അന്യരിൽ കുറ്റം കാണുന്നവളാണ്. അനാഥയാണ് നീയെന്നതുപോലും മറക്കുന്നു."

"എനിക്കെന്റെ മകനുണ്ട്. അവൻ മാത്രം മതി."

"അവനെ നീ നശിപ്പിക്കുകയാണ്. ഏതെങ്കിലും ഒരു സ്പെഷ്യൽ സ്കൂളിൽ ചേർക്കണം."

"നിങ്ങൾ അവനെ ഉപദ്രവിക്കും. നിങ്ങളുടെ അമ്മ തിളച്ച വെള്ളം അവന്റെ ദേഹത്തൊഴിച്ച് കൊല്ലാൻ ഇനിയും ശ്രമിച്ചേക്കും. മനഃസാക്ഷിയില്ലാത്തവരാണ് നിങ്ങൾ."

"അഖില, നിന്നോടുള്ള സ്നേഹം ശേഷിക്കുന്നതുകൊണ്ടാണ് ഞാൻ വന്നത്."

അവൾ ഒന്നും മിണ്ടിയില്ല. ഇരുട്ടേറിയപ്പോൾ തന്റെ കിടക്ക ഗണേഷിനായി വിരിച്ചുകൊടുത്തു. പിന്നീടവൾ ചുണ്ടായിക്കും വിച്ചുവിനുമൊപ്പം ചെന്നു കിടന്നു.

"അഖില" താക്കീതോടെ ഗണേഷ് വിളിച്ചു.

"എന്നെ സ്നേഹിക്കണ്ട. വിച്ചുവിനോടൽപ്പം കരുണയെങ്കിലും കാണിക്കാത്തവരോട് എനിക്കൊന്നും പറയാനില്ല."

"ഇവിടെ വരൂ" അയാൾ വിളിച്ചു. പുച്ഛം കലർന്ന ഒരു ചിരി അവളുടെ ചുണ്ടിൽ വിടർന്നു കൊഴിഞ്ഞു. വിച്ചുവിനെ ചേർത്തുപിടിച്ചപ്പോൾ അസാധാരണമായ ഒരു ധൈര്യം അവളിലുണ്ടായി.

രാത്രി വളർന്നുവന്നപ്പോൾ ഗണേഷ് എഴുന്നേൽക്കുന്നതും മുറിയിലൂടെ നടക്കുന്നതും വാതിൽ തുറക്കുന്നതുമൊക്കെ അഖില കാണുന്നുണ്ടായിരുന്നു. പുലർകാലത്തു ഗണേഷ് ഉറങ്ങി എന്ന് ഉറപ്പുവരുത്തിയ ശേഷമാണവൾ ഉറങ്ങിയത്. അപ്പോൾ അവളുടെ സ്വപ്നത്തിൽ ഒരു ബുദ്ധഭിക്ഷു കടന്നുവന്നു. കാരുണ്യം നിറഞ്ഞ ചിരിയോടെ അയാൾ അവളുടെ നെറ്റിയിൽ തലോടി. ഉറക്കത്തിലും നിർവൃതിയോടെ അഖില ചിരിച്ചു.

പതിനഞ്ച്

"ടീച്ചർ, നിങ്ങൾക്ക് ഹസ്ബന്റിനോടൊത്ത് പോകാമായിരുന്നില്ലേ. സ്വന്തം ജീവിതം കൈകൊണ്ട് തള്ളിക്കളയണമായിരുന്നോ."

ഗുഅ ചോദിച്ചു. അഖിലയുടെ മുഖം മങ്ങിപ്പോയി. പ്രസന്നത നഷ്ട മാകുമ്പോൾ പടർന്നു കയറുന്ന കരുവാളിപ്പ് ഒരു സ്ത്രീയിൽ വൈകൃത മാകുന്നതെങ്ങനെയെന്ന് ഗുഅ കാണുകയായിരുന്നു.

"അയാളോടൊത്തുള്ള ജീവിതം വേണ്ടെന്നു വച്ചിട്ടാണ് ഞാൻ ഇറ ങ്ങിപ്പോന്നത്. എന്നെയും മകനെയും ഒരുപാടുപദ്രവിച്ചു. അയാളുടെ അമ്മ വിച്ചുവിന്റെ ദേഹത്ത് തിളയ്ക്കുന്ന വെള്ളമൊഴിച്ചു. അവൻ കളിക്കു മ്പോൾ പന്ത് അവരുടെ ദേഹത്തുചെന്ന് കൊണ്ടതിനായിരുന്നു അവന് ഇത്രവലിയ ശിക്ഷ. അയാൾക്കാണെങ്കിൽ കുട്ടിയെ കണ്ണിനു നേരെ കാണുന്നതുപോലും ഇഷ്ടമായിരുന്നില്ല. നികൃഷ്ടവസ്തുവിനെയെന്ന പോലെ വിച്ചുവിനെ അയാൾ കാലുകൾകൊണ്ട് ചവിട്ടിത്തെറിപ്പിക്കും. തടസം പിടിക്കാൻ ചെല്ലുന്ന എന്റെ മുടി പിഴുതുകളയുകയും ചുവരോട് ചേർത്തിടിക്കുകയും ചെയ്യും." നിനച്ചിരിക്കാതെ അഖില പൊട്ടിക്കരഞ്ഞു. ഗുഅ അന്തംവിട്ട് നിന്നുപോയി. അവർ പാലസിന് മുന്നിലെ മരത്തണലി ലായിരുന്നു. അഖില അങ്ങനെ പൊട്ടിക്കരഞ്ഞേക്കുമെന്ന് അയാൾ പ്രതീ ക്ഷിച്ചതല്ല. എത്ര വലിയ സങ്കടങ്ങളും നിസ്സംഗമായി പറഞ്ഞുതീർക്കു ന്നവളാണ്. സഹനശക്തിയുടെ അങ്ങേയറ്റത്തും നടുക്കുന്ന ഒരു ചിരി യാണവളിലുണ്ടാകാറുള്ളത്.

വിജനമായ റോഡിലൂടെ നിറമുള്ള പൂവിതളുകളും കടലാസുകഷ ണങ്ങളും കാറ്റിലൂടെ പറന്നുപോകുന്നുണ്ടായിരുന്നു. എങ്ങനെ ആശ്വ സിപ്പിക്കണമെന്നറിയാതെ ഗുഅ അവളെ നോക്കി നിശ്ചലമിരുന്നു. ഒരു സ്ത്രീ മനംപൊട്ടിക്കരയുമ്പോൾ എന്തുപറയണമെന്നോ ചെയ്യണമെന്നോ

അയാളുടെ സന്യാസജീവിതം പഠിപ്പിച്ചിരുന്നില്ല. നനഞ്ഞു കുതിർന്ന മുഖമുയർത്തി അവൾ അദ്ദേഹത്തെ നോക്കി.

“സന്തോഷിക്കാനുള്ള ഒരവസരംപോലും ദൈവം എനിക്ക് തന്നിട്ടില്ല. കരയാതെ ഞാനെന്റെ ദുരിതങ്ങളോട് മത്സരിച്ചു. ഗണേഷിന്റെയും അമ്മയുടെയും ഉപദ്രവം സഹിക്കവയ്യാതായപ്പോൾ ഞാനെന്റെ അമ്മാവന്റെ വീട്ടിലേക്കു ചെന്നു. വേലക്കാരിയായാണ് അതുവരെയും ജീവിച്ചത്. ഇനിയും അങ്ങനെ ചെയ്യാമെന്ന് യാചിച്ചു. പക്ഷേ അവരുടെ മക്കൾ അനുവദിച്ചില്ല. വിച്ചുവിനെ അവർക്ക് അറപ്പായിരുന്നു. ആരും അഭയത്തിനില്ലായിരുന്നു. അനിലാണ് ആ ദുരിതക്കടലിൽനിന്നും എന്നെ രക്ഷിച്ചത്.”

വികാര വിചാരങ്ങളെ ജയിച്ച് മോക്ഷമാർഗത്തിലേക്കുള്ള വഴിയേ നടക്കുന്നു എന്നഭിമാനിച്ച ബുദ്ധഭിക്ഷുവിന്റെ നെഞ്ചുരുകി. ഉള്ളിൽ തിരമാലകളുയർന്നു. സന്യാസവേഷംകൊണ്ട് അടിച്ചമർത്തുന്ന സങ്കടങ്ങളും സന്തോഷങ്ങളും ഇത്തവണയും ഗുഅയോട് മത്സരിച്ചു. തെന്നിപ്പോയ ഹൃദയത്തെ ചങ്ങലയിലിടാനുള്ള ശ്രമമായിരുന്നു പിന്നീട്.

“ആത്മഹത്യചെയ്തു പോയേക്കാവുന്ന നിമിഷങ്ങളിലൂടെ, അനുഭവങ്ങളിലൂടെയാണ് എന്റെ ജീവിതം കടന്നുപോന്നത്. പക്ഷേ ഞാൻ അത് ചെയ്യില്ല. അയാളിനിയും വരും. ഇന്ന് ദേഷ്യപ്പെട്ടാണിറങ്ങിപ്പോയത്. ഇപ്പോൾ എന്നെക്കൊണ്ട് എന്താണാവശ്യമെന്ന് എനിക്കറിയില്ല. എന്തെങ്കിലും ദുരുദ്ദേശ്യം കാണും. അല്ലാതെ സ്നേഹംകൊണ്ടല്ല.” ഗുഅ സാകൂതം അവളെ നോക്കി.

“ടീച്ചർ, ഹസ്ബന്റിനെ നിങ്ങൾ ഒരിക്കലും സ്നേഹിച്ചിട്ടില്ലേ.” അഖില ഗുഅയെ സാകൂതം നോക്കി. കണ്ണീർപുരണ്ട മുഖത്ത് ചിരിയുടെ ഇളംവെയിൽ പടർന്നു.

“ഒരു പ്രായപൂർത്തിയായ സ്ത്രീക്ക് പുരുഷനോട് തോന്നാവുന്ന വികാരം, പ്രണയം എനിക്ക് ഗണേഷേട്ടനോട് തോന്നിയിട്ടില്ല. ഒറ്റപ്പെട്ട, അനാഥമായ ജീവിതത്തിന് അയാൾ രക്ഷകനായിരുന്നു. സ്നേഹ ബഹുമാനങ്ങളുണ്ടായിരുന്നു. പക്ഷേ പ്രണയം എനിക്ക് തോന്നിയിട്ടില്ലെന്നതാണ് ശരി.”

അവൾ പറയുന്നത് മനസിലാവാതെ ഗുഅ വെറുതെ നോക്കിയിരുന്നു. പ്രണയവും സ്നേഹവും മൃദുലവികാരങ്ങളുമൊന്നും നീലത്തടാകം പോലെ നിശ്ചലമായ ആ മനസിൽ ഒരലപോലും വിടർത്തിയിരിക്കില്ല എന്നാണവൾക്ക് ആ നോട്ടം കണ്ടപ്പോൾ തോന്നിയത്. അത്രയേറെ നിഷ്കളങ്കവും നിർമലവുമാണാ മുഖം. അങ്ങനെ നോക്കിയിരിക്കുമ്പോൾ താനീ ഭൂമിയിലില്ലെന്നവൾക്ക് തോന്നി. പ്രകാശത്തിന്റെ കുളിരുള്ള ഒരരുവി ഗുഅയുടെ കണ്ണുകളിൽനിന്നും പ്രവഹിക്കുന്നതായും താനതിലൊഴുകിയലിഞ്ഞു തീരുകയാണെന്നും അവർക്ക് അനുഭവപ്പെട്ടു. ഒരിക്കലുമനുഭവിക്കാത്ത നിത്യനൂതനമായ ഒരു സ്ഥിതിവിശേഷത്തിലേക്കാഴ്ന്നു പോവുകയാണ്. ഉടലുകളില്ലാത്ത ഒരു യാത്ര. ഭൂമിയിലല്ല, ആകാശത്തുമല്ല, ശൂന്യതയിലേക്ക്. ഇതാണോ മോക്ഷം?

അഖില കൈയെത്തി ഗുഅയുടെ നേർത്ത വിരലുകളിൽ പിടിച്ചു. ഗുഅ വെറുതെ ചിരിച്ചതേയുള്ളൂ. അവളുടെ കൈ വിടുവിക്കാനോ, സ്വയം വെറുതെ ഒന്നു ചലിക്കാനോ കഴിയാതെ ഗുഅ അവളുടെ രക്തം തുടിക്കുന്ന മുഖത്തേക്ക് നോക്കിയിരുന്നു.

അവൾ ആ കൈകൾ നെഞ്ചോടു ചേർത്തു. പിന്നീടുയർത്തി. ആർത്തിയോടെ ചുംബിച്ചു.

"ഇതാണെന്റെ മോക്ഷം. ഇതു തന്നെയാണെന്റെ മോക്ഷം" അവൾ പിറുപിറുത്തുകൊണ്ട് ഇരുകൈകളാലും ഗുഅയെ കെട്ടിപ്പിടിച്ചു. അവളുടെ മുഖം അദ്ദേഹത്തിന്റെ ചൈനീസ് മണികൾകൊണ്ടുള്ള പ്രാർഥനാമാലയിലുരുമ്മി.

ഒരുനിമിഷംകൊണ്ട് അസ്വസ്ഥതയോടെ ഗുഅ അവളുടെ പിടി വിടുവിക്കാൻ ശ്രമിച്ചു. ബലപ്രയോഗത്തോടെ അവളെ അകറ്റുമ്പോൾ ആ വെളുത്ത മുഖം ചുവന്ന ലില്ലിപ്പൂപോലെ കുഴഞ്ഞിരുന്നു. എന്തെങ്കിലും സംസാരിക്കാൻ കഴിയാത്തവിധം നാവും ചലനമറ്റു.

ഓം- നേ-മേ -പേ എന്നുച്ചരിച്ച ശേഷം ഗുഅ എഴുന്നേറ്റു. വിജനമായ റോഡിലൂടെ നടന്നു. അഖില പ്രതിമപോലെ ആ നടപ്പ് നോക്കിയിരുന്നു. അവൾ ഒന്നലറിക്കരയാനോ നെഞ്ച് പൊട്ടി മരിക്കാനോ ആഗ്രഹിച്ചു. ഗുഅയുടെ മെറൂണും മഞ്ഞയും കലർന്ന വേഷം കണ്ണിൽനിന്നും മറയും വരെ അവൾ അഗ്നിപർവതം പോലിരുന്നു. ഒരിക്കലെങ്കിലും അദ്ദേഹം തിരിഞ്ഞുനോക്കിയില്ല.

ചീറിപ്പാഞ്ഞുപോയ സ്പോർട്സ് കാറിലെ യുവാക്കൾ അവൾക്ക് നേരെ കൈവീശി. വിജനമായ വഴിയിൽ തനിച്ചിരിക്കുന്ന സ്ത്രീയോടുള്ള വൃത്തികെട്ട ഭാവം ആ ചെറുപ്പക്കാരുടെ ചലനങ്ങളിൽ പ്രകടമായിരുന്നു. പിന്നീടേറെ കഴിഞ്ഞാണ് ബൈക്കിൽ അനിൽ വന്നത്.

"ഇതെവിടെയൊക്കെ നിന്നെ തേടി അഖില. ഇതെന്താ ഇവിടെ വന്നിരിക്കാൻ. നിനക്ക് ഭ്രാന്തുണ്ടോ."

അയാളോടവൾക്കപ്പോൾ ദേഷ്യമാണ് തോന്നിയത്.

"അനിൽ പോകൂ. ഞാനിവിടെ തനിച്ചിരുന്നോട്ടെ."

അയാൾ സഹതാപത്തോടെ പറഞ്ഞു: "അഖില ഗണേഷ് എന്റെ ഓഫീസിലും വന്നിരുന്നു. ഇവിടിങ്ങനെ തനിച്ചിരിക്കേണ്ട. വന്നു ബൈക്കിൽ കയറൂ."

അനിൽ വന്നു കൈയിൽ പിടിച്ചപ്പോൾ എഴുന്നേൽക്കാതിരിക്കാൻ അവൾക്ക് കഴിഞ്ഞില്ല. കാലുകൾ നിലത്തുറയ്ക്കാത്തതുപോലെ അയാൾ ദയവോടെ ചോദിച്ചു:

"എന്താ അഖില ഇങ്ങനെ. നീയിതൊക്കെ പ്രതീക്ഷിച്ചതല്ലേ. ഗണേഷ് എന്തു പറഞ്ഞു?"

"കൂടെ ചെല്ലാൻ." അവൾ അന്യമനസ്കയായാണ് പറഞ്ഞത്.

"എന്നോട് കയർത്തു. ഞാൻ നിന്നെ പിടിച്ചുവച്ചിരിക്കയാണെന്നും എന്റെ ആവശ്യത്തിനായാണ് കുശാൽ നഗറിൽ കൊണ്ടുവന്നതെന്നുമൊക്കെ അട്ടഹസിച്ചു."

അവൾ അയാൾ പറഞ്ഞതൊന്നും കേട്ടില്ല. ഗുഅ നടന്നു മറഞ്ഞ വിജനമായ പാതയിലേക്കവൾ നോക്കി. കാറ്റിന്റെ വേഗതയോടെ ആ വഴിയെ സഞ്ചരിക്കാനവൾ ആഗ്രഹിച്ചുപോയി.

“വെറുതെ വിഷമിക്കാതെ.”

അനിൽ അവളുടെ തോളിൽ ചേർത്തണച്ചപ്പോൾ വെറുപ്പോടെ അവൾ ആ കൈകൾ തട്ടിയകറ്റി.

“അനിൽ നീയെന്നെ ക്വാർട്ടേഴ്സിൽ കൊണ്ടുവിടൂ. എനിക്കൊട്ടും വയ്യ.”

അവൾ അയാളുടെ പിറകിൽ ബൈക്കിൽ കയറി ഇരുന്നു. പോകുന്ന വഴിയേ കണ്ണും മനസും ഒന്നുചേർന്നു ഗുഅയെ തിരഞ്ഞു.

തോഷ വരുമ്പോൾ അഖില കണ്ണടച്ചു കിടക്കുകയായിരുന്നു. അവർ വിച്ചുവിന് ചോക്ലേറ്റുകൾ കൊണ്ടുവന്നിരുന്നു. ചുങ്ങായിക്ക് അവരെ കാണുന്നതേ സന്തോഷം.

“നിങ്ങളിത്ര നാൾ എവിടെയായിരുന്നു തോഷ.” ചുങ്ങായി ചോദിച്ചു.

“മൈസൂരിലായിരുന്നു. അവിടെ പാലസൊക്കെ കണ്ടു. ഇന്ത്യൻ കൾച്ചറിനെ വെല്ലാൻ വേറൊന്നുമില്ലെന്നു തോന്നും. വൃന്ദാവൻ ഗാർഡനിൽ പോയി. ചാമുണ്ഡീ ഹില്ലിലെ കൽപ്പണികൾ ഫൻടാസ്റ്റിക്.” അവർ വർണിച്ചുകൊണ്ടേയിരുന്നു.

അഖിലയുടെ നെറ്റിയിലും കൈത്തണ്ടയിലും വിരലുകളമർത്തി അവർ ചോദിച്ചു: “സുഖമില്ലേ.” അഖില ദീനമായി നോക്കിയതല്ലാതെ മിണ്ടിയില്ല.

“ഈ നാടൊക്കെ കാണാൻ കുറെ പണം വേണ്ടേ.” ചുങ്ങായിക്ക് അതറിയാനായിരുന്നു തിടുക്കം.

“അഭയാർഥികൾക്കെവിടെ പണം. ഞാൻ പോയത് കുറച്ച് കമ്പിളിക്കുപ്പായങ്ങളും കൊണ്ടായിരുന്നു. ടൂറിസ്റ്റുകൾ നല്ല വില കൊടുത്തു വാങ്ങും. സത്യത്തിൽ ആർക്കുമിപ്പോൾ പണത്തിന് പഞ്ഞമില്ല. കയ്യിലുള്ളതൊക്കെ രണ്ടുദിവസം കൊണ്ട് വിറ്റു തീർന്നു.”

ചുങ്ങായി ഉപ്പും പാലും ചേർന്ന ചായയുണ്ടാക്കിക്കൊണ്ടുവന്നു. അവർ അതാസ്വദിച്ച് കുടിച്ചു.

“ടീച്ചർക്കിതെന്തുപറ്റി. മനസ്സുഖമില്ലെന്നാണ് എനിക്ക് തോന്നുന്നത്. സത്യമല്ലേ. ഒരു ഡോക്ടർ രോഗിയുടെ മനസും പഠിച്ചെടുക്കണമെന്നാണെന്റെ അഭിപ്രായം.”

അവരോടെന്തു പറയണമെന്നവൾക്കറിയില്ലായിരുന്നു. ആകാംക്ഷയോടെ ചോദിച്ചു:

“ഡോക്ടർ, നിങ്ങൾ സിദ്ധാർഥ രാജകുമാരനെ കണ്ടോ– കാണുമോ?” തോഷ അവളെ നിർന്നിമേഷം നോക്കി. പിന്നെ മനസുറപ്പില്ലാതെ ചിരിച്ചു.

“റിംപോച്ചെക്കതറിയാമായിരുന്നെന്ന് പിന്നീട് എനിക്ക് സ്വപ്നദർശനമുണ്ടായി.”

"അതൊരു പുതിയ അറിവായിരുന്നു." അഖില താൽപ്പര്യപൂർവം പറഞ്ഞു. "എങ്കിൽ അദ്ദേഹത്തോട് ചോദിക്കാമല്ലോ."

"ഇല്ല റിംപോച്ചെ കഴിഞ്ഞുപോയി."

"മരിച്ചുപോയെന്നോ."

"അതെ. ഒരുവർഷത്തിലേറെയായി ആ ദേഹം ടെംപിളിൽ സൂക്ഷിക്കുന്നു."

"എന്ത് ഒരു മൃതദേഹം ഒരുവർഷമായി സൂക്ഷിക്കുന്നെന്നോ?"

"അതെ കുട്ടീ. ആ മുഖം ഒന്നു കാണേണ്ടതാണ്. ഇപ്പോഴും ജീവസ്സ് പോയിട്ടില്ല. കണ്ണടച്ചിരിക്കുകയാണെന്നേ തോന്നൂ. ചർമ്മംപോലും തിളക്കത്തോടെയിരിക്കുന്നു. അദ്ദഹത്തിന്റെ അവസാന നിമിഷങ്ങളിൽ ഇവിടെ അപശകുനങ്ങളുണ്ടായി. ടെംപിളിലെ പക്ഷികളും കോഴികളും ഭയപ്പെടുത്തുന്ന ശബ്ദങ്ങളുണ്ടാക്കി. ചിന്നം വിളിക്കുന്ന കാറ്റ് ചുഴലി രൂപത്തിൽ ടെംപിളിനെ കറങ്ങിനടന്നു. ശ്രീബുദ്ധന്റെ പ്രതിമ വലതുവശത്തേക്കൊന്നു ചാഞ്ഞതായും കാണപ്പെട്ടു. ദിവ്യത്വമുള്ള മഹാത്മാവായിരുന്നു റിംപോച്ചെ. അദ്ദേഹത്തിനറിയാമായിരിക്കാം എന്റെ സിദ്ധാർഥ കുമാരനെവിടെയെന്ന്. പക്ഷേ, എനിക്കതിന്റെ ഭാഗ്യമില്ലാതായി. ഇനി ഈ ജന്മവും വിഫലം. നോക്കൂ ടീച്ചർ ആഗ്രഹിച്ചത് നേടാൻ കഴിയാത്ത എല്ലാ ജന്മങ്ങളും വിഫലം തന്നെ." അഖിലയുടെ കണ്ണുകൾ നിറഞ്ഞു. തോഷയെ അത്ഭുതപ്പെടുത്തി.

"അതിരൂക്ഷമായ ഒരു സങ്കടം ടീച്ചറുടെ മനസിലുണ്ട്. ശരിയല്ലേ." അഖില മടിയില്ലാതെ പറഞ്ഞു:

"ഉണ്ട് ഡോക്ടർ. പക്ഷേ എനിക്കത് തിരിച്ചറിയാനാവുന്നില്ല. എന്റെ ഉള്ളിൽ തിളച്ചുരുകുന്നത് അമൃതോ വിഷമോ എന്നെനിക്കറിയില്ല."

"അനിലിനോടുള്ള പ്രണയമാണോ ടീച്ചർ വിഷയം."

അഖില ദീനതയോടെ ടീച്ചറെ നോക്കി. അനിലല്ലെന്ന് പറയാൻ അവൾക്ക് പേടി തോന്നി.

"പ്രണയത്തെക്കുറിച്ച് പറയാനുള്ള അറിവൊന്നും എനിക്കില്ല. കനൽ കൈയിൽ കോരിയെടുത്തതുപോലെയാണെന്ന് കേട്ടിട്ടുണ്ട്. കൈയിലിരുന്നത് പൊള്ളിക്കും. താഴെയിട്ടാലും നീറ്റൽ അവശേഷിക്കും. ഇത് പ്രണയമൊന്നും അല്ല ടീച്ചർ. എനിക്കറിയില്ല എന്താണെന്ന്. ആ സാമീപ്യം ഞാൻ ആഗ്രഹിക്കുന്നു. കണ്ടാലും മതിവരാതെ കണ്ണിൽ നിറഞ്ഞ് തുളുമ്പിനിൽക്കുകയാണ്. കേട്ടാൽ കൊതിതീരാത്ത സംഗീതംപോലെ ആ ശബ്ദം. ഹിമവാനെപ്പോലെ എന്റെ മുന്നിൽ നിവർന്നുനിന്ന് മറ്റെല്ലാ കാഴ്ചകളും മറയ്ക്കുന്നു. ആ മഹാശക്തിക്ക് മുന്നിൽ ഉരുകിയൊലിച്ച് തീരുകയാണ്. അതെന്നെ നിരന്തരം വേദനിപ്പിക്കുന്നു. തീക്കനൽപോലെ പൊള്ളിക്കുന്നു."

തോഷ സഹതാപത്തോടെ അവളെ നോക്കി.

"ഞാൻ അനിലിനോട് സംസാരിക്കട്ടെ." അവർ ചോദിച്ചപ്പോൾ അഖില ഞെട്ടി. "നോ ഡോക്ടർ. അത് അനിലല്ല."

"പിന്നെ" അവരുടെ നെറ്റിചുളിഞ്ഞു. അഖില ഉത്തരം പറഞ്ഞില്ല. തോഷ മറ്റൊന്നും ചോദിച്ചില്ല. അവരുടെ കണ്ണുകളിലെ ഉദ്വേഗം അടങ്ങിയിരുന്നു. ഇനിയൊന്നും കേൾക്കേണ്ടെന്ന ഭാവത്തോടെ പഴയ ബാഗ് തോളിൽ തൂക്കി തടിച്ച ശരീരവുമായി പതിയെ പടിയിറങ്ങി. അഖില നോക്കിനിന്നു.

രണ്ടു ദിവസവും സ്കൂളിൽ ലീവെടുത്ത് അഖില ടെംപിളിൽ കാത്തുനിന്നു. ഗുഅയെ കണ്ടില്ല. മറ്റു ലാമമാരോട് ചോദിച്ചപ്പോൾ അവർ കൈമലർത്തി. ആർക്കുമറിയില്ലെന്നോ. നിരാശയും കോപവും സങ്കടവും അവളെ തളർത്തി. ഇത്തരമൊരു വികാരം തന്നിലാദ്യമാണെന്നവൾക്ക് തോന്നി. നേട്ടങ്ങളായൊന്നും ഒരിക്കലുമില്ലാതിരുന്ന ഒരു സ്ത്രീക്ക് ജീവിതത്തിൽ ഇത്രയും നിരാശ ഇതേവരെയും ഉണ്ടാകില്ലെന്നോ.

അനിലും ചെദനും പലവട്ടം ചോദിച്ചപ്പോൾ അഖിലയ്ക്ക് പറയാൻ കാരണങ്ങളുണ്ടായിരുന്നില്ല. ലീവെടുത്ത് ടെംപിളിൽ ചുറ്റിത്തിരിയുമ്പോൾ എന്താണ് തന്റെ മനസിലെന്നവൾ ചുഴിഞ്ഞു നോക്കി. ചെഞ്ചയെ കണ്ടപ്പോൾ ഗുഅയെപ്പറ്റി തിരക്കി. അദ്ദേഹം പഠിക്കുകയാണെന്നവൻ പറഞ്ഞു. എന്തോ വലിയ പരീക്ഷ അടുത്തു വരികയാണെന്നും.

"ഞാനിവിടെ കാത്തു നിൽക്കുന്നു എന്നു പറയാമോ" എന്നു ചോദിച്ചപ്പോൾ കുട്ടി ഓടിപ്പോയി. വേവുന്ന മനസോടെയാണ് അവനെ കാത്തുനിന്നത്. അദ്ദേഹം വരുമെന്നുതന്നെ അവൾ പ്രതീക്ഷിച്ചു. കനിവുള്ള മനസും വിശുദ്ധമായ മുഖവും തന്റെ അപേക്ഷയെ തള്ളികളയില്ല. പക്ഷേ ഗുഅ വന്നില്ല. ചെഞ്ചയെ കണ്ടതുമില്ല. ടെംപിളിന്റെ മുറ്റത്ത് നിഴലുകൾ സൃഷ്ടിച്ച് വെയിൽ തലയ്ക്കു മീതെ കടന്നുപേയതവളറിഞ്ഞുമില്ല.

വൈകിട്ട് ചെദൻ മുന്നിൽവന്നു നിന്നപ്പോൾ തളർന്ന കണ്ണുകളുയർത്തി അഖില അവളെ നോക്കി. ചെദന്റെ ചെമ്പിച്ച മുടിയിഴകൾ നീലാകാശത്തിന്റെ പശ്ചാത്തലത്തിൽ സ്വർണനിറത്തോടെ പറന്നുകളിച്ചു.

"അഖില നിനക്കെന്താണ് പറ്റിയത്. അനിലിനെ കണ്ടിട്ടാണ് ഞാൻ വരുന്നത്. ഗണേഷിന്റെ വരവാണോ നിന്നെ ഇത്രയേറെ അസ്വസ്ഥയാക്കിയത്."

ചെദൻ അവളുടെ അരികെ ചേർന്നിരുന്നു.

"നീയിന്നൊന്നും കഴിച്ചില്ലേ അഖില." അഖിലയുടെ വാടിത്തളർന്ന മുഖം നിശ്ശബ്ദതയോടെ ഉത്തരംപറഞ്ഞു.

"നീയെന്തിനിങ്ങനെ ഇവിടെ വന്നിരിക്കുന്നു അഖില. നീ വിച്ചുവിനെ മറന്നോ. ചുങ്ങായി പറഞ്ഞു കുറച്ച് ദിവസമായി അവന്റെ കാര്യമൊന്നും നീ ശ്രദ്ധിക്കുന്നില്ലെന്ന്."

വിച്ചുവിന്റെ മുഖം മനസിലേക്കോടിക്കയറി വന്നപ്പോൾ അഖിലയിലെ അമ്മ തളർന്നു.

"നിന്റെ മനസിലെന്താണഖില. എന്നോട് മറച്ചു വയ്ക്കല്ലേ. അഖില ചെദന്റെ കൈകൾ മുറുകെപ്പിടിച്ചു. തനിക്കു പോലും പിടികിട്ടാത്ത രഹസ്യം ചോർന്നുപോകുന്നതിന്റെ ഭീതിയായിരുന്നു അഖിലയുടെ കണ്ണുകളിൽ. ചെദൻ അവളെ നോക്കി നിശ്ശബ്ദയായിരുന്നു. ചെഞ്ച ചെദനെ കണ്ടു. ഓടിക്കിതച്ചു നടന്ന അവന്റെ മുഖം ചുവന്നും വിയർത്തുമിരുന്നു. ചെദൻ അനുജനോട് കുശലങ്ങൾ ചോദിക്കുന്നതിനിടയിൽ കുട്ടി അഖിലയോട് ചോദിച്ചു:

"ഗുഅ വന്നില്ലേ?"

"ഇല്ല" എന്നു പറയുമ്പോൾ അഖിലയുടെ മുഖത്ത് തെളിഞ്ഞ ഭാവങ്ങൾ ചെദൻ ഒപ്പിയെടുത്തു. ചെഞ്ച പോയപ്പോൾ അവൾ ചോദിച്ചു:

"സന്യാസിയെ കാണാനാണോ നീ വന്നത്?"

"അതെ", അഖില സമ്മതിച്ചു.

"നിങ്ങൾ തമ്മിൽ പിണങ്ങിയോ. അങ്ങനെ പിണങ്ങുന്ന ഒരാളല്ലല്ലോ അദ്ദേഹം."

ചെദന്റെ കണ്ണുകളിൽ സംശയത്തിന്റെ തിരയിളക്കങ്ങൾ അഖില കണ്ടു. "പറയൂ അഖില. ഞാൻ നിന്റെ ബെസ്റ്റ് ഫ്രണ്ടല്ലേ. എന്താ കാര്യംന്നു പറയൂ."

പറയാതിരിക്കാൻ അഖില ശ്രമിച്ചില്ല. നെഞ്ചിലെ വിങ്ങൽ ഏറ്റുപറച്ചിലിൽ കുറഞ്ഞേക്കാമെന്ന പ്രത്യാശയോടെ അവൾ പറഞ്ഞു:

"ആ യുവസന്യാസി എന്റെ മനസാകെ മാറ്റിമറിച്ചിരിക്കയാണ് ചെദൻ. ജ്ഞാനത്തിന്റേയും മൂല്യത്തിന്റേയും തൽസ്വരൂപമാണ് അദ്ദേഹം. ആ മുന്നിൽ നിൽക്കുമ്പോൾ ഞാനീ ലോകത്തൊന്നുമല്ല. എന്റെ വേദനകളും ദൗർഭാഗ്യങ്ങളും ഞാൻ മറക്കുന്നു. മരവിച്ചുപോയ ഒരു മഞ്ഞുകണമായിരുന്നു ഞാനെന്നത് ഗുഅയുടെ മുന്നിലെത്തുമ്പോഴാണറിയുന്നത്. ഒരു ദിവ്യക്ഷേത്രത്തിന് മുന്നിലെത്തുമ്പോൾ അനുഭവപ്പെടുന്ന ശാന്തത, ബലഹീനത, ഒക്കെയാണ് ഗുഅയുടെ മുന്നിലെത്തുമ്പോൾ അനുഭവപ്പെടുന്നത്. ആകാശക്കീഴെ, കടലിന് നടുവിൽ തനിച്ചാകുമ്പോൾ തോന്നുന്ന ലാഘവത്വം ചെദനറിയോ. അതാണാ സാമീപ്യത്തിൽ ഞാനനുഭവിക്കുന്നത്."

അഖിലയുടെ ശബ്ദം ഇടറി. "പക്ഷേ അദ്ദേഹം എന്നെ കാണാതിരിക്കാൻ ശ്രമിക്കുന്നതെന്തിനെന്ന് എനിക്കറിയില്ല."

"അഖില" പേടിനിറഞ്ഞ കണ്ണുകളോടെ ചെദൻ വിളിച്ചു. "നിനക്കദ്ദേഹത്തോട് പ്രണയമാണല്ലേ. നിന്റെ ഭിക്ഷാപാത്രം എന്നും ശൂന്യമായിരിക്കും അഖില. അദ്ദേഹത്തിന്റെ ദാനം സ്നേഹവും കാരുണ്യവുമാണ് പ്രണയമല്ല. നിനക്ക് തെറ്റുപറ്റി."

അഖിലയുടെ മുഖം തുടുത്തുപോയി.

"ചെദൻ നീ തെറ്റിദ്ധരിക്കയാണ്. എനിക്ക് അദ്ദേഹത്തോട് പ്രണയമല്ല. അതിൽക്കവിഞ്ഞതെന്തോ ആണ്. ആ വികാരത്തെ പേരിട്ട് വിളി

ക്കാൻ എനിക്കറിയില്ല. ഞാൻ ബുദ്ധിമതിയല്ല. അപാരപാണ്ഡിത്യവും ജ്ഞാനവുമുള്ളവളുമല്ല. അനുഭവങ്ങളോ ലോകപരിചയമോ ഇല്ല. അതു കൊണ്ടുതന്നെ ഒരു വിശദീകരണം എന്നെക്കൊണ്ട് കഴിയില്ല. പക്ഷേ ഒന്നറിയാം- എന്നെ അവഗണിക്കുന്നത് സഹിക്കാൻ എനിക്ക് കഴിയില്ല."

സായാഹ്നത്തിന്റെ തണുത്ത കാറ്റ് വീശി. ലാമമാർ പ്രാർഥനാലയ ത്തിലായിരുന്നു. വാദ്യോപകരണങ്ങളുടെ ഏറ്റക്കുറച്ചിലില്ലാത്ത സംഗീ തധ്വനിയുണർന്നു. ബുദ്ധമതക്കാരുടെ പ്രാർഥനാചക്രം തിരിഞ്ഞു കൊണ്ടേയിരുന്നു. ഭൂമിയുടെ നിലയ്ക്കാത്ത ഭ്രമണംപോലെ.

പതിനാറ്

വൃദ്ധസദനത്തിലെ പൂക്കൾ നിറഞ്ഞ ചെടികൾക്കിടയിൽ സോങ്ചു അഗാധ ചിന്തയിലായിരുന്നു. വലംകൈ കൊണ്ട് കാൽമുട്ടുകളും നെഞ്ചുമൊക്കെ ഇടയ്ക്കിടെ അയാൾ ഉഴിഞ്ഞുകൊണ്ടിരുന്ന സോങ്ചു അവശനായിരുന്നു.

അസുഖങ്ങളൊന്നുമില്ലെന്ന് ഡോക്ടർ വിധിയെഴുതുകയും, വേദനയെന്നു പറഞ്ഞു സദാ നിലവിളിക്കുകയും ചെയ്ത ആ വൃദ്ധ മരിച്ചതിന്റെ പിറ്റേന്നായിരുന്നു. അന്ന് മരണ സമയത്ത് സോങ്ചുവും, കൂടെയുള്ളവരും അടുത്തുണ്ടായിരുന്നു. അവർ വായ തുറന്ന് ശ്വാസംവലിക്കുകയും തുറിച്ച കണ്ണുകൾകൊണ്ട് ചുറ്റും തിരയുകയും ചെയ്യുന്നുണ്ടായിരുന്നു. പഞ്ചയുടെ അഭാവം സൃഷ്ടിച്ച അനാഥത്വം എല്ലാ മുഖങ്ങളിലുമുണ്ടായിരുന്നു.

മരണവുമായി മല്ലടിക്കുന്ന ആ വൃദ്ധയ്ക്ക് ചുറ്റും എല്ലാവരും നിസ്സഹായരായി നിന്നു. ആ മൽപ്പിടുത്തത്തിന്റെ തൊട്ടടുത്ത ചാൻസ് തനിക്കായേക്കാമെന്ന മരണഭീതി അവരുടെ കണ്ണുകളിലുണ്ടായിരുന്നു. അവസാന ശ്വാസത്തിനു വേണ്ടി പിടയുമ്പോഴും, അവരുടെ കണ്ണുകളിലെ ആസക്തി സോങ്ചു തിരിച്ചറിഞ്ഞു. അവരുടെ സാഫല്യമടയാത്ത മോഹങ്ങളുടെ ഉറവ തന്നെയാണ് അവിടെ വട്ടംചേർന്നു നിൽക്കുന്നവരുടേയും ഹൃദയങ്ങളിൽ.

ആ ഉരുണ്ടു മറിയുന്ന കണ്ണുകളിലേക്ക് സൂക്ഷിച്ചു നോക്കിയപ്പോൾ സോങ്ചു പലതും കണ്ടു. മഞ്ഞുമൂടിയ മാമലകൾക്കിടയിൽ, ജനസാന്ദ്രത കുറഞ്ഞ, ശാന്തശീലരും സന്മനോഭാവവുമുള്ള ഒരു ജനവിഭാഗം. അവരുടെ അധ്വാനം വിളയുന്ന കൃഷിയിടങ്ങൾ, പ്രാർഥനകളുരുവിടുന്ന തണുപ്പുള്ള കാറ്റ്, അവരുടെ കുഞ്ഞുമോഹങ്ങൾ കണ്ണാടി നോക്കുന്ന

നീലനിറമുള്ള ആകാശം. മോഹഭംഗങ്ങളൊഴുകുന്ന മഞ്ഞനദി. തീർഥാടന പുണ്യമാർന്ന "ഘോങ്ങ്റിംപോച്ചേ" എന്ന കൈലാസം.

സോങ്ങ്ചു ഭയവിഹ്വലനായി, കോരിത്തരിപ്പോടെ അവരുടെ കണ്ണുകളിൽ ആ കാഴ്ചകൾ കണ്ടു. ആ കണ്ണുകളിലേക്കോടിക്കയറിയാൽ തങ്ങളുടെ സ്വർഗഭൂമിയിൽ ചെന്നെത്തുമെന്നവർ വെറുതെ പ്രതീക്ഷിച്ചു. മോഹങ്ങളും ആശകളും ഇളകിമറിഞ്ഞൊടുവിൽ എല്ലാം നിശ്ചലമായി. അവരുടെ ചലനമറ്റ ശരീരത്തിന് ചുറ്റും നിന്നവർ ഭയപ്പാടുരുകുന്ന മനസോടെ പിന്മാറി.

പഞ്ചയുണ്ടായിരുന്നെങ്കിൽ കരയുമായിരുന്നെന്ന് ഒരു സ്ത്രീ പറഞ്ഞു. അവൾ എല്ലാവരേയും സ്നേഹിച്ചിരുന്നു. ഓരോരുത്തരും അവൾക്ക് സ്വന്തം മാതാപിതാക്കളായിരുന്നു. അവൾ അവരുടെ രക്ഷകയും മകളും അമ്മയും സഹോദരിയുമായിരുന്നു.

സെൻചി വന്നു കൊണ്ടുപോകുമ്പോൾ പഞ്ച കരഞ്ഞു. സദനത്തിന്റെ ഓരോ അന്തേവാസിയും അവളോടൊപ്പം കരഞ്ഞു. "പോകല്ലേ മകളെ, ഞങ്ങൾ അനാഥരാവും.'' അവരുടെ മനസും മുഖവും അഭ്യർഥിച്ചു. പക്ഷേ നാവ് കൊണ്ടാരും അവളെ വിലക്കിയില്ല. സെൻചിയോടൊപ്പം പോകാതിരിക്കാൻ അവൾക്ക് കഴിയുമായിരുന്നില്ല. പിന്തിരിഞ്ഞു നോക്കി കണ്ണുതുടച്ചവൾ നടന്നുപോകുന്നത് നോക്കി നിരനിരയായി നിന്ന് ആ വൃദ്ധസമൂഹം അവൾക്കു നേരെ കൈവീശി – യാത്രാമംഗളമോ അനുഗ്രഹാശിസുകളോ. പൊട്ടിക്കരഞ്ഞുകൊണ്ട് പഞ്ച സെൻചിയുടെ തോളിലേക്ക് തലചായ്ച്ചു.

അഖിലവന്നപ്പോൾ സോങ്ങ്ചു നഷ്ടബോധത്തോടെ പറഞ്ഞു:

"പഞ്ച പോയി."

"പഞ്ച വരും സോങ്ങ്ചുപ്പാ. നിങ്ങളെയൊക്കെ കാണാൻ അവൾ വരും. അവൾ ക്യാമ്പിലല്ലേ, ദൂരെയെങ്ങുമല്ലല്ലോ." അഖില അയാളുടെ കൈകൾ പതിയെ തലോടി. "അവരും പോയി. മരിച്ചുപോയി" ഇതുവരെയും ഒപ്പമുണ്ടായിരുന്ന സ്ത്രീയുടെ മരണവും പഞ്ചയുടെ വിരഹവും സോങ്ങ്ചുവിനെ ഉലച്ചുകളഞ്ഞിരിക്കുന്നു. അഖിലയ്ക്ക് ആ സ്ത്രീയുടെ അവശമായ മുഖവും വേദനയോടുള്ള കരച്ചിലും ഓർമവന്നു. മോഹങ്ങൾ ശേഷിപ്പിച്ച് കടന്നുപോകുകയാണ് ഒരു തലമുറയിലെ ഓരോ കണ്ണിയും. നീർക്കെട്ടുള്ള കൈമുട്ടുകൾ തൊട്ടുകാണിച്ച് ചെറിയ കുട്ടിയെപ്പോലെ സോങ്ങ്ചു പറഞ്ഞു: "വേദനിക്കുന്നു."

അഖില ആ മുഖത്തേക്ക് സഹതാപത്തോടെ നോക്കി.

"മരുന്നു കഴിക്കാം സോങ്ങ്ചുപ്പാ."

അയാൾ പ്രതീക്ഷയോടെ അവളെ നോക്കി.

"മരുന്നു കഴിച്ചാൽ പഴയതു പോലാവുമോ? രോഗങ്ങളൊക്കെ തീർത്തും മാറുമോ? ഈ ലോകത്തെങ്ങും ഓടിനടക്കാനൊക്കോ ഒരിക്കലെങ്കിലും ടിബറ്റൊന്നു കാണാനാവുമോ?"

അഖില അർഥശൂന്യമായി തലയാട്ടി. വാർദ്ധക്യം ഒരു രോഗമായിരുന്നെങ്കിൽ! മരുന്നു കഴിച്ചാൽ, പഥ്യം തെറ്റാതെ, ശീലങ്ങളിൽ വീഴാതെ നേരെ നടന്നാൽ യുവത്വം തിരികെ കിട്ടുന്ന രോഗം.

പഞ്ചയില്ലാഞ്ഞോ, മരണം നടന്നതിനാലോ ആർക്കും ഉത്സാഹമില്ലായിരുന്നു. പ്രാർഥനാലയത്തിന്റെ സിമന്റ് കെട്ടിയ ഇരിപ്പിടത്തിൽ കൈ തലയ്ക്ക് കീഴെ വച്ച് പട്ടാളക്കാരൻ ആകാശം നോക്കി കിടപ്പുണ്ടായിരുന്നു. അയാളുടെ ഓർമകൾക്കു മേലെ ബോംബും വെടിയൊച്ചയുമുണ്ടോ? കുതിരപ്പടയാളികളുടെ കുളമ്പടിയൊച്ചയുണ്ടോ? എന്തായിരിക്കാം ആ മനസിൽ. കൂട്ടുകാരികളായ വൃദ്ധകൾ നിശ്ശബ്ദരായി തറയിലിരിപ്പുണ്ട്. അവരുടെ മനസിലും കുപ്പിച്ചില്ലുകളുടഞ്ഞ് രക്തം ചീറ്റുന്നുണ്ടോ?

എല്ലാം ശൂന്യമാണെന്ന് അഖിലയ്ക്ക് തോന്നി. ആഗ്രഹങ്ങളും സ്വപ്നങ്ങളും തേഞ്ഞുമാഞ്ഞു പോകുന്നു. മരണം അത് നിശ്ശേഷം ഇല്ലാതാക്കുന്നു.

"സോങ്ചുപ്പാ" അവൾ അയാളെ തൊട്ടുണർത്തി. പക്ഷേ അയാൾ ഉണർന്നത് ഭൂതകാലത്തിലേക്കായിരുന്നു.

"ഞാൻ കുഷയെ ഓർക്കുകയാണ്. ഇടതൂർന്ന വാൽ സ്ത്രീകളുടെ മുടിപോലെ കിടക്കും. ശാന്തമായ കണ്ണുകൾ. പഞ്ചയെപ്പോലെ സ്നേഹമുള്ളവളായിരുന്നു കുഷ. ഞങ്ങൾ കുട്ടികളുടെ പ്രിയപ്പെട്ട കൂട്ടുകാരിയായിരുന്നു. എന്നും ഞാൻ അവൾക്കൊപ്പമായിരുന്നു. എന്റെ ടോങ്കയും."

ടിബറ്റിലേക്കുള്ള യാത്രയിലാണ് സോങ്ചു. അയാളുടെ കണ്ണുകൾ വികസിച്ചു. തിരമാലകൾ അവിടെ ഉയർന്നു താഴ്ന്നു.

"ഉത്സവാഘോഷങ്ങളുണ്ടായിരുന്നു ഞങ്ങൾക്ക്. ഞങ്ങൾ കുട്ടികളും ചെറുപ്പക്കാരും പലവിധ വേഷഭൂഷാദികളിൽ അങ്കണത്തിലുണ്ടാകും. യൂഹാക്കിന് അത്തവണ അസുരിപഞ്ജരത്തിന്റെ വേഷമായിരുന്നു. ഞങ്ങൾ അവനെ കണ്ട് ആർത്തു വിളിച്ചു. അമ്മയും ഫാലനുമൊക്കെ അവന്റെ കോമാളിക്കളി കണ്ട് ചിരിച്ചു കുഴഞ്ഞു. യോമഭിക്ഷുവും ഞങ്ങളോടൊപ്പമുണ്ടായിരുന്നു. പക്ഷേ ആ മുഖം മാത്രം പ്രസന്നമായിരുന്നില്ല. നിർവികാരമായ ആ ഭാവം മുതിർന്നവരെ ആകുലരാക്കി."

"എന്താണങ്ങ് ഞങ്ങളുടെ സന്തോഷത്തിൽ പങ്കുചേരാത്തത്?"

"ഞാൻ ആശങ്കാകുലനാണ്. നിലാവിന്റെ മുഖത്ത് നിഴൽപ്പാടുകൾ അകലുന്നില്ല. മരക്കമ്പുകളിൽ ഈ രാത്രികാലങ്ങളിൽ സ്വർണപ്പക്ഷികൾ ചിറകടിച്ച് കലപിലകൂട്ടുകയാണ്. തേയിലക്കാടുകൾ പൂത്തിട്ടും കാറ്റിൽ സുഗന്ധമില്ല. ആഘോഷങ്ങൾക്കിടയിൽ മുന്നറിയിപ്പില്ലാതെ മഴത്തുള്ളികൾ അലോസരപ്പെടുത്തി. ഇതൊക്കെയും നമ്മുടെ സന്തോഷത്തെ ഇല്ലാതാക്കുന്നു. ഏത് കാലഘട്ടങ്ങളിലും ഇങ്ങനെയുണ്ടായിരുന്നു. ശാന്തതയും ആഹ്ലാദവും തിരയടിക്കുന്ന എല്ലാ സ്വർഗീയ രാജ്യങ്ങൾക്കും മീതെ ഇടിമുഴങ്ങി, രക്തമഴ പെയ്തിരുന്നു."

മോഹ ഭയാക്രാന്തമായ മനസോടെ പറഞ്ഞു: "ഈ ആഘോഷങ്ങൾ അവരെ എന്തിനാണ് അലോസരപ്പെടുത്തുന്നത്. ഇത് നമ്മുടെ

സ്വന്തം മണ്ണ്, ആചാരങ്ങൾ, ആഹ്ളാദങ്ങൾ. അന്യർക്ക് ഇതിലെന്ത് കാര്യം."

യോമഭിക്ഷു സങ്കടത്തോടെ ചിരിച്ചു. പുതിയ ഭരണനേതൃത്വത്തിന് തീ പിടിച്ചിരിക്കുന്നു. ഒളിപ്പോരാളികൾ സംഘടിതരായി കാടിനുള്ളിൽ പരിശീലനത്തിൽ ഏർപ്പെട്ടിരിക്കുന്നു എന്ന വിവരം ചോർന്നുപോയിരിക്കുന്നു. ടിബറ്റിലെ ചോരത്തിളപ്പുള്ള യുവാക്കൾ ഞങ്ങളുടെ സൈനികരുമായി കൂട്ടുചേർന്നു ദലൈലാമയുടെ സമ്മതമില്ലാതെ കാടിനുള്ളിൽ ഒളിച്ചിരിക്കുന്നു. പലയിടത്തും സ്വാതന്ത്ര്യത്തിനുവേണ്ടിയുള്ള പോർവിളികൾ തുടങ്ങിക്കഴിഞ്ഞു. ദലൈലാമയുടെ സമാധാനത്തിനായുള്ള ആഹ്വാനം വകവയ്ക്കാതെയാണ് ഈ പുതിയ നീക്കം. അത് അവരെ പ്രകോപിപ്പിച്ചിരിക്കുന്നു. സംശയമുള്ളവരെ അവസാനിപ്പിക്കാനാണ് തീരുമാനം. മതങ്ങളുടെ ഭരണം നിർത്താനാണവർ ആജ്ഞാപിച്ചിരിക്കുന്നത്. ദൈവികശക്തികളുടേത് ദുർഭരണമാണത്രേ."

"ഞങ്ങളെ രക്ഷിക്കാനാരുമില്ലേ" യോമഭിക്ഷുവിന്റെ മുന്നിൽ മുട്ടുകുത്തി ഗ്രാമീണർ ഒന്നടങ്കം ചോദിച്ചു. അദ്ദേഹത്തിന്റെ കണ്ണിൽ നീർ നിറഞ്ഞു.

"നമുക്ക് പ്രാർഥിക്കാം. ഒരു നല്ല പ്രഭാതത്തെ പ്രതീക്ഷിക്കാനായിരിക്കാം ഇരുണ്ട ഈ രാത്രിയിൽ നമ്മൾ അന്ധരാകുന്നത്."

ആഘോഷങ്ങൾ അധികം നീണ്ടുനിന്നില്ല. ട്രക്കുകളുടെ ശബ്ദം കേട്ട് ജനം വിരണ്ടോടി അവരവരുടെ മാളങ്ങളിലൊളിച്ചു. പൂക്കളും കൊടിതോരണങ്ങളും ചന്തം ചാർത്തിയ ഉത്സവപ്പറമ്പിലൂടെ പട്ടാള ട്രക്കുകൾ ഓടിക്കയറി. ചതഞ്ഞരഞ്ഞ പൂക്കളും പറിച്ചെറിഞ്ഞ കൊടികളും അവരുടെ ബൂട്സിന്റെ അടയാളങ്ങൾ അവശേഷിപ്പിച്ചു. ബുദ്ധക്ഷേത്രത്തിലെ പ്രതിമയെ എറിഞ്ഞുടച്ചു. പ്രാർഥനാമണികൾ വലിച്ചെറിയപ്പെട്ടു. അവിടെ പ്രാർഥനയിൽ മുഴുകിയ യോമാഭിക്ഷുവിനെ തൂക്കിയെടുത്തവർ ട്രക്കിലിട്ടുകൊണ്ട് പോയി.

പാതിരാവിൽ നിദ്രയില്ലാതെ ഭയവിഹ്വലരായി കിടക്കവെ മോഹ പറയുന്നത് കേട്ടു.

"യോമാഭിക്ഷുവിനെ അവർ കൊണ്ടുപോയി. ഞങ്ങൾക്കിനി അഭയത്തിനായൊന്നുമില്ല."

"അദ്ദേഹത്തെ അവരുപദ്രവിക്കുമോ?"

അമ്മയുടെ ചോദ്യത്തിന് ഫാലൻ ഉത്തരം കൊടുത്തില്ല. രാവിലെ എഴുന്നേറ്റപ്പോൾ യൂഹായെ കണ്ടില്ല. എല്ലാവരും അവനെ അന്വേഷിച്ചു നടന്നു. ടോങ്ക കുഷയുടെ പുറത്തുകിടന്നു വിമ്മിവിമ്മിക്കരഞ്ഞു. സോങ്ചു കുഷയോട് ചോദിച്ചു:

"പട്ടാളക്കാർ യൂഹായെ പിടിച്ചുകൊണ്ട് പോയതാവുമോ?"

പക്ഷേ വൈകിട്ട് യൂഹാ തിരിച്ചെത്തി. അവന്റെ മുഖത്ത് പരിചിതമായ ഭാവമുണ്ടായിരുന്നു. "നീ എവിടെയായിരുന്നു മകനേ. ഞങ്ങളുടെ മനസ്സ് നീ ചുട്ടെരിക്കയാണ്" മോഹ അവനെ ശാസിച്ചു.

“ഞാനും എന്റെ കൂട്ടുകാരും ആയുധവിദ്യ പരിശീലിക്കുകയായിരുന്നു. മഞ്ഞനദിക്കപ്പുറമുള്ള മലങ്കാടുകളിൽ ഞങ്ങളുടെ സൈനികരുണ്ട്. അവരുടെ കൈകളിൽ തോക്കുകളും കത്തികളുമുണ്ട്. ഞങ്ങൾ ചെറുപ്പക്കാർ സംഘടിച്ച് നമ്മുടെ രാജ്യത്തെ സ്വതന്ത്രമാക്കും.”

അമ്മ ഭയന്നു പോയി. പതിനാറ് കഴിയാത്ത മകനോട് അരുതെന്ന് പറഞ്ഞവർ തേങ്ങിക്കരഞ്ഞു. അമ്മയുടെ കണ്ണീർ കണ്ടപ്പോൾ യൂഹ തരളിതനായി.

“അമ്മേ അമ്മയെ പോലല്ലേ നമ്മുടെ രാജ്യം. നമുക്കിത് തിരിച്ചു പിടിക്കേണ്ടതില്ലേ. അഹിംസയെന്ന ദലൈലാമയുടെ സിദ്ധാന്തങ്ങൾ വിജയിക്കില്ല. മുള്ളിനെ മുള്ളുകൊണ്ടെടുക്കണം.”

“മകനേ, ഇന്ത്യയെക്കുറിച്ച് നീ കേട്ടിട്ടില്ലേ. ബ്രിട്ടീഷുകാരെ അവർ തുരത്തിയതെങ്ങനെ. മഹാത്മാഗാന്ധിയുടെ അഹിംസാനയം തന്നെയാണ് അവിടെ വിജയിച്ചത്. ആയുധം എടുത്ത് പോരടിക്കാൻ തയാറായിരുന്നെങ്കിൽ ഇന്ത്യ നശിച്ചുപോയേനെ.” മോഹ അവനെ ഉപദേശിച്ചു. പക്ഷേ യൂഹ അതിനൊന്നും ചെവികൊടുത്തില്ല. അവൻ പാതിരാവിലോ മധ്യാഹ്നങ്ങളിലോ സായാഹ്നങ്ങളിലോ എന്നൊന്നില്ലാതെ ഇറങ്ങിപ്പോയി. ദിവസങ്ങളോളം അപ്രത്യക്ഷനായി. ദിവസങ്ങൾ പോകവെ അവന്റെ കുട്ടിത്തം മറഞ്ഞുപോയി. അവൻ ഒരു പോരാളിയായി മാറിയിരിക്കുന്നു. അവന്റെ മുഖചർമ്മം പരുപരുത്തും താടിയെല്ലുകളും മാറിടവും കൈകളും കരുത്തുറ്റതുമായിത്തീർന്നിരുന്നു. അവന്റെ നഖങ്ങൾ നിറം നഷ്ടപ്പെട്ട് വളർന്നുകഴിഞ്ഞിരിക്കുന്നു. മുടി അലക്ഷ്യമായി വെട്ടിയിരിക്കുന്നു.

അമ്മ മകനെയോർത്ത് കരഞ്ഞപ്പോൾ മോഹ അവനെ നെഞ്ചോടണച്ചു. യൂഹ തന്നെക്കാൾ ഏറെ വളർന്നിരിക്കുന്നു എന്ന് ആ പിതാവിന് വ്യക്തമായിക്കഴിഞ്ഞിരുന്നു.

“എനിക്കഭിമാനമുണ്ട് മകനേ- രാജ്യസ്നേഹിയായ ഒരു ധീരനാണല്ലോ എന്റെ പുത്രനെന്നതിൽ.”

അദ്ദേഹത്തിന്റെ കണ്ണുകളിൽ സന്തോഷവും അഭിമാനവും പകയും ഒന്നുപോലെ വെട്ടിത്തിളങ്ങി.

യൂഹാ നിരാശയോടെ പറഞ്ഞു:

“പക്ഷേ ഫാലൻ, എന്റെ ഏറ്റവും അടുത്ത കൂട്ടുകാരൻ ഞങ്ങളെ ചതിച്ചു. അവൻ ചൈനക്കാർക്കൊപ്പം ചേർന്നു. അവനും കുടുംബവും മറ്റൊരു ഗ്രാമത്തിലേക്ക് യാത്രയായി. അവന് ഉദ്യോഗവും പദവിയും സമ്പത്തും ലഭിച്ചു. അവനെപ്പോലെ മറ്റു പലരും സ്വന്തം അമ്മയെ തള്ളിപ്പറഞ്ഞിരിക്കുന്നു.”

“അതെന്നും അങ്ങനെയാണ് യൂഹാ. നന്മയും തിന്മയും ഒരേ നാണയത്തിന്റെ രണ്ടു വശങ്ങളാണ്. എവിടെയുമുണ്ട് ഒറ്റുകാരും ചതിയന്മാരും എല്ലാ യുഗങ്ങളിലും കാലങ്ങളിലുമുണ്ട്.”

അടുത്ത ദിവസങ്ങളിൽ യൂഹാ വന്നില്ല. അമ്മ പട്ടിണി കിടക്കാനും കരയാനും തുടങ്ങിയിരുന്നു. അപ്പനും അസ്വസ്ഥനായി. ഒരാഴ്ച കഴിഞ്ഞപ്പോൾ കർഷകരിലാരോ ഒരു വാർത്ത കൊണ്ടുവന്നു.

മഞ്ഞ നദിക്കരയിൽ വച്ച് യൂഹായും കൂട്ടരും പട്ടാളത്തിന്റെ പിടിയിലായിക്കഴിഞ്ഞിരിക്കുന്നെന്ന്. ഫാലനും സുഹൃത്തുക്കളും ആ നിമിഷം തന്നെ പുറപ്പെട്ടു. അമ്മ അലമുറയിട്ടു കരയാൻ തുടങ്ങി. ടോങ്കയും അമ്മക്കൊപ്പം ചേർന്നു. കുഷയുടെ മുതുകിൽ ചേർന്നുകിടന്നു സോങ്ചു ചോദിച്ചു:

"എന്റെ യൂഹായെ തിരിച്ചു കിട്ടില്ലേ കുഷ." കുഷ ഒന്നും പറയുന്നില്ല. പക്ഷേ കണ്ണുകളിൽ നീരൊലിക്കുന്നു.

"നീയും കരയുകയാണോ കുഷ" സോങ്ചു കുഷയെ കെട്ടിപ്പിടിച്ചു കരഞ്ഞു.

അന്ന് രാത്രിയിൽ മോഹയും കൂട്ടരും തിരിച്ചുവന്നു. അവർ യൂഹയുടെ ജഡവുംകൊണ്ട് വന്നിരുന്നു. അതൊരു മാംസപിണ്ഡം ആയിരുന്നു. രണ്ടു കൈകളും രണ്ടു കാലുകളും ചൂഴ്ന്നെടുത്തതായ ഒരു മാംസപിണ്ഡം. യൂഹായുടെ ഒപ്പമുണ്ടായിരുന്ന കൂട്ടുകാരും വധിക്കപ്പെട്ടു കഴിഞ്ഞിരുന്നു. ഗ്രാമത്തിലെ വീടുകളിൽ വിലാപമുയർന്നു. അമ്മമാരുടെ, പിതാക്കളുടെ, സഹോദരീസഹോദരൻമാരുടെ, ഭാര്യമാരുടെ, മക്കളുടെ, മൃഗങ്ങളുടെ.

യൂഹായുടെ ദാരുണമരണത്തിൽ തളർന്നുവീണു പോയ ഒരു കുടുംബം. ആഹാരമോ കുളിയോ പ്രാർഥനയോ മറന്നുപോയ വീട്. പറമ്പുകളിൽ യാക്കുകളും പശുക്കളും ചെമ്മരിയാടുകളും അവരുടെ വേദനകളിൽ പങ്കുചേർന്നു. ടോങ്ക വിശന്നപ്പോൾ സോങ്ചുവിനോട് ചോദിച്ചു:

"എനിക്ക് വല്ലാതെ വിശക്കുന്നു. ഞാനും ചത്തു പോകുമോ" കുട്ടികൾ അടുക്കളയിൽ കടന്നു. റാഗിപ്പൊടി കുഴച്ചെടുത്ത് തനിക്കറിയാവുന്ന വിധത്തിൽ സോങ്ചു ചുട്ടെടുത്തു. അവനതിൽ ഉപ്പ് ചേർക്കാൻ മറന്നുപോയിരുന്നു. എന്നാലും വിശക്കുമ്പോൾ അതിനേറെ സ്വാദുണ്ടായിരുന്നു. ടോങ്ക ഒരപ്പവുമായി കുഷയുടെ അടുത്തേക്ക് ഓടി. അവൾ അതിന്റെ മുതുകിൽ കയറി കിടന്നു. ഓരോ തുണ്ടായി വായിൽ വെച്ച് കൊടുത്തു. സോങ്ചു ഉപ്പും പാലും വെണ്ണയും ചേർന്ന ചായ മുളങ്കുഴലിലിട്ട് കുലുക്കിയെടുത്തത് പിത്തള ഗ്ലാസുകളിൽ ഒഴിച്ചു വെച്ചു. അപ്പോഴൊക്കെ സോങ്ചുവിന് യൂഹായെ ഓർമവരികയും, അവന്റെ കണ്ണുകൾ നിറഞ്ഞു കവിയുകയും ചെയ്തിരുന്നു. തല്ല് കൂടാനും ശാസിക്കാനും സ്നേഹിക്കാനും കളിക്കാനുമൊന്നും ഇനിയൊരിക്കലും യൂഹാ ഉണ്ടാവുകയില്ലെന്ന ഓർമ അവനെ കഠിനമായി വേദനിപ്പിക്കുന്നുണ്ടായിരുന്നു. മുന്നിൽ വെച്ച ഭക്ഷണത്തിൽ കണ്ണീരുവീഴാതിരിക്കാൻ സോങ്ചു എഴുന്നേറ്റ് മുറ്റത്തു നോക്കി. ടോങ്ക കുഷയുടെ മുതുകിൽ മുഖം ചേർത്ത് കിടക്കുന്നു. അവളുടെ കണ്ണീർ അതിന്റെ രോമങ്ങളിൽ വീണ് ഇല്ലാതാകുന്നു. അവളും യൂഹായെ ഓർക്കുകയാകും. അവന്റെ നിറഞ്ഞ കണ്ണുകളിലേക്ക് ഭയാനകമായ മറ്റൊരു കാഴ്ച കയറിവന്നു.

വേലിക്കപ്പുറത്തെ കൊയ്ത്തുകഴിഞ്ഞ വയലുകളിലൂടെ ഒരു സൈന്യം പാഞ്ഞടുക്കുന്നു. സോങ്ചുവിന്റെ വായ തുറന്നുപോയി. കണ്ണു

കൾ തുറിച്ചുന്തി. ഭീതികൊണ്ട് അവന്റെ ശരീരം കിലുകിലേ വിറച്ചു. അമ്മയും ഫാലനും മുറികളിൽ പട്ടിണികിടക്കുന്നു. കണ്ണീരൊഴുകുകയാണ്.

സോങ്ചുവിന് നിന്നനിൽപ്പിൽ നിന്നനങ്ങാൻ കഴിഞ്ഞില്ല. അവർ വീട്ടിനുള്ളിലേക്കോടിക്കയറി വന്നു. കട്ടിലിൽ തളർന്നുകിടക്കുന്ന മോഹയെ മുറ്റത്തേക്ക് വലിച്ചിഴച്ചു.

"നിന്റെ മകൻ ഞങ്ങൾക്കെതിരായി സംഘടനയുണ്ടാക്കി. ചെറുപ്പക്കാരെ സംഘടിപ്പിച്ച് ഒളിപ്പോരാളികൾക്കൊപ്പം ചേർന്നു. അവനെ ഞങ്ങൾ മാംസക്കഷണങ്ങളാക്കി വലിച്ചെറിഞ്ഞു. ഇന്നലെ ബോധേശ്വര ക്ഷേത്രത്തിൽ നടന്ന യോഗത്തിൽ നീ പങ്കെടുത്തില്ലേ."

"ഇല്ല. എന്റെ മകനെ നിങ്ങൾ വെട്ടിയരിഞ്ഞില്ലേ. ഞാൻ എങ്ങനെ യോഗത്തിൽ പങ്കെടുക്കും. അതിനുള്ള ആരോഗ്യം എന്റെ മനസിനോ ശരീരത്തിനോ ഇല്ല. നിങ്ങളെന്നെയും കൊന്നോളൂ. എനിക്കിനി ജീവിക്കേണ്ട.''

മോഹ അലറിക്കരഞ്ഞു. പട്ടാളക്കാർ ബൂട്സുകൊണ്ട് ചവിട്ടുകയും ബയണറ്റുകൊണ്ട് കുത്തുകയും ചെയ്തു. ബഹളംകേട്ട് അഴിഞ്ഞുലഞ്ഞ മുടിയോടെ ഓടിവന്ന അമ്മയെ ഒരുവൻ തോളിലെടുത്തിട്ട് അകത്തേക്ക് പോയി. സോങ്ചു ഓടിച്ചെന്നപ്പോൾ അവർ അവനെ ചവിട്ടുകയും അടിക്കുകയും ചെയ്തശേഷം വലിച്ചെറിഞ്ഞു. അവൻ കുഷയുടെ അടുത്താണ് ചെന്നു വീണത്. ടോങ്ക കുഷയുടെ പുറത്ത് അനക്കമറ്റ് മിഴിഞ്ഞ കണ്ണുകളോടെ കിടക്കുകയാണ്. അവൾ ആ കിടപ്പിൽ നിന്നനങ്ങിയിട്ടില്ല. എഴുന്നേൽക്കാനുള്ള ശേഷിപോലും അവളുടെ ശരീരത്തിനില്ലായിരുന്നു. ഫാലൻ ബോധം കെടുന്നതുവരെ അവർ ദ്രോഹിച്ചുകൊണ്ടേയിരുന്നത് വയ്ക്കോൽ കറ്റകൾക്കിടയിൽ കിടന്ന് സോങ്ചു കാണുന്നുണ്ടായിരുന്നു. ഏറെ നേരം കഴിഞ്ഞാണ് അവർ പുറത്തേക്കിറങ്ങിയത്. കുഷയുടെ പുറത്ത് പക്ഷിക്കുഞ്ഞിനെപോലെ കിടക്കുന്ന ടോങ്കയെ ഒറ്റക്കൈയ്യാലുയർത്തിപ്പിടിച്ച് ഒന്ന് വട്ടം കറക്കി വലിച്ചെറിഞ്ഞു. കറ്റകൾക്കിടയിൽ കിടക്കുന്ന സോങ്ചുവിനെ അവർ കണ്ടില്ല. അവന്റെ കൺമുന്നിൽ വെച്ച് അവർ കുഷയെ വെട്ടിനുറുക്കി. കുഷയെ മാത്രമല്ല, ആ പറമ്പിലെ സാധുമൃഗങ്ങളെയൊക്കെ അവർ വെടിവെച്ചും വെട്ടിയരിഞ്ഞും മദനൃത്തമാടി.

സോങ്ചു അതൊന്നും കണ്ടില്ല. കുഷയുടെ കഴുത്തിൽ ആദ്യത്തെ വെട്ടു വീഴുമ്പോഴേ അവൻ ബോധരഹിതനായി കഴിഞ്ഞിരുന്നു.

അവന് ബോധമുണ്ടായപ്പോൾ അമ്മയുടെ മൃതദേഹത്തിനരികെ അയൽക്കാരും രക്തത്തിൽ കുതിർന്ന ശരീരവുമായി ഫാലനും മരവിച്ചിരിപ്പുണ്ടായിരുന്നു. മുറ്റവും പറമ്പും രക്തക്കളം. കുഷയുടെ രക്തത്തിൽ കുതിർന്ന ശരീരം മുറ്റത്ത് ദുരന്തത്തിന്റെ അവശേഷിപ്പായി കിടന്നിരുന്നു.

കരയാൻ സോങ്ചു മറന്നു പോയി. ടോങ്ക പനിച്ചു കിടന്നു. അവളുടെ മുറിവുകൾ വീർത്തു പൊങ്ങി പഴുത്തു. മരുന്നോ പ്രാർഥനയോ ഫലിച്ചില്ല. അവൾ അമ്മയേയും യൂഹായെയും കുഷയേയും വിളിച്ചു

കരഞ്ഞു. അവളുടെ കുഞ്ഞു ശരീരം ജഡമായപ്പോൾ കരയാൻ ആരുമില്ലായിരുന്നു. സോങ്ചുവും ഫാലനും അവൾക്കരികെ കാഴ്ച നഷ്ടപ്പെട്ടവരെപ്പോലെ ഇരുന്നു.

പിന്നീട് പകലുകളും രാവുകളും ചോരയിൽ കുതിർന്നുകൊണ്ട് കടന്നുപോയി. അപ്പോഴൊക്കെ മോമോസും ഖഫ്സയും മധുരമുള്ള അപ്പവുമായി സോങ്ചുവിനെ ഊട്ടാൻ അവന്റെ അമ്മ വന്നു. കുഞ്ഞുവടിയുമായി ശിക്ഷിക്കാനും വട്ടം ചുറ്റിക്കളിക്കാനും യൂഹാ ഓടിക്കയറി വന്നു. സോങ്ചുവിന്റെ കയ്യിൽ തൂങ്ങി കഥകൾ പറഞ്ഞും പാട്ടുകൾ പാടിയും ടോങ്കയുണ്ടായിരുന്നു. തലയാട്ടിയും വാലുയർത്തിയും കുഷ അവനെ മുതുകിലേറ്റി. സോങ്ചുവിന്റെ വീട്, സ്വപ്നഗൃഹം , പെട്ടെന്നൊരു ദിവസം തിളയ്ക്കുന്ന ചോരക്കളത്തിൽ മുങ്ങിത്താണു.

വയലിന് മുന്നിലുള്ള വഴിയിലൂടെ കഴുതപ്പുറത്തും കുതിരപ്പുറത്തും യാക്കുകൾക്ക് മീതെയുമായി കെട്ടും ഭാണ്ഡവുമേന്തി സഞ്ചാരികൾ നീങ്ങുന്നുണ്ടായിരുന്നു. സോങ്ചുവിന്റെ കളിക്കൂട്ടുകാരൻ ഒരു പ്രഭാതത്തിൽ കടന്നുവന്നു.

“ഞങ്ങൾ പോകുകയാണ് സോങ്ചു. ഇവിടെ ജീവിക്കാൻ വയ്യെന്നാ എല്ലാവരും പറയുന്നത്. സെഞ്ചുവിന്റെ വീട്ടുകാരും കൂട്ടുണ്ട്. നിന്റെ അമ്മയെയും യൂഹായെയും അവർ കൊന്നു കളഞ്ഞില്ലേ. പട്ടാളക്കാർ ഇനിയും വരും. കോവിലിലെ ബുദ്ധപ്രതിമ ഉടച്ചതുപോലെ, യോമഭിക്ഷുവിനെ കൊന്ന് തലകീഴായി കെട്ടിത്തൂക്കിയതുപോലെ, അവർ ഓരോരുത്തരെയായി ഇല്ലാതാക്കും. ഞങ്ങൾക്ക് ഭയമുണ്ട് സോങ്ചു. നിങ്ങൾ പോരുന്നോ.”

“ഞാൻ ഫാലനോട് ചോദിക്കട്ടെ” സോങ്ചു പറഞ്ഞു.

ചോരയിൽ കുതിർന്ന സന്ധ്യയായിരുന്നു അത്. ടിബറ്റിലെ അവസാനത്തെ സന്ധ്യ. കാറ്റിൽ മരച്ചില്ലകൾ ഞരങ്ങുകയും പക്ഷികൾ വിലപിക്കുകയും ചെയ്തു. കണ്ണുനീർപോലെ മഞ്ഞു കണങ്ങൾ പെയ്തൊടുങ്ങി. അവശേഷിച്ച കഴുതകളുടെ പുറത്ത് അത്യാവശ്യമുള്ളതെല്ലാം ഭാണ്ഡങ്ങളാക്കി, അന്ന് രാത്രി സോങ്ചുവും അവശനായ മോഹയും അഭയാർഥികളുടെ കുപ്പായമണിഞ്ഞു പുറപ്പെട്ടു. ഇരുട്ടിൽ തനിച്ചായിപ്പോയ തന്റെ വീട്ടിലേക്ക് സോങ്ചു തിരിഞ്ഞുനോക്കി. ആ വീട് കരയുന്നതും വിങ്ങിപ്പിടയുന്നതും അവനു കാണാമായിരുന്നു. അമ്മയും യൂഹായും ടോങ്കയും പുറംകോലായിലിരുന്ന് കണ്ണീരോടെ കൈവീശുന്നു. അവന്റെ കുഷ അതിന്റെ ഓല മേഞ്ഞ ഷെഡിലുണ്ട്. അവർ ഒരുമിച്ചവിടെ താമസിക്കട്ടെ. സോങ്ചുവിന്റെ കണ്ണിൽ നീർ നിറഞ്ഞ് കാണാതായി.

“ഇനിയെന്നു വരും നമ്മളിവിടെ” സോങ്ചു ചോദിച്ചു.

“നമ്മുടെ നാട് സ്വതന്ത്രമാകും അപ്പോൾ” അവശനായ മോഹ പതിയെ പറഞ്ഞു.

“എന്നാണ് ടിബറ്റ് സ്വതന്ത്രമാകുന്നത്.”

"നല്ല മനുഷ്യർ, അലിവുള്ളവർ, ഭൂമിയിൽ പെരുകുന്ന ഒരു കാലം വരും. അപ്പോൾ."

"നമ്മൾ തിരികെ വരും അല്ലേ ഫാലൻ. നമ്മുടെ വീടും വയലുകളും കളിപ്പാട്ടങ്ങളും ഇവിടെയുണ്ടാകുമോ."

"നമ്മുടെ മണ്ണുണ്ടാകും. സ്വന്തമെന്നു പറയാൻ മനുഷ്യന് വിധിക്കപ്പെട്ട ആറടി മണ്ണ്. അതിവിടെത്തന്നെ വേണമെന്ന് നമ്മളോരോരുത്തരും ആഗ്രഹിക്കുന്നു, പ്രാർഥിക്കുന്നു."

ഇരുപത്താറോളം പേരുള്ള സംഘമായിരുന്നു അത്. കഴുതകളും കുതിരകളും യാക്കുകളുമുണ്ടായിരുന്നു. ഭാണ്ഡക്കെട്ടുകളിൽ വസ്ത്രങ്ങളും ഭക്ഷണവുമുണ്ടായിരുന്നു. എല്ലാം നഷ്ടപ്പെട്ടവരുടെ വിലാപയാത്ര. ആ യാത്രയ്ക്കിടയിലെപ്പോഴെങ്കിലും സ്വാതന്ത്ര്യംകിട്ടിയെന്ന വാർത്തയറിഞ്ഞ് തിരികെപ്പോകാമെന്ന കണക്കുകൂട്ടലുകളുണ്ടായിരുന്നു. പക്ഷേ അങ്ങനെയൊരു വാർത്ത കേൾക്കാനുള്ള ഭാഗ്യം ആർക്കുമുണ്ടായില്ല. മറിച്ച് ചൈനപട്ടാളം കൂടുതൽ ഗ്രാമങ്ങൾ കൈയടക്കുന്നു. ദലൈലാമയുമായുണ്ടാക്കിയ ഉടമ്പടികൾ തെറ്റിച്ചെന്നും. അദ്ദേഹത്തിന് ഒളിച്ചുപോകേണ്ടിവരുമെന്ന് കേട്ടപ്പോഴേ എല്ലാവരും ഭയവിഹ്വലരായി.

"എങ്ങോട്ടാണ് നമ്മൾ പോകുന്നത്" സോങ്ചു തിരക്കി. മറുപടിയുണ്ടായില്ല. മോഹയുടെ നില വഷളായിക്കൊണ്ടിരുന്നു. വെള്ളം കുടിക്കാനുള്ള ശേഷിയേ ആ ദേഹത്തിനുണ്ടായിരുന്നുള്ളൂ. കൂടെയുള്ളവർ വഴിയരികിൽ അടുപ്പുകൂട്ടി പാകംചെയ്യുന്ന ഭക്ഷണം കഴിക്കാൻ അയാൾക്ക് കഴിഞ്ഞില്ല. ഫാലനും മരിച്ചുപോയേക്കാം എന്ന് സോങ്ചുവിന് മനസിലായി. മഞ്ഞും മഴയും മലയിടിച്ചിലുമൊക്കെ മറികടക്കേണ്ടിയിരുന്നു. നാലഞ്ചുദിവസം കഴിഞ്ഞപ്പോൾ മോഹ ശ്വാസം മാത്രമായി തളർന്നു കിടന്നു. എന്തെങ്കിലും മരുന്ന് വേണമെന്ന് സോങ്ചു കരഞ്ഞു.

കൂടെയുള്ളവർ നിസ്സഹായരായിരുന്നു. ഏതെങ്കിലും ഒരു ഗ്രാമത്തിൽ ചെന്നെത്തിയില്ലെങ്കിൽ എല്ലാവരും മരിച്ചുപോകും. കൂട്ടത്തിലുള്ള വൃദ്ധരും രോഗികളുമൊക്കെ വഴിയരികിൽ വീണുതുടങ്ങി. അവരുടെ അവസാന ശ്വാസം നിലയ്ക്കുന്നത് നിസ്സഹായരായി ബന്ധുക്കളും സ്വന്തക്കാരും നോക്കിനിന്നു.

ഒരു പാതിരാവിൽ ഉണക്കച്ചുള്ളികളിട്ട് തീ കൂട്ടി. അതിനരികെ ഉറങ്ങാൻ കിടന്ന കിടപ്പിൽ സോങ്ചുവിന്റെ ഫാലനും വെന്ത് മരിച്ചു. ഉറക്കത്തിൽ തീ അയാളുടെ ഉടുപ്പിലേക്ക് പടർന്നുപിടിച്ചു. ഓടി മാറാനുള്ള ശേഷിയില്ലാതെ ഫാലൻ കത്തിപ്പടരുന്നത് കണ്ടാണ് മറ്റുള്ളവർ ഞെട്ടിയുണർന്നത്. സോങ്ചുവിന്റെ അലറിക്കരച്ചിൽ ആ മലയോരങ്ങളെ കിടിലംകൊള്ളിച്ചു. അതിന്റെ മാറ്റൊലി ഇപ്പോഴും ആ ചെവിയിലുണ്ട്. കാലങ്ങൾക്കുശേഷവും.

പതിനേഴ്

ഗണേഷിന്റെ ഡിവോഴ്സ് നോട്ടീസ് കിട്ടിയ ദിവസമായിരുന്നു അന്ന്. ചുണ്ടായിയോടവൾ കാര്യങ്ങൾ പ്രയാസപ്പെട്ടാണെങ്കിലും പറഞ്ഞ് മനസിലാക്കി. ആരോടെങ്കിലുമൊക്കെ ഈ സന്തോഷവാർത്ത പറയണമെന്നവൾ ആഗ്രഹിച്ചുപോയി. അനിലിനെ വിളിച്ചു പറഞ്ഞപ്പോൾ, 'സന്തോഷമോ സങ്കടമോ' എന്നാണയാൾ ചോദിച്ചത്.

"സ്വാതന്ത്ര്യത്തിന്റെ സന്തോഷം അനിലറിഞ്ഞിട്ടുണ്ടോ. ഞാനറിയുന്നു, അതിനേക്കാളൊന്നും നമുക്ക് ആഹ്ലാദിക്കാനില്ല."

"ശരി വൈകിട്ട് കാണാം" എന്നു പറഞ്ഞയാൾ ഫോൺ വച്ചു.

പിന്നീട് അഖില ശൂന്യതയിലേക്ക് നോക്കിയാണ് പറഞ്ഞത്:

"ഗുഅ എനിക്കിനി അങ്ങയോടാണ് പറയേണ്ടത്."

കുറച്ചു ദിവസമായി അവൾ ടെംപിളിൽ പോകാറില്ല. തന്നെ കാണാതെ മറഞ്ഞിരിക്കുന്ന ആ സന്യാസിയെ വിഷമിപ്പിക്കരുതെന്നവൾ മനസാ ശ്രമിച്ചുകൊണ്ടേയിരുന്നു. പക്ഷേ എത്ര ശ്രമിച്ചിട്ടും ഉള്ളിൽ ആ ശാന്ത സ്വരൂപം നിറഞ്ഞുനിന്ന് അവളെ അസ്വസ്ഥപ്പെടുത്തിക്കൊണ്ടിരുന്നു. ചില നിമിഷങ്ങളിൽ, സ്വപ്നങ്ങളിൽ, ചിന്തകളിൽ കരുണയുള്ള മന്ദഹാസവുമായി ഗുഅ അവളുടെ മുന്നിൽ വന്നുനിന്നു.

"നീ നിന്റെ അത്യാഗ്രഹങ്ങളെ ത്യജിക്കുക. ആഗ്രഹങ്ങൾ പോലും ചുമടും, വേദനയുമായി മാറുമ്പോൾ അത്യാഗ്രഹങ്ങൾ നിന്നെ നശിപ്പിക്കും."

അവൾ ഗുഅയോട് പരിഭവിച്ചു.

"ഞാനൊന്നും ആഗ്രഹിച്ചിട്ടില്ല. ഒരത്യാഗ്രഹവും എന്നിലില്ല. അന്തമില്ലാത്ത ആത്മാവിന്റെ രോദനമല്ലാതെ ഒന്നും എന്നെ അസ്വസ്ഥയാക്കുന്നില്ല."

കുശാൽ നഗറിലെ അയ്യപ്പൻ കോവിലിൽ ഉത്സവമായിരുന്നു. വിച്ചു വിനെയും ചുണ്ടായിയെയും കൂട്ടിയാണ് അഖില പോയത്. അവിടെ അമ്പാ രിയുമുണ്ടായിരുന്നു. വിച്ചു കണ്ണ് മിഴിച്ചു. ആൾക്കൂട്ടത്തെ നോക്കി. ചുണ്ടാ യിക്കും അതൊക്കെ ഇഷ്ടമായിരുന്നു. അവർ ഉത്സാഹിയായി ചുറ്റി നടന്നു. വിച്ചുവിന് ബലൂണുകൾ വാങ്ങിക്കൊടുത്തു. ചുണ്ടായി പുതിയ ശുപ്പയാണ് ധരിച്ചിരിക്കുന്നത്. കുറ്റിച്ചൂലു പോലുള്ള മുടി കറുത്ത ബാൻ ഡിൽ ബന്ധിച്ചു കൊടുത്തത് അഖിലയാണ്.

ക്ഷേത്രോത്സവത്തിന് ലാമമാർ കാണികളായി നിന്നു. അനികളു മുണ്ട്. പെൺലാമമാരെ അനികളെന്നാണ് വിളിക്കുന്നത്. അവരെ വേർതി രിച്ചറിയാൻ അഖില പ്രയാസപ്പെട്ടു. അവളുടെ കണ്ണുകൾ അവർക്കിട യിൽ ഗുഅയെ തിരഞ്ഞു. ധാരാളം മലയാളികൾ നഗറിലുണ്ടെന്ന് ആ ഉത്സവമാണവളെ അറിയിച്ചത്. മലയാളം സംസാരിക്കുന്നവരിൽനിന്നും അവൾ ഊർന്നുമാറി. അവരോട് കൂട്ടു ചേരാൻ വിമുഖതയുമായിരുന്നു. ചോദ്യങ്ങൾ ചോദിച്ച് ശല്യപ്പെടുത്തുന്നതിൽ മലയാളികൾ മിടുക്കരാണ്.

തിക്കുംതിരക്കുമേറിയപ്പോൾ വിച്ചുവിന് ദേഷ്യംവന്നു. അവൻ ഉറക്കെ കരയാൻ തുടങ്ങി. ചുണ്ടായി വാങ്ങിക്കൊടുത്ത ബലൂണുകളും മിഠായികളും അവൻ വലിച്ചെറിഞ്ഞു. സാമാന്യം വലിപ്പമുള്ള ഒരെണ്ണം, അമ്മയുടെ കയ്യിലിരുന്ന കുഞ്ഞിന്റെ മുഖത്താണ് ചെന്നുകൊണ്ടത്. ആ സ്ത്രീ അഖിലയെ നോക്കി ചീറി. കന്നടയിലാണ് തെറി. അഖിലയ്ക്കാ ഭാഷ അറിയില്ലായിരുന്നു. എങ്കിലും എന്താണവർ പറയുന്നതെന്നവൾക്ക് ഊഹിക്കാമായിരുന്നു. വിച്ചുവിന്റെ നേരെ പ്രയോഗിക്കേണ്ടതേത് ഭാഷ യിലായാലും അതവൾക്ക് മനസിലാക്കാനാവും. അത്രയും ക്രൂരവും, മൂർച്ചയേറിയതുമായ വാക്കുകൾ മറ്റാർക്ക് നേരെയും പ്രയോഗിക്കാ നാവില്ലെന്ന് അത്രയും വർഷങ്ങൾക്കിടയിൽ അഖില പഠിച്ചുകഴിഞ്ഞി രുന്നു. അതിന് ഭാഷയുടെ വ്യത്യാസമൊന്നും ആവശ്യമുണ്ടായിരുന്നില്ല.

മലയാളിയായ ഒരു സ്ത്രീ അവൾ കേൾക്കേ പറഞ്ഞു: “ഇതിനെ യൊക്കെ വീട്ടിലിരുത്തിയിട്ട് പോരെ, ഉത്സവം കാണാനിറങ്ങാൻ. മറ്റുള്ള വരെ ബുദ്ധിമുട്ടിക്കാനായിട്ട് ജനിച്ചോളും പടുജന്മങ്ങൾ.”

അഖില അവരെ ദയനീയമായി ഒന്നു നോക്കി. അവരുടെ കൈ പിടിച്ച് മിടുക്കനായ ഒരാൺകുട്ടിയുണ്ടായിരുന്നു. അവൻ ലെയിസിന്റെ പാക്കറ്റ് പൊളിച്ച് ഓരോന്നായി തിന്നുന്നു. വിച്ചു നിലവിട്ടു കരഞ്ഞു തുടങ്ങി. ചുണ്ടായിയും അഖിലയും ചേർന്നവനെ ബലമായി പിടിച്ച് ഓട്ടോ റിക്ഷയിൽ കയറ്റി. ഓട്ടോ ഡ്രൈവർ മലയാളിയായിരുന്നു.

“എന്തിനാ ചേച്ചീ ഈ കുട്ടിയെ ഇങ്ങനെ പ്രദർശിപ്പിക്കുന്നത്. ഇതിന് ഈ ഉത്സവമോ ആഘോഷമോ മനസിലാകുമോ.”

അഖില മിണ്ടിയില്ല ചുണ്ടായി അയാളോടെന്തോ ദേഷ്യപ്പെട്ടു. അയാൾ തിരിഞ്ഞ് അഖിലയോട് പറഞ്ഞു:

“ഇതും ചേച്ചിടെ പാക്കേജിലുള്ളതാണോ, വിവിധതരമുണ്ടല്ലോ.”

എന്തെങ്കിലുമൊക്കെ ചീത്തപറഞ്ഞ് ആ ഓട്ടോറിക്ഷയിൽ നിന്നിറങ്ങണമെന്ന് അഖിലയ്ക്ക് ആഗ്രഹമുണ്ടായിരുന്നു. പക്ഷേ എന്നത്തേയും പോലെ നാവ് വായ്ക്കുള്ളിൽ ചലനമറ്റ് കിടന്നു. ഉള്ളിൽ കിടന്നു തിളയ്ക്കുമ്പോഴും നാവിനിത്രയേറേ സമചിത്തത പാലിക്കാൻ കഴിയുന്നതെങ്ങനെയെന്ന് പലപ്പോഴും അവൾ അത്ഭുതപ്പെടാറുണ്ടായിരുന്നു. വീടെത്തുവോളം വിച്ചു അലറിക്കരഞ്ഞു. വഴിപോക്കർ ഓട്ടോയിലേക്ക് എത്തിവലിഞ്ഞു നോക്കുന്നു. സഹികെട്ടപ്പോൾ അഖില അവന്റെ കൈവെണ്ണയിൽ ഒന്നുതല്ലി. ബ്രേക്കിട്ടതുപോലെ അവന്റെ കരച്ചിൽനിന്നു. അവൻ അവിശ്വസനീയതയോടെ അവളെ മിഴിച്ചു നോക്കി. അവന്റെ കണ്ണിലൂടെയും മൂക്കിലൂടെയും തുറന്ന വായിലൂടെയും വെള്ളമൊഴുകി. മിഴിച്ച കണ്ണുകളിലെ അവിശ്വസനീയതയിലേക്ക് നോക്കിയപ്പോൾ അഖിലയ്ക്ക് കരയാൻ തോന്നി.

“എന്നുമെന്നെ കരയിക്കാനായി മാത്രം നീയെന്തിന് ജനിച്ചു.”

എന്നഖിലയുടെ മനസ്സ് നിലവിട്ടു കരഞ്ഞു. അതവൻ കേട്ടോ. അവളുടെ മനസറിഞ്ഞതുപോലെ അവൻ നോട്ടം പിൻവലിച്ചു. ഡ്രൈവർ പൈസ വാങ്ങിക്കുമ്പോൾ അഖിലയെ നോക്കി അവളുടെ കണ്ണുകൾ കരഞ്ഞു ചുവന്നിരുന്നു.

“സോറി ചേച്ചി” അയാൾ കുറ്റബോധത്തോടെ പറഞ്ഞു. അവൾ അവജ്ഞയോടെ പറഞ്ഞു:

“സാരമില്ലനിയാ– ഇങ്ങനെയൊരു കുട്ടി നിങ്ങൾക്കോ കുടുംബത്തിലോ പരിചിതവലയത്തിലോ ഉള്ളവർക്ക് ജനിക്കാതിരിക്കാൻ ദൈവത്തോട് പ്രാർഥിക്ക്. അല്ലെങ്കില്ലെന്നെപ്പോലെ കണ്ണുകൾ തോരില്ല. ഒരു ജന്മം മുഴുവനും.”

അയാൾ മുഖം താഴ്ത്തി. വിച്ചുവിനെയും ചുണ്ടായിയെയും ക്വാർട്ടേഴ്സിലാക്കി അഖില ടെംപിളിലേക്ക് നടന്നു. എരിയുന്ന മനസിന് കടിഞ്ഞാണില്ലായിരുന്നു. മനസിനൊപ്പം നീങ്ങുന്ന കാലുകളെ കുറിച്ചവൾ ഓർത്തുമില്ല. സന്ദർശകർ കുറവായിരുന്നു. കോംപൗണ്ടിൽ അധികം വാഹനങ്ങളില്ല. പ്രാർഥനാലയത്തിന് മുന്നിലെത്തിയപ്പോൾ അവൾ ചിന്തയിൽ നിന്നുണർന്നുനോക്കിയത് ഗുഅയുടെ മുഖത്തേക്കാണ്. അദ്ദേഹം കൈയിലൊരു പുസ്തകവുമായി നടന്നുവരികയാണ്. അഖിലയെ തൊട്ടുമുന്നിൽ കണ്ടപ്പോൾ ഒരു പതർച്ച ആ മുഖത്ത് പ്രത്യക്ഷമായി. അവൾ ഏതാനും നിമിഷങ്ങൾ സ്തംഭിച്ചുനിന്നു. തികച്ചും അപ്രതീക്ഷിതമായ ഒരു കണ്ടുമുട്ടലായിരുന്നു അത്. കാണാമെന്നൊരു പ്രതീക്ഷയും ആ നിമിഷം വരെ അവളിലില്ലായിരുന്നു. അവളുടെ നോട്ടത്തെ എതിരിടാനാവാതെ ഗുഅ കണ്ണുകൾ താഴ്ത്തിക്കളഞ്ഞു. നെഞ്ചിലൊതുക്കി നിർത്തിയ കണ്ണീർക്കടലിൽ അയാളെ മുക്കിക്കൊല്ലാനാണ് അവൾക്ക് തോന്നിയത്. പരിസരബോധമുണ്ടായതുപോലെ ഒരു പിടച്ചിലോടെ അവൾ കണ്ണും നെഞ്ചും അടച്ചുകളഞ്ഞു.

“ഹൗ ആർ യു ടീച്ചർ” സ്വാഭാവികതയോടെ ഗുഅ ചോദിച്ചു.

“എനിക്കു സംസാരിക്കാനുണ്ട്.” – അവൾ തിക്കുമുട്ടലോടെ പറഞ്ഞു.

“പരീക്ഷയാണ് ടീച്ചർ” വ്യഗ്രതയോടെ ഗുഅ പറഞ്ഞു.

“പ്ലീസ് അരമിനിട്ടെങ്കിലും” അവളുടെ കണ്ണുകൾ നിറഞ്ഞുപോയി. ഗുഅ പുസ്തകത്തിൽ തെരുപ്പിടിച്ചു നിന്നു.

“ശരി വരൂ”

പ്രാർഥനാലയത്തിന്റെ പടികളിൽ അദ്ദേഹം ഇരുന്നു. രണ്ട് മദാമ്മ മാരോട് സംസാരിച്ചുകൊണ്ട് ഒരു ലാമ അവരെ കടന്നുപോയി. ആ ലാമ യുടെ മുഖത്ത് ഗുഅയുടേതുപോലെ നിർവികാരതയില്ല, പകരം സന്തോ ഷവും സൗഹൃദവുമുണ്ട്. അതും ഒരു സന്യാസിതന്നെയാണല്ലോ.

ടർക്കിക്കോഴികൾ പുരപ്പുറപ്പിലൂടെ ഓടിനടന്നു. ഇരുമ്പ് വേലിക്കു ള്ളിൽ അഞ്ചാറ് മഞ്ഞ പനിനീർ പൂക്കൾ വിരിഞ്ഞു നിൽപ്പുണ്ട്. ലാമമാ രുടെ ക്വാർട്ടേഴ്സുകൾക്ക് മുന്നിൽ ടിബറ്റൻ ലിപികളിൽ പ്രാർഥനകളെ ഴുതിയ നിറമുള്ള കർട്ടനുകൾ തൂങ്ങിനിൽക്കുന്നു. ലാമമാർ ധൃതഗതി യിൽ ഓരോ ജോലിയിലാണ്. ചിലരൊക്കെ നിർവികാരമായി വരാന്തയി ലൂടെയും കോംപൗണ്ടിലൂടെയും ചുറ്റിനടക്കുന്നു.

ഒരു ഇമപോലും ചിമ്മാതെ അവൾ ഗുഅയെ കൺനിറയെ നോക്കി ക്കണ്ടു. ആരാണീ യുവാവ്. ഈ ദിവ്യജീവിതവുമായി തനിക്കെന്താണ് ബന്ധം. അഖിലയുടെ മുഖത്തു നോക്കാതെ, സ്വന്തം കൈവിരലുകൾ നോക്കിയിരിക്കുന്ന ഗുഅ ചെറിയ കുട്ടിയാണെന്നവൾക്ക് തോന്നി. ചെറിയ തെറ്റിന് പിണങ്ങിയിരിക്കുന്ന കുട്ടി.

“ഗുഅ എന്നോട് പിണങ്ങിയിരിക്കയാണോ. അന്ന് അങ്ങനെ ചെയ്ത് പോയത് മനസറിവോടെയല്ല.”

മുഖമുയർത്തിയപ്പോൾ ഗുഅ വീണ്ടും സന്യാസിയായി. അതീവ തേജസാർന്ന ഗഹനതയുള്ള സന്യാസി.

“എനിക്കാരോടും പിണങ്ങാനാവില്ല ടീച്ചർ. ഞാനൊരു സന്യാസി യാണ്. വികാരങ്ങളെ ജയിക്കുകയാണൊരു സന്യാസിയുടെ ലക്ഷ്യമെന്ന് ഞാൻ പറഞ്ഞതല്ലേ” വളരെ പതിയെയാണ് സംസാരിക്കുന്നത്.

“പിന്നന്തിനെന്നെ കാണാതിരിക്കാൻ ശ്രമിക്കണം. ചെഞ്ച വന്നു വിളി ച്ചിട്ടും വരാതിരുന്നു.”

“ഞാൻ–പഠിക്കുകയായിരുന്നല്ലോ” ആ കണ്ണുകളിലേക്കവൾ സൂക്ഷിച്ചു നോക്കിയപ്പോൾ കളവ് പറയുന്ന ചഞ്ചലിപ്പുണ്ടായിരുന്നു.

“ഒരു ഭിക്ഷു ഒരിക്കലും കളവ് പറയരുത് ഗുഅ. ഇന്ദ്രിയങ്ങളെ ജയി ക്കാൻ ശ്രമിക്കുന്നവരല്ലേ.” അഖില കളിയാക്കി

“ടീച്ചർ– പ്ലീസ് എന്നോടിങ്ങനെയൊന്നും സംസാരിക്കരുത്. ഒരു വ്യ ക്തിയെയല്ല, ലോകത്തെ കാണാനും അറിയാനുമാണ് ഞങ്ങൾ ശ്രമി ക്കുന്നത്. നൈമിഷികമായ ദുഃഖങ്ങളെയും വൻദുരന്തങ്ങളെയും ജയി ക്കാനുള്ള മാനസികാവസ്ഥ എല്ലാ മനുഷ്യനും ലഭിക്കട്ടെ എന്ന പ്രാർഥ

നയാണ് ഞങ്ങളുടേത്. ടീച്ചർ എനിക്ക് ഒരു വ്യക്തിയല്ല. വെറും ഒരു സ്ത്രീയല്ല. ദുരന്തങ്ങളിലൂടെയും കണ്ണീരിലൂടെയും കടന്നുപോവുന്ന സ്ത്രീത്വമാണ്. സ്ത്രീ സമൂഹമാണ്."

"ഞാൻ തെറ്റു ചെയ്തോ ഗുഅ. ജ്ഞാനമുള്ളൊരു യോഗിയാണല്ലോ അങ്ങ്. എന്നെ ഒഴിഞ്ഞുമാറി നടക്കാൻ എന്തു കാരണമാണ് പറയാനുള്ളത്."

ഗുഅ അഖിലയെ ഒരുനിമിഷം നോക്കി.

"ഞാനത് പറയണോ, ടീച്ചറുടെ വ്യക്തിജീവിതത്തിലേക്ക് ഞാൻ കടന്നുവരുന്നത് ഒരു സന്യാസിയായിട്ടല്ല എന്നെനിക്ക് തോന്നി. അതു പാടില്ല."

"ലാമമാർക്കൊന്നും സ്ത്രീസുഹൃത്തുക്കളില്ലെന്നാണോ ഗുഅ പറയുന്നത്." ഗുഅ പ്രാർഥനാലയത്തിലേക്കും, അതിനു ചുറ്റും ഒന്നു കണ്ണയച്ചു. വിജനതയിൽ കാറ്റിന്റെ ചിലമ്പനം മാത്രം. ആ നേർത്ത ചൂടിൽ ഒരു മന്ദഹാസവുമായി അദ്ദേഹം പറഞ്ഞു:

"എല്ലാ സന്യാസിമാരും ഒരുപോലാണോ ടീച്ചർ. ഓരോ വ്യക്തിയും വിവിധമെന്നതുപോലെ, ഓരോ സന്യാസിമാരും വ്യത്യസ്തനാണ്. പഠിക്കുന്നതും പഠിപ്പിക്കുന്നതും അറിയുന്നതുമൊക്കെ ഒന്നാകാം. പക്ഷേ മനസൊരിക്കലും അങ്ങനെയാകണമെന്നില്ല. പ്രണയം മനസിൽ സൂക്ഷിക്കുന്നവരുണ്ട്. ഇന്ദ്രിയങ്ങളെ ജയിക്കാനാവാതെ, വേഷമഴിച്ച് ജീവിതത്തിലേക്ക് മടങ്ങിയവരുമുണ്ട്. പക്ഷെ"

"എന്ത് പക്ഷേ, ഞാനങ്ങയുടെ സന്യാസജീവിതം അവസാനിപ്പിച്ചേക്കുമെന്ന പേടിയാണോ?"

"പേടിയില്ല. പക്ഷേ സന്യാസിയായ എന്റെ ജീവിതത്തോട് അഖിലയുടെ മനസ്സ് ബന്ധിപ്പിക്കുകയാണെന്നു തോന്നി. അത് ശരിയല്ല. നിങ്ങളുടെ ജീവിതം വ്യത്യസ്തമാണ്. ഞാനാണെങ്കിൽ കെട്ടുപാടുകളാഗ്രഹിക്കാത്തവനാണ്. ബന്ധങ്ങളെ നിസ്സാരവൽക്കരിക്കാൻ ശ്രമിക്കയാണ്."

"ഞാൻ വിച്ചുവിനെ ഇന്നടിച്ചു." തന്റെ മനസിനെ അലട്ടിക്കൊണ്ടിരിക്കുന്ന ഒരു കാര്യമാണവൾ പറഞ്ഞത്."

ഗുഅ അവളെ സൂക്ഷിച്ചു നോക്കി.

"എന്തിനെന്ന് ഞാൻ ചോദിക്കുന്നില്ല. കാരണം എന്തുതന്നെയായാലും ആ ശിക്ഷ അവനർഹിക്കുന്നതല്ല."

"എനിക്കറിയാം." അവളുടെ കണ്ണുകൾ നിറഞ്ഞു. "പക്ഷേ ഞാൻ എന്നെ ശിക്ഷിക്കുകയായിരുന്നു. എന്റെ വിധിയെയാണ് ഞാൻ തല്ലിയത്".

"അത് ക്ഷമിക്കത്തക്കതല്ല."

"അവനെ ഞാനിതേവരെ തല്ലിയിട്ടില്ല. ഗുഅയെ കാണാതായ ആ ദിവസം മുതൽ ഞാനനുഭവിക്കുന്ന ഒരു സംഘർഷമാണ് എന്നെക്കൊണ്ടത് ചെയ്യിച്ചത്. എനിക്ക് കാണാതിരിക്കാൻ വയ്യ. വേറൊരു ദുരാഗ്രഹവും എനിക്കില്ല. അങ്ങൊരു സന്യാസിയാണെന്ന പൂർണ ബോധ

മുണ്ട്. ഗുഅ പേടിക്കുന്നതു പോലൊന്നും എന്നിലില്ല. പക്ഷേ എനിക്ക് കാണണം, സംസാരിക്കണം. എന്റെ വേദനകൾ മറ്റെവിടെയാണ് ഞാനൊഴുക്കേണ്ടത്? ഞാനും ഗണേഷേട്ടനും പിരിയുകയാണ്. അങ്ങയോടാണ്. അതാണിങ്ങോട്ട് പോന്നത്."

"ഒരു ബന്ധം വിച്ഛേദിക്കപ്പെടുകയാണല്ലോ ടീച്ചർ."

"മുൾച്ചങ്ങലയ്ക്കുള്ളിൽ നിന്നുള്ള വിടുതലാണെന്ന് പറയണം. ഞാൻ സ്വതന്ത്രയാവുകയാണ്."

അവളുടെ മുഖം പ്രക്ഷുബ്ധമായി. "ഗുഅ ഞാനും ബുദ്ധമതത്തിൽ ചേരുകയാണ്. എനിക്കും സന്യാസിയാവണം. എങ്കിൽ എനിക്കെന്നും ഗുഅയെ കാണാമല്ലോ."

"ഒരു സന്യാസിക്ക് അതിനുള്ള സ്വാതന്ത്ര്യമില്ല ടീച്ചർ. വിച്ചുവിനെ ശുശ്രൂഷിച്ച് ജീവിക്കുന്നതിനേക്കാൾ പരിശുദ്ധമായ ഒരു കർമവും ഒരു സന്യാസിയുടെ ജീവിതത്തിലില്ല."

തോഷയെ തൊട്ടുമുന്നിൽ കണ്ടപ്പോൾ അഖില ഒന്നു ഞെട്ടി. ഗുഅയോട് സംസാരിക്കുമ്പോൾ തനിക്ക് പരിസരബോധമില്ലെന്ന് പലപ്പോഴും അവൾക്ക് തോന്നിയതാണ്. തോഷ നെറ്റിമേൽ കൈപ്പടം വച്ച് അഖിലയെ സൂക്ഷിച്ചുനോക്കി. ഗുഅ അവരെ അഭിവാദ്യം ചെയ്തു. അവർ അത്യധികം ആദരവോടെ പ്രത്യഭിവാദനം ചെയ്തു. പിന്നീട് ടിബറ്റൻ ഭാഷയിൽ എന്തൊക്കെയോ സംസാരിച്ചു. അഖില വെറുമൊരു കാഴ്ചക്കാരി മാത്രമായി. ഒരിക്കലെങ്കിലും ഗുഅ തന്റെ നേരെ നോക്കിയേക്കുമെന്ന കണക്കുകൂട്ടൽ തെറ്റി. തോഷയുടെ ഇടവിട്ടുള്ള നോട്ടം തനിക്കുള്ള താക്കീതാണെന്നവൾക്ക് തോന്നി.

ഗുഅ എഴുന്നേറ്റു. "നിങ്ങൾ സംസാരിക്കൂ. എനിക്ക് പ്രാർത്ഥനയ്ക്കുള്ള സമയമായി."

മറുപടി പ്രതീക്ഷിക്കാതെ അയാൾ നടന്നുപോയി. അഖിലയ്ക്ക് തോഷയോട് ദേഷ്യം തോന്നി. അവർക്ക് വരാൻ തോന്നിയ സമയം. മുഖം വീർപ്പിച്ചുകൊണ്ടവൾ ഗുഅ പോയ വഴിയെ നോക്കിയിരുന്നു. തോഷ അവളെ തൊട്ടു വിളിച്ചു.

"ടീച്ചർ പറയാതെ തന്നെ എനിക്കെല്ലാം മനസിലായിരിക്കുന്നു."

അവർ അവളെ സൂക്ഷിച്ചു നോക്കി.

"പക്ഷേ ഗുഅയെ നിങ്ങൾ തെറ്റിദ്ധരിച്ചിരിക്കയാണ്. ദലൈലാമയ്ക്ക് പോലും ഗുഅയെ അറിയാം. ധർമശാലയിലെ ആശ്രമങ്ങളിലും അദ്ദേഹത്തിന്റെ ഖ്യാതി എത്തിയിരിക്കുന്നു. സിദ്ധികളുള്ള ഒരു യുവാവാണദ്ദേഹം. ശരിക്കും ഒരു സന്യാസി. ഒരു നേരം മാത്രം ഭക്ഷണം കഴിക്കുന്നയാൾ. ധ്യാനവും ബ്രഹ്മചര്യവും സദ്വൃത്തികളും സൂക്ഷിക്കുന്നയാൾ. ആദ്ദേഹത്തോടുള്ള അനാവശ്യമായ ഈ അടുപ്പം ടീച്ചറെ എന്നും ദുഃഖിപ്പിക്കുകയേയുള്ളൂ."

"അനാവശ്യമായതൊന്നും എന്നിലില്ല ഡോക്ടർ."

"ടീച്ചറുടെ മുഖം, കണ്ണുകൾ, കണ്ണീര് ഒക്കെ പലതും വിളിച്ചറിയിക്കുന്നു. വാക്കുകൾക്കിവിടെ പ്രസക്തിയില്ല."

തോഷ അവളെ കുറ്റപ്പെടുത്തി. എന്തെങ്കിലും പറയാനവൾ അശക്തയായിരുന്നു. തന്റെ വശം ന്യായീകരിക്കാൻ ഒരിക്കലും കഴിയാതെ പരാജയപ്പെട്ടവളാണ്.

അവർ അവളെ ചുമലിൽ കൈവച്ചു ചേർത്തുപിടിച്ചു. ഏതോ ബാമിന്റെ ഗന്ധം അവരിൽ നിന്നുയരുന്നുണ്ടായിരുന്നു.

"ടീച്ചർ ഒരുപാട് വേദനകൾ താണ്ടി വന്നവളാണ്. അതുകൊണ്ട് പറയുകയാണ്. നമ്മുടെ ആഗ്രഹങ്ങൾക്ക് പരിമിതിയുണ്ടാവണം. സിദ്ധാർഥകുമാരനെ തേടി അലയുന്ന എന്റെ പാഴ്ജന്മം പോലൊരാവർത്തനം ഇനിയുണ്ടാവരുത്. അശരണരായ ഒരു ജനതയുടെ നേർത്ത വിലാപം മാത്രമാണെന്റെ ജീവിതം. ഒരു ലക്ഷ്യവുമില്ലാത്തവർ. ഞാൻ എന്റേതായ രീതിയിൽ ഒരു ലക്ഷ്യം കണ്ടെത്തുകയായിരുന്നു. ഒരിക്കലും ലഭിക്കില്ലെന്നുറപ്പായത് തേടി നടന്നാൽ മടുപ്പിക്കാതെ ഒരു ജന്മം നീണ്ടുപോയേക്കുമെന്നുള്ള പ്രത്യാശ. വിവാഹിതയാവാനും കുട്ടികളുണ്ടാവാനും എന്റെ മനസ്സ് അനുവദിച്ചില്ല. അഭയാർത്ഥികളുടെ അംഗസംഖ്യ വർധിപ്പിക്കേണ്ടതുണ്ടോ. മോഹങ്ങളിൽനിന്നും എന്നെ പിൻതിരിപ്പിക്കാൻ ഞാൻതന്നെ കണ്ടെത്തിയ മാർഗമാവണം സിദ്ധാർഥകുമാരനെന്ന ലക്ഷ്യം."

"അപ്പോൾ ഡോക്ടർ കണ്ടെന്നു പറഞ്ഞ സ്വപ്നമോ."

"അതും എന്റെ ഉപബോധമനസ്സ് സൃഷ്ടിച്ചതാവണം ടീച്ചർ. കുട്ടി ഇനിയും സങ്കടപ്പെടാതിരിക്കാനാണ് ഞാൻ പറയുന്നത്. സ്ത്രീകൾ സ്നേഹത്തിന് ബലിയാടാവും. പുരുഷൻ സ്നേഹത്തെ ആയുധമാക്കും. ഒരു സന്യാസിയോടേറ്റുമുട്ടാൻ ശ്രമിക്കരുത്."

അഖില ഒന്നും മിണ്ടാതെ തലതാഴ്ത്തിയിരുന്നു. അവർ അവളെ സ്നേഹത്തോടെ തലോടി.

"ഞാൻ യാത്ര ചോദിക്കാൻ വന്നതാണ്."

"യാത്ര ചോദിക്കാനോ?" അവൾ ആശങ്കയോടെ അവരെ നോക്കി.

"ഞാനൊരഭയാർഥിയല്ലേ ടീച്ചർ. സുസ്ഥിരമായതൊന്നും ഞങ്ങൾക്കില്ലല്ലോ. ഇപ്പോൾ ഞാൻ ധർമശാലയിലേക്കാണ് പോകുന്നത്."

"ഡോക്ടർ എപ്പോൾ തിരിച്ചു വരും" അഖിലയ്ക്ക് സങ്കടമായി.

"അറിയില്ല. വന്നെന്നും ഇല്ലെന്നും വരാം. പ്രായമായില്ലേ അസുഖങ്ങളുണ്ട് — തടിച്ച ശരീരം ഭാരമാകുന്നു."

അവളുടെ മുഖം വാടി. തോഷയെ പരിചയപ്പെട്ടിട്ട് കുറച്ചു നാളുകളേ ആകുന്നുള്ളൂ. പിരിയുന്നതിന്റെ വേദനയിൽ അവളൊന്ന് പിടച്ചു.

"എവിടെ പോയാലും ടീച്ചറെ ഞാൻ മറക്കില്ല. ജീവിതത്തെ കൈക്കുള്ളിൽ ഒതുക്കിപ്പിടിക്കാൻ ശ്രമിക്കണം. തുറന്നു വിട്ടാൽ നമ്മെയും തട്ടി

വീഴ്ത്തി പറന്നുപോകുന്നവയാണ് മോഹങ്ങൾ" അവർ അവളുടെ നെറ്റിയിൽ ചുണ്ടുകളമർത്തി. തണുപ്പുള്ള സ്നേഹത്തിന്റെ ഒരു ചുംബനം അത്രയേറെ സ്നേഹമുള്ളതൊന്നും തനിക്കൊരിക്കലും ലഭിച്ചിട്ടില്ലെന്നു ഞെട്ടലോടെയാണവൾ അപ്പോഴോർത്തത്.

അവരുടെ തോളിൽ മുഖമമർത്തി അവൾ കരഞ്ഞു. അവർ മകളെയെന്നപോലെ പതിയെ തലോടിക്കൊണ്ടിരുന്നു. അവരും കരയുകയായിരുന്നെന്ന് അവളറിഞ്ഞില്ല.

തടിച്ച ശരീരവും വലിയ ബാഗും വഹിച്ചവർ കൺമുന്നിലൂടെ നടന്നുമറയുന്നതവൾ വിങ്ങിക്കരഞ്ഞുകൊണ്ട് നോക്കിനിന്നു. പ്രിയപ്പെട്ടതെല്ലാം അപ്രാപ്യമാണെന്ന സത്യം അവൾ വീണ്ടും തിരിച്ചറിയുകയായിരുന്നു.

പതിനെട്ട്

സ്കൂളിന്റെ ഗേറ്റിനരികിൽ സംസാരിച്ചുകൊണ്ട് ചെദനുണ്ടായിരുന്നു. അഖിലയെ കണ്ടപ്പോൾ അവൾ അടുത്തേക്കു വന്നു. അവളുടെ വെളുത്ത, പ്രസന്നമായ മുഖത്ത് കരിനിഴലുകളുണ്ടായിരുന്നു. സിൽക്ക് നൂലുകൾപോലുള്ള മുടിയിൽ, സ്കൂൾമുറ്റത്തെ മരത്തിൽനിന്നും വെളുത്ത പൂവിതളുകൾ പൊഴിഞ്ഞുകിടക്കുന്നു. പ്രസന്നതയുള്ള പ്രഭാതമായിരുന്നിട്ടും അവളുടെ മുഖത്തെ കാർമേഘം അഖിലയെ അമ്പരപ്പിച്ചു.

ക്ലാസ് തുടങ്ങാൻ സമയമുണ്ട്. സ്കൂൾ മുറ്റത്തെ മരത്തണലിൽ അവരിരുന്നു.

"എന്താണ് ചെദൻ. നല്ലതല്ലാത്ത എന്തു വാർത്തയാണുള്ളത്."

"ഇന്നലെ കുശാൽ നഗറിൽ ഒരു സംഭവമുണ്ടായി. രണ്ടു മൂന്ന് ചെറുപ്പക്കാരെ പൊലീസ് പിടിച്ചു. സ്മഗ്ലിങ് ആണെന്നാണ് കേട്ടത്. അക്കൂട്ടത്തിൽ പഞ്ചയുടെ സെൻചിയുമുണ്ട്."

"മൈഗോഡ് പഞ്ചയുടെ മുഖം മനസിൽ തെളിഞ്ഞപ്പോൾ അഖില നെഞ്ചിൽ കൈവെച്ചു പോയി. ചെദന്റെ ചെറിയ കണ്ണുകളിൽ വേദനയുടെ തിളക്കമുണ്ടായി. അതു പഞ്ചയോടുള്ള സ്നേഹത്തിന്റെ നക്ഷത്രജാലങ്ങളാണ്.

"വാർത്ത പുറത്തറിഞ്ഞപ്പോൾ നിരപരാധികളായ രണ്ട് ആൺകുട്ടികളെ നാട്ടുകാർ ചേർന്നു കൈകാര്യം ചെയ്തു."

"എന്തിന്"

"ഓട്ടോയ്ക്കു കൊടുക്കാൻ പൈസ തികയാത്തതുകൊണ്ട് അവർ ഗ്യാസ് സിലിണ്ടർ സൈക്കിളിൽ ചുമന്നുകൊണ്ടു വരികയായിരുന്നു. ഏതോ കുസൃതിപ്പയ്യന്മാർ അവരെ തടഞ്ഞുനിർത്തി. 'നിനക്കൊക്കെ

സ്മഗ്ളിങ്ങും വെട്ടിപ്പും നടത്താൻ നമ്മുടെ നാട്ടിലെന്തു കാര്യം.' എന്നും പറഞ്ഞായികുന്നത്രെ തല്ല്. കുട്ടികൾ റോഡിലൂടെ കരഞ്ഞുകൊണ്ടോടി. അവർ വിടാതെ, ഓടിച്ചിട്ട് തല്ലി. കുട്ടികളെ ഹോസ്പിറ്റലൈസ് ചെയ്തിരിക്കുകയാണ്."

"എന്നിട്ടോ. അടിച്ചവരെ പിടികിട്ടിയോ"

പുച്ഛവും വ്യസനവും കലർന്ന ചെദൻ ചിരിച്ചു.

'അടിച്ചവരല്ലല്ലോ, അടിയേറ്റവരല്ലേ അഭയാർഥികൾ. അതല്ല കാര്യം. സെൻചിയെ മോചിപ്പിക്കുക പ്രയാസമാണ്, അയാൾ തെറ്റ് ചെയ്തു എന്നത് സത്യമാവുമ്പോൾ."

"പാവം പഞ്ച. എത്രയധികം ആവേശത്തോടെയാണവൾ സെൻചിയെ കാത്തിരുന്നത്. അയാൾ അവളെക്കുറിച്ചൊട്ടും ചിന്തിച്ചിട്ടില്ലല്ലോ."

"അയാൾ അവളെക്കുറിച്ച് മാത്രമല്ല ആരെയും ഓർത്തില്ല. ആശ്രിതരായി ജീവിക്കുന്ന ഒരു ജനസമൂഹത്തെയാണയാൾ ചതിച്ചത്. ഞങ്ങളുടെ ചെറിയ തെറ്റുകൾപോലും ക്ഷമിക്കാൻ നാട്ടുകാർ തയാറാവില്ല. ഇത്തരക്കാർ കാരണം മാന്യമായി ജീവിക്കുന്നവർപോലും നോട്ടപ്പുള്ളികളാകും."

പഞ്ചയെക്കുറിച്ചോർത്ത് അഖില വേദനിച്ചു. ഭർത്താവ് കാരണം വേദനിക്കേണ്ടിവരുന്ന മറ്റൊരു പെൺകുട്ടി. ചെദൻ ഭാഗ്യവതിയാണ്. വിവാഹം പെൺകുട്ടികൾക്ക് എന്താണ് നേടിക്കൊടുക്കുന്നത്. സ്നേഹവും, സുരക്ഷിതത്വവും കൊതിച്ച് വരുന്ന പെൺകുട്ടികളുടെ മോഹഭംഗങ്ങൾ, കാവേരി നദിയിലെ ഓളങ്ങൾ പോലെ അനുസ്യൂതം ഒഴുകിക്കൊണ്ടിരിക്കുന്നു.

ചെദനും അഖിലയും കയറിച്ചെല്ലുമ്പോൾ, ചെറിയ ഒറ്റമുറി വീടിന്റെ ഇരുട്ടിൽ പഞ്ച ബിംബം പോലിരിക്കുകയാണ്. കൂട്ടുകാരികളെ കണ്ടപ്പോൾ അവൾ അണമുറിയാതെ കരഞ്ഞു. അവൾ കരയുന്നതാണ് നല്ലതെന്ന് അവർ ആശ്വസിച്ചു. ചെദൻ കാപ്പിയുണ്ടാക്കി കൊണ്ടു വന്നു.

"എനിക്കൊന്നും വേണ്ട" പഞ്ച കരഞ്ഞുകൊണ്ടുപറഞ്ഞു.

"നീയെന്തിനാ വിഷമിക്കുന്നത് പഞ്ച. നിന്നെ ഓർക്കാതെ, അയാൾ ചെയ്ത കുറ്റങ്ങൾ നീയെന്തിന് സഹിക്കുന്നു."

അഖില വീറോടെ, ആത്മരോഷത്തോടെ പറഞ്ഞു. ഇങ്ങനെയൊക്കെ പറയാനുള്ള കെൽപ്പ് ഈ കുശാൽ നഗറിൽ വന്നപ്പോൾ മാത്രമാണ് ലഭിച്ചതെന്നവൾ ഓർക്കുകയും ചെയ്തു.

"സെൻചിയെ സഹായിക്കാനാരുമില്ല. ഞാൻ സൊസൈറ്റിയുടെ വെൽഫേർ ഓഫീസേഴ്സിനെ ചെന്നു കണ്ടതാണ്. അദ്ദേഹം എന്നോട് ദേഷ്യപ്പെട്ടു. സെൻചിയെ പോലുള്ളവർ ചെയ്യുന്ന തെറ്റിന്, അഭയാർഥികളായ ഞങ്ങളെല്ലാവരും ഉത്തരം കൊടുക്കേണ്ടിവരുമെന്നവർ ഭീഷണിപ്പെടുത്തുകയും ചെയ്തു."

"അത് സത്യമല്ലേ പഞ്ച" ചെദൻ ചോദിച്ചു. "അദ്ദേഹം അങ്ങനെയല്ലേ പറയേണ്ടത്. നമ്മുടെ ജീവിതത്തിന് സുരക്ഷിതത്വം തരുന്നവരെ ചതിക്കുന്നത് ശരിയാണോ"

“എനിക്കൊന്നുമറിയില്ല ചെദൻ. സെൻചി നോർമലല്ല എന്നാണെനിക്ക് തോന്നിയിട്ടുള്ളത്. രണ്ട്, രണ്ടര വർഷത്തിനുശേഷമാണെന്നെ കാണുന്നതെന്ന കാര്യംപോലും സെൻചി മറന്നതുപോലെ. പണം, സ്വാതന്ത്ര്യം എന്നൊരു ചിന്തമാത്രമേ ആ മനസിലുണ്ടായിരുന്നുള്ളൂ. സ്നേഹത്തോടെ ഒരു നോക്കോ വാക്കോ എനിക്ക് കിട്ടിയില്ല. യാന്ത്രികമായിരുന്നു ഓരോ ചലനവും. സെൻചി ഇവിടെങ്ങുമല്ല എന്നെനിക്ക് മനസിലായി. ഇടയ്ക്ക് സ്വപ്നത്തിലെന്നപോലെ പറയുമായിരുന്നു.

“ടിബറ്റിലേക്ക് മടങ്ങിപ്പോകാനിട വന്നാൽ, നമ്മുടെ ആഗ്രഹത്തിനൊത്ത വീടും വാഹനവും ബിസിനസ്സ് സ്ഥാപനങ്ങളുമൊക്കെ ഉണ്ടാക്കാമായിരുന്നെന്ന്. ഇവിടെ എല്ലാറ്റിനും അതിർവരമ്പുകളുണ്ട്. ജീവിതം നിശ്ചിതവലുപ്പമുള്ള ഒരു പെട്ടിയിലടച്ചതിന്റെ ശ്വാസംമുട്ടലാണെന്ന് പറയും. ടിബറ്റിന്റെ സ്വാതന്ത്ര്യത്തിനു വേണ്ടി എന്ത് ചെയ്യാനാവുമെന്ന് ഗഹനമായി ചിന്തിക്കും. ഇങ്ങനെ ചിന്തിക്കുന്ന എത്ര യുവരക്തമുണ്ടെന്ന് ഞാൻ ചോദിക്കുമ്പോൾ, നിരാശയോടെ ആ മുഖം മങ്ങിപ്പോകും. അത്യാഗ്രഹമാണ് സെൻചിയുടെ ഉള്ളിലെന്ന് ഞാൻ കുറ്റപ്പെടുത്തുമ്പോൾ ‘എല്ലാ മോഹങ്ങളും ഒതുക്കിവച്ചിങ്ങനെ ജീവിക്കുന്നതെന്തിനെന്ന് എന്നോട് ദേഷ്യപ്പെടും. പാവം; പാവമാണെന്റെ സെൻചി” പഞ്ച പൊട്ടിക്കരഞ്ഞു. പഞ്ചയെ ആശ്വസിപ്പിക്കാൻ വാക്കുകൾ തങ്ങളിലില്ലെന്ന് ആ കൂട്ടുകാരികൾക്ക് തോന്നി.

സന്ധ്യ കഴിഞ്ഞിട്ടും ചുണ്ടായിയെ കണ്ടില്ല. അനുജനെ തിരഞ്ഞവരിന്നും നാട് ചുറ്റുകയാവും. വിച്ചു ഉറങ്ങുകയാണ്. ഉച്ച കഴിഞ്ഞപ്പോഴേ ഉറക്കം പിടിച്ചതാണ്. ഈയിടെയായി അവനെപ്പോഴും ക്ഷീണമാണ്. മകന്റെ അടുത്തിരിക്കുമ്പോൾ അഖില ഗുഅയെക്കുറിച്ചോർത്തു. തന്റെ നിലപാടുകൾ വ്യക്തമാക്കിയിട്ടും ഗുഅക്കൊന്നും മനസിലായില്ലേ. തോഷയാത്ര പറഞ്ഞുപോയ ദിവസമാണ് അവസാനം കണ്ടത്. പിന്നീടെത്ര ശ്രമിച്ചിട്ടും കണ്ടില്ല. മനഃപൂർവം ഒഴിഞ്ഞുമാറി നടക്കുകയാണ്. ഓരോ ശ്രമവും വിഫലമാവുമ്പോഴും, അഖിലയുടെ മനസ്സ് പതിൻമടങ്ങ് മുന്നോട്ട് കുതിച്ചുകൊണ്ടിരുന്നു. തന്റെ ജീവിതവും ചിന്താമണ്ഡലവും ഹൃദയവുമൊക്കെ ശൂന്യമാകുന്നതായവൾക്കനുഭവപ്പെട്ടു. ആന്തരികാവയവങ്ങളില്ലാത്ത ഒരു പൊള്ളയായ കുഴൽ മാത്രമാണ് തന്റെ ശരീരം.

അനിൽ തൊട്ടു മുന്നിൽ വന്നു നിന്നിട്ടും അഖില അറിഞ്ഞിരുന്നില്ല. അയാൾ ഉറങ്ങിക്കിടക്കുന്ന വിച്ചുവിനെ നോക്കി.

“ഇവനെന്തു പറ്റി ഈ സമയത്തുറക്കം പതിവില്ലല്ലോ.”

“അനിൽ വന്നതു ഞാൻ കണ്ടില്ല” അവൾ എഴുന്നേൽക്കാൻ ഭാവിച്ചപ്പോൾ അത് തടഞ്ഞുകൊണ്ട് അനിൽ വിച്ചുവിന്റെ കട്ടിലിനരികെ തറയിൽ അവൾക്കൊപ്പമിരുന്നു.

“അതിന് താനിവിടെയൊന്നുമല്ലല്ലോ. കുറച്ചു നാളായി ഞാനിതു ശ്രദ്ധിക്കുന്നു. ഗണേഷിനെ പിരിയുന്നതിൽ തനിക്ക് വിഷമമുണ്ടോ?”

“സ്റ്റുപ്പിഡിറ്റി” അഖില ദേഷ്യപ്പെട്ടു.

"ഞാൻ ഗണേഷേട്ടനെ എന്നേ മനസിൽനിന്നു കളഞ്ഞതാണ്."

അനിൽ അവളെ അണച്ചുപിടിച്ചു. "ഇനിയെന്താ നിന്റെ തീരുമാനം."

"എനിക്കറിയല്ല അനിൽ. എന്റെ ജീവിതം ഞാനല്ലല്ലോ നിശ്ചയിക്കുന്നത്. ആരൊക്കെയോ എന്റെ പിറകിൽനിന്നും ചരടുവലിക്കുകയാണെന്നാണ് തോന്നിയിട്ടുള്ളത്."

അയാൾ അവളുടെകവിളിൽ ഒന്നു ചുംബിച്ചു. അപ്പോൾ അനിലിന്റെ കണ്ണുകളിൽ ഒരിക്കലും കാണാതിരുന്ന സ്നേഹത്തിന്റെ അലകൾ അവൾ കണ്ടു.

"എങ്കിൽ അഖിലാ നിന്റെ ജീവിതം ഞാൻ നിശ്ചയിക്കട്ടെ."

അവൾ ചോദ്യഭാവത്തിൽ ഒന്നു നോക്കി. അനിൽ അവരുടെ മുടിയിഴകൾ ഒതുക്കി വെച്ചു.

"അമ്മയുടെ ഫോണുണ്ടായിരുന്നു. അമ്മയ്ക്ക് തീരെ വയ്യ. നമ്മുടെ നാട്ടിൽ ചിറക്കുനിയിൽ ഒരു പെൺകുട്ടിയെ അമ്മ കണ്ടു വെച്ചിരുന്നു. ഞാനറിയും. തലശ്ശേരി കോടതിയിൽ വക്കീൽ ഗുമസ്തൻ രാഘവേട്ടന്റെ മോൾ. കംപ്യൂട്ടർ ടീച്ചറാണ് കണ്ണൂരിൽ."

"കുമുദമെന്നല്ലേ പേര്. ഞാൻ കേട്ടിട്ടുണ്ട്. സ്കൂളിൽ അവളെന്റെ ജൂനിയറായിരുന്നു." അഖില പറഞ്ഞു.

"അതെ അവൾതന്നെ. നന്നെ ചടച്ചിട്ടാണ്. മൂക്കും ശരിയല്ല. എന്നാലും അമ്മയ്ക്കിഷ്ടമാണല്ലോ." 'അനിൽ ചിരിച്ചപ്പോൾ അവൾക്ക് ചിരിക്കാൻ തോന്നിയില്ല. ആകെയുള്ള ഒരത്താണി ആ ചിരിയിലൂടകന്നു പോകുന്നതുപോലെ.

"അമ്മ ഡേറ്റ് വരെ കണ്ടുപിടിച്ചു കഴിഞ്ഞു. പക്ഷേ അതിന് മുമ്പെ എനിക്കൊന്നു ചോദിക്കാനുണ്ട് തന്നോട്."

"ഉം" അവൾ ചോദിച്ചു.

"തന്നെ ഞാൻ കല്യാണം കഴിക്കട്ടെ. എനിക്കിഷ്ടമാണ്."

അവൾ അവിശ്വസനീയതയോടെ, പിന്നീട് കൗതുകത്തോടെ അയാളെ നോക്കി. അവളുടെ ചുണ്ടിൽ ഒടുവിൽ പുച്ഛത്തോടെ ഒരു ചിരി വിടർന്നു.

"സഹതാപം അല്ലേ."

"ആണെന്നും അല്ലെന്നും പറയുന്നില്ല. പക്ഷേ തന്നെ കല്യാണം കഴിക്കാൻ എനിക്കിഷ്ടമാണ്. നമുക്കിവിടെ സുഖമായി ജീവിക്കാം. ഒരിക്കലും സന്തോഷിക്കാത്തവളാണ് നീ. നിന്നെ ഇനിയുള്ള കാലം സന്തോഷമായിട്ടെനിക്ക് കാണണം. ആ തോന്നൽ നിന്നോടുള്ള സ്നേഹം കൊണ്ടു മാത്രമാണ്."

അഖിലയ്ക്ക് പെട്ടെന്ന് കരയാൻതോന്നി. ഒടുവിൽ അവൾ പറഞ്ഞു:

"ഇങ്ങനെയൊന്നും അനിൽ എന്നോട് പറയരുത്."

"തനിക്ക് സമ്മതമെങ്കിൽ ഡിവോഴ്സ് കഴിഞ്ഞാലുടനെ, നാട്ടിലെ ഏതെങ്കിലും അമ്പലത്തിൽ വച്ച് ചെറിയൊരു ചടങ്ങ്."

അവൾ അയാളെ തറച്ചുനോക്കി. ഇങ്ങനെ അനിൽ പറഞ്ഞേക്കുമെന്നവൾ പ്രതീക്ഷിച്ചതല്ല, ആഗ്രഹിച്ചിട്ടുമില്ല. വിവാഹമെന്നത് ഒരു ദുഃസ്വപ്നം പോലെ ഒരിക്കൽ തന്നെ കടന്നുപൊയ്ക്കഴിഞ്ഞിരിക്കുന്നു. ഇപ്പോൾ അനിൽ ഒരു വ്യാമോഹംപോലെ മുന്നിൽ വന്നുനിൽക്കയാണ്. അവൾ ആ നിമിഷം ഗുഅയെ ഓർത്തു.

"എനിക്കൊരു സന്യാസിനിയാവണം" എന്ന് വാശിപിടിച്ച നിമിഷങ്ങളെ ഓർത്തു.

"വിച്ചുവിനെ ശുശ്രൂഷിച്ച് ജീവിക്കുന്നതിനേക്കാൾ പരിശുദ്ധമായ ഒരു കർമവും സന്യാസജീവിതത്തിലില്ല. ഗുഅ പറഞ്ഞതാണ്. അവൾ ഉറങ്ങിക്കിടക്കുന്ന വിച്ചുവിനെ നോക്കി. അവൾ അവന്റെ നെറ്റിയിൽ തലോടി. ആരും സ്നേഹിക്കാനില്ലാത്ത ഒരു ജന്മമാണത്. ഭൂമിയിലെ വർണശബളിമയിൽനിന്നും നിറമില്ലാത്ത ഒരേട് മുറിച്ചെടുത്തതുപോലെയാണവന്റെ ജന്മം. അത് തന്റെ മകനാണ്. തന്റെ ഉദരത്തിൽ ഉരുത്തിരിഞ്ഞവൻ.

അനിൽ അവളുടെ വയറിന് മീതെ കൈ ചുറ്റി.

"അഖില ഒന്നും പറയാത്തതെന്ത്?"

അവൾ വീണ്ടും ഗുഅയെ ഓർത്തു. ശാന്തമായ കണ്ണുകൾ തന്റെ ഹൃദയത്തെ തലോടുന്നതുപോലെ. അവൾക്ക് പറയാനുള്ള വാക്കുകൾ ആ ചുണ്ടുകൾ മന്ത്രിക്കുന്നതുപോലെ.

"അനിൽ വിച്ചുവിനെ നിന്റെ അമ്മ അംഗീകരിക്കുമോ. അവൻ നമ്മുടെ കൂടെയുണ്ടാകുന്നത് അമ്മ ഇഷ്ടപ്പെടുമോ?"

അനിലിന്റെ കൈകൾ അയഞ്ഞു. അയാൾ ചിന്താധീനനായി.

"അഖിലാ അവനെ നമുക്ക് നല്ല കെയർ കിട്ടുന്ന ഒരു സ്കൂളിൽ ചേർക്കാം. അവന്റെ ഭാവിക്കും അതാണ് നല്ലത്." അപ്പോൾ അവൾ ഗണേഷിനെ ഓർത്തു. അയാളുടെ ആവശ്യവും ഇതു മാത്രമായിരുന്നു. ഏതു പുരുഷനും ഇതുതന്നെ ആവശ്യപ്പെടും. ഉപാധികളോട് കൂടി അവർ അഖിലയെ ഏറ്റെടുത്തേക്കും. വിച്ചുവിനെ അകറ്റി നിർത്തുക എന്ന ഒരേ ഒരാവശ്യവും.

"ഗണേഷ് ഇത് തന്നെയാണനിൽ പറഞ്ഞത്. ഞങ്ങളുടെ ഡിവോഴ്സിന്റെ അതേ കാരണമാണ് അനിലിപ്പോൾ എന്നോടാവശ്യപ്പെടുന്നത്. നിങ്ങളുടെ ചിന്തകൾ ശരിയാണ്" അഖില സമ്മതിച്ചു.

"ഒരുനിമിഷത്തെ സ്വസ്ഥതപോലും വിച്ചു തരില്ല. അവനുണ്ടാക്കുന്ന പ്രശ്നങ്ങൾ അമ്മയായ തനിക്കുപോലും അസഹ്യമാകുമ്പോൾ അന്യരെങ്ങനെ അവനെ അംഗീകരിക്കും."

അഖില കണ്ണടച്ചു. മുന്നിലൊരു പാത പൂവിരിച്ചു കിടക്കുന്നു. വരണമാല്യവുമായി അനിൽ നിൽക്കുന്നു.

"നീയിനി ഒരിക്കലും സങ്കടപ്പേടേണ്ടിവരില്ല" എന്ന പ്രലോഭനത്തോടെ അവളെ കൈനീട്ടി സ്വീകരിക്കുകയാണ്. തടസമായി അവർക്കിടയിൽ വിച്ചുവുണ്ട്. അവൻ വായിൽ വിരലുകളിട്ട്, വലിയ കണ്ണുകൾ വിടർത്തി അവളെ നോക്കുകയാണ്.

അഖില കണ്ണുകൾ തുറന്നു.

"ഞാൻ നാളെ നാട്ടിലേക്ക് പുറപ്പെടുകയാണ്. അമ്മയെ പറഞ്ഞു സമ്മതിപ്പിക്കണം. അമ്മ ഗുമസ്തന്റെ മകളുടെ സൽസ്വഭാവത്തിൽ മയങ്ങിക്കിടക്കുകയാണ്."

അനിൽ അവളെ സ്നേഹത്തോടെ നെഞ്ചോടണച്ചു. അയാളുടെ വിയർപ്പുഗന്ധം ഇപ്പഴവളെ ശ്വാസംമുട്ടിക്കുന്നു. അവൾ അസ്വസ്ഥയായി. ആലോചനയോടെ അവൾ പറഞ്ഞു.

"വിച്ചുവിനെ മറ്റു കൈകളിലേക്ക് വിട്ടുകൊടുക്കുവാൻ എനിക്ക് മനസില്ല അനിൽ. മറ്റൊരാൾ അവനെ ശാസിക്കുന്നതും, തല്ലുന്നതും ഞാൻ സഹിക്കില്ല."

"എല്ലാവരും തല്ലുന്നവരല്ല അഖില."

"ആരെങ്കിലുമൊരാൾ തല്ലിയാലോ, വേണ്ട അനിൽ."

വിച്ചുവിനെ നമ്മൾ തീർത്തും കൈയൊഴിയുകയല്ല. വിവാഹം കഴിഞ്ഞ് കുറച്ചു കാലത്തേക്ക് മാത്രം."

"ഒരുദിവസംപോലും അവനെ പിരിയാൻ എനിക്കാവില്ല." ശാഠ്യത്തോടെ അവൾ പറഞ്ഞു.

അനിലിന്റെ മുഖത്ത് പരിഭവം നിറഞ്ഞു. "നീയെന്നെ ഇഷ്ടപ്പെട്ടിരുന്നില്ലേ. എന്നോട് സ്നേഹമുണ്ടെന്ന് ഞാൻ തെറ്റിദ്ധരിച്ചതാണോ."

"വിച്ചുവിനേക്കാൾ മേന്മയേറിയതൊന്നും അവന്റെ അമ്മയായ എനിക്കില്ല."

"അപ്പോൾ." സങ്കടത്തോടെ അയാൾ പറഞ്ഞു "നമ്മൾ പിരിയുകയാണല്ലേ."

"അതെ. അതാണ് നല്ലത്. അമ്മയുടെ ആഗ്രഹത്തിനാണൊരു മകൻ പ്രാധാന്യം കൊടുക്കേണ്ടത്. അമ്മയുടെ മനസ്സ് എനിക്കറിയാം അനിൽ. ഞാനും ഒരമ്മയല്ലേ ബുദ്ധിയില്ലാത്ത ഒരു കുട്ടിയുടെ അമ്മ."

"അഖിലാ നീ" അനിൽ നിസ്സഹായനായി പറഞ്ഞു. "ഞാൻ കരുതിയത് സന്തോഷത്തോടെ നീ എനിക്കൊപ്പം വരുമെന്നാണ്. നീ എന്നെ അത്രയേറെ സ്നേഹിക്കുന്നുണ്ടെന്നാണ്."

"ഞാൻ അമ്മയാണനിൽ. ഒരു സ്ത്രീ അമ്മയായാൽ ചിലപ്പോൾ അമ്മ മാത്രമായിപ്പോകും. അതും വിച്ചുവിനെപ്പൊലൊരു മകനുള്ളപ്പോൾ. അവനെപ്പോലുള്ള എല്ലാ മക്കളുടെയും അമ്മമാരുടെ ഒരേയൊരു റോൾ 'അമ്മ' എന്നു മാത്രമാണ്."

"ശരി" അനിൽ എഴുന്നേറ്റു. "എനിക്ക് നിന്നെ ഇഷ്ടമായിരുന്നു. നീയെന്റെ ഭാര്യയായി, കുട്ടികളുടെ അമ്മയായി, എനിക്കൊപ്പം ജീവിക്കുന്നത് ഞാൻ സ്വപ്നം കണ്ടിരുന്നു. പക്ഷേ ഞാനെന്റെ അമ്മയെയും സ്നേഹിക്കുന്നു. നാളെ ഞാൻ നാട്ടിലേക്ക് പോകും. ഗുമസ്തന്റെ മകളെ കല്യാണം കഴിക്കും. എനിക്ക് സങ്കടമുണ്ട്, നിന്നെ നഷ്ടമാകുന്നതിൽ."

അനിൽ ഉറങ്ങിക്കിടക്കുന്ന വിച്ചുവിനെ നോക്കി, പിന്നെ തല കുനിച്ചിരിക്കുന്ന അഖിലയേയും. ഇരുട്ടായിരുന്നു മുറിയിൽ. ആ ഇരുട്ടിൽനിന്നും

വെളിച്ചത്തിലേക്കവൾ തലയുയർത്തില്ലെന്നു ബോധ്യപ്പെട്ടതുപോലെ അനിൽ നിസ്സഹായനായി.

“ഞാൻ പോകുന്നു അഖില.” അയാൾ ചോദിച്ചിട്ടും അവൾ അനങ്ങിയില്ല. ഭൂഖണ്ഡത്തിൽ ആ അമ്മയും മകനും തനിച്ചാണെന്നയാൾക്ക് തോന്നി.

സ്ട്രീറ്റ്‌ലൈറ്റുകൾ പ്രകാശിച്ചിരുന്നു. തൊട്ടടുത്ത വീടുകളിൽ നിന്നും നേർത്ത ശബ്ദത്തിൽ ടിബറ്റൻ സംഗീതമുയരുന്നു. അയാൾ തിരിഞ്ഞു നോക്കി. ഇരുട്ട് മാത്രം. ആ അന്ധകാരച്ചുഴിയിൽ അവർ ഒരുമിച്ചു മുങ്ങിത്താഴുകയാണ്. എന്തുകൊണ്ടോ അനിലിന്റെ കണ്ണുകൾ നിറഞ്ഞു. ഇത് അഖിലയുടെ മാത്രം തീരുമാനമാണെന്നയാൾ ആശ്വസിക്കാൻ ശ്രമിച്ചു.

പത്തൊൻപത്

"നിന്റെ തീരുമാനം തെറ്റായിരുന്നു അഖില" ചെദൻ കുറ്റപ്പെടുത്തി. വൃദ്ധസദനത്തിൽ പഞ്ചയെ കാത്തിരിക്കുകയായിരുന്നു അവർ. അവൾ വീണ്ടും അവിടെ വന്നെത്തിയതിൽ ഓരോരുത്തരും സന്തുഷ്ടരാണ്. അവൾ ഭക്ഷണം കൊടുത്തപ്പോൾ അവർ സ്വാദോടെ കഴിച്ചു.

"നീ വന്നത് നന്നായി." പട്ടാളക്കാരൻ പറഞ്ഞു.

"ഞങ്ങളെ ശുശ്രൂഷിക്കാൻ ആരുമില്ല. സ്നേഹം കലരാത്ത ഭക്ഷണത്തിന് രുചിയുണ്ടാവില്ല. കയ്പു കലർന്നിരിക്കും. സ്നേഹത്തിന്റെ ഗന്ധമില്ലാത്ത കാറ്റിന് ഊർജ്ജവും തണുപ്പുമില്ല. ഇനി നീ പോകരുത്."

"ഇല്ല ഇനി പോകില്ല" പഞ്ച ഉറപ്പ് നൽകി. "എന്റെ നിയോഗം ഇതാണ്."

അവൾ അന്തേവാസികൾക്കോരോരുത്തർക്കും ഭക്ഷണവും മരുന്നും കൊടുത്തുതീരുന്നതു വരെ ചെദനും അഖിലയും ക്ഷമയോടെ ഇരുന്നു.

"നിനക്കാരുമില്ലല്ലോ അഖില. വിച്ചുവും നീയും തനിച്ചെങ്ങനെ. ഒരു ജീവിതമെന്നാൽ അത്ര നിസ്സാരമായി നീന്തിക്കടക്കാവുന്ന സ്വിമ്മിങ് പൂളല്ല. കടലാണ്. തിരമാലകളും ചുഴികളും നിന്നെ തളർത്തിക്കളയും."

"എനിക്ക് വിച്ചുവുണ്ട്" ചുവപ്പും മഞ്ഞയും വേഷമിട്ട ഒരു ബുദ്ധസന്യാസി അവൾക്ക് മീതെ ആകാശത്തിന്റെ പശ്ചാത്തലത്തിൽ സൂര്യതേജസ്സോടെ നിന്നു.

"എനിക്ക് വേറൊന്നും വേണ്ട. ആഗ്രഹങ്ങൾ പരിത്യജിച്ചാൽ കിട്ടുന്ന സന്തോഷമുണ്ടാകും. അതു മതി."

"നീയെന്താ സന്യസിക്കാൻ പോവുകയാണോ?"

"അല്ല. ഒരു സന്യാസിയുടെ കാലടികൾ പതിഞ്ഞിടം തൊട്ട് തൊഴുതുകൊണ്ടൊരു യാത്ര."

അഖില ചിരിച്ചു. അനിൽ പിരിഞ്ഞുപോയപ്പോൾ, അവൾ സങ്കടപ്പെടുമെന്ന് കരുതിയത് ചെദന് തെറ്റിയിരിക്കുന്നു. അവൾ മറ്റേതോ സ്വപ്നലോകത്താണ്.

“നീ ഗുഅയെക്കുറിച്ചാണിപ്പോൾ ചിന്തിക്കുന്നത് അല്ലേ.”

“അതെ നിന്റെ ഊഹം ശരിയാണ്. മറ്റൊന്നും ഇപ്പോൾ എന്റെ ചിന്തയിലില്ല.”

“നീ അന്നെനിക്കൊരു കഥ പറഞ്ഞുതന്നു. ഏതോ ഒരു ആശാൻ...”

“കുമാരനാശാൻ– എന്റെ പ്രിയകവി. അദ്ദേഹത്തിന്റെ കവിത *കരുണ* അല്ലേ.”

“അതെ. നീയതു പലതവണ വായിച്ചു. ആ കവിത നിന്നെ പുളകിതയാക്കി. ഒരുപക്ഷേ അതിലെ ഉപഗുപ്തനെ നിന്നിലെ വാസവദത്ത പ്രണയിച്ചിരിക്കാം.”

“ഞാൻ വാസവദത്തയല്ല.”

“നീ സ്ത്രീയാണ്. മുഖം തിരിച്ചു നടക്കുന്നവൻ സന്യാസിയായാലും അവനെ പ്രണയിച്ച് കീഴ്പ്പെടുത്താൻ വാശിപിടിക്കുന്ന സ്ത്രീ”

“ഞാൻ ഗുഅയെ പ്രണയിക്കുന്നില്ല ചെദൻ. അദ്ദേഹം എന്നെക്കാൾ ചെറുപ്പമാണ്. ഭിക്ഷുവാണ്, മഹാജ്ഞാനിയാണ്.”

“തീർന്നില്ല. “ഗഷെ” എന്ന യോഗ്യത നേടിയവനാണ്. സർവരുടെയും ആരാധനാപാത്രമാണ്. എന്നാലും നിന്റെ കണ്ണിലദ്ദേഹം വെറും പുരുഷനാണ്. ശാരീരിക മേന്മകളേക്കാൾ മാനസികശക്തിയുള്ളവനെയാണ് സ്ത്രീകൾ ആഗ്രഹിക്കുന്നത്.”

“അദ്ദേഹത്തെക്കുറിച്ചുള്ളത് തെറ്റിദ്ധാരണയാണ് ചെദൻ. എന്നെ അവഗണിച്ചദ്ദേഹം ഒളിച്ചുനടക്കുന്നത്, ഗുഅയുടെ തെറ്റായ ധാരണ മൂലമാണ്. എനിക്ക് ഗുഅയെന്ന പുരുഷന്റെ പ്രണയമല്ല ആവശ്യം. ആ ബുദ്ധഭിക്ഷുവിന്റെ കാരുണ്യമാണ്. അദ്ദേഹത്തിന്റെ ആശ്വാസദായക സാമീപ്യമാണ്. ആ ഉപദേശങ്ങളും തത്വസംഹിതകളും എന്റെ ആത്മാവിന്റെ സംഗീതമാണ്. പ്രണയം ക്ഷണികമാണ് അദ്ദേഹം പറഞ്ഞിട്ടുണ്ട്. മുജ്ജന്മങ്ങളിലെങ്ങോ നമ്മൾ കണ്ടിട്ടുണ്ട് അടുത്തിട്ടുണ്ട്. രക്തബന്ധമോ, സ്നേഹബന്ധമോ ഏതോ ഒന്ന്. ഞാനത് വിശ്വസിക്കുന്നു. മണ്ണും മണലും പാറക്കല്ലുകളും കലർന്ന, മഞ്ഞുമൂടിയ മലകൾ കാവൽ നിൽക്കുന്ന ഒരു പ്രദേശം ഞാൻ കണ്ടിട്ടുണ്ട്. അവിടെ എന്റെ കാൽപ്പാടുകൾ പതിഞ്ഞിട്ടുണ്ട്. കനിവില്ലാത്ത ഏതോ കൈകൾ എന്റെ ജീവിതത്തെ ഞെരിച്ചുടച്ചു, ആ മണ്ണിൽ കലർത്തി.

ഞാൻ ഗുഅയുടെ അമ്മയോ സഹോദരിയോ ഭാര്യയോ മകളോ കാമുകിയോ ആവാം. അല്ലെങ്കിൽ അദ്ദേഹത്തിന്റെ തൊഴുത്തിലുള്ള കന്നുകാലികളോ അദ്ദേഹം യാത്ര ചെയ്യാറുള്ള കുതിരയോ യാക്കോ ആവാം. എങ്ങനെയായാലും ഞാനാ ജീവിതവുമായി കഠിനമായി ബന്ധപ്പെട്ടിരിക്കുന്നു. അതിക്രൂരമായി വിധി ഞങ്ങളെ വിച്ഛേദിച്ചതാണ്. ചെദൻ നീയറിയുമോ ആദ്യത്തെ ബുദ്ധമതകേന്ദ്രമായ ധർമ്മടത്ത്, അനാഥയായി

ജനിച്ചു വളർന്ന ഞാൻ കുട്ടിക്കാലങ്ങളിൽ തനിച്ചിരിക്കുമ്പോഴൊക്കെ, അതി വിദൂരതയിൽ ഒരു കൈത്തിരി കത്തുന്നതായി സ്വപ്നം കാണാറു ണ്ട്. അത് ആകാശത്തോ, തുരുത്തിനപ്പുറം അലറിക്കുതിക്കുന്ന കടലി ലോ, അതോ മാമലകൾക്കപ്പുറം, കൈലാസം മഞ്ഞണിഞ്ഞ് നിൽക്കുന്ന ഒരു പ്രശാന്തതീരത്തോ എന്നേ അറിയാതിരുന്നുള്ളൂ. ആ കൈത്തിരി ഗുഅയാണെന്ന് ഒറ്റനോട്ടത്തിൽ എനിക്ക് തിരിച്ചറിയാൻ കഴിഞ്ഞു. ആ കണ്ണുകളിൽ, ഹൃദയത്തിൽ, മന്ദഹാസത്തിൽ, വാക്കുകളിൽ ഒക്കെ ഞാനൊരിക്കലും കാണാത്ത, ഉത്സവത്തിമിർപ്പുള്ള എന്റെ മനസ്സ് കണ്ടെത്തി.

അതിന്റെ പേര് പ്രണയമെന്നാണെങ്കിൽ ഞാനത് സമ്മതിക്കുന്നു ചെദൻ. പക്ഷേ ഒന്നെനിക്കറിയാം ഇതാണെന്റെ സാഫല്യം- എന്റെ മോക്ഷം."

നിസ്സഹായയായി, സഹതാപത്തോടെ ചെദൻ അവളെ നോക്കി.

"ഇവിടെ നിങ്ങളോടൊപ്പം വന്നുചേർന്നപ്പോഴാണ് ഞാൻ അനാഥ യല്ലെന്ന് എനിക്ക് തോന്നിയത്. ധർമ്മടത്ത് ഞാൻ അശരണയും ഭീരുവു മായിരുന്നു. അവിടെ എനിക്ക് മോഹങ്ങളും ബന്ധങ്ങളുമില്ലായിരുന്നു. അല്ലെങ്കിൽ ഉണ്ടായിരുന്ന ബന്ധങ്ങൾ കുത്തിനോവിക്കുന്നതായിരുന്നു. ഇവിടെ ഓരോരുത്തരും എന്റെ ആരൊക്കെയോ ആണ്. സോങ്ചുപ്പ, പഞ്ച, തോഷ, ചുങ്ദായി, നീ എല്ലാവരും."

അവളുടെ കണ്ണുകൾ നിറഞ്ഞപ്പോൾ ചെദൻ അഖിലയുടെ കൈയിൽ സ്നേഹത്തോടെ ചുംബിച്ചു.

"നീ പറഞ്ഞതൊക്കെ ശരിയാവാം. അല്ലായിരുന്നെങ്കിൽ നിന്നെ ഇത്ര യേറെ ഞങ്ങൾ സ്നേഹിക്കില്ലായിരുന്നല്ലോ."

ചെദന്റെ കണ്ണുകളും നിറഞ്ഞുപോയി.

"നീ സങ്കടപ്പെടുന്നത് കാണാൻ ഇഷ്ടമില്ലാത്തതുകൊണ്ട് പറയു കയാണ്. ഗുഅ ഒരിക്കലും നിന്റെ മനസറിയാൻ ശ്രമിക്കില്ല. അദ്ദേഹ ത്തിന്റെ മനസിൽ ബുദ്ധമതതത്വങ്ങളല്ലാതൊന്നും ഉണ്ടാവില്ല."

പഞ്ച ജോലി കഴിഞ്ഞ് അവർക്കരികിലേക്ക് വന്നു. അവളുടെ കവി ളുകൾ വിളർത്തും കണ്ണുകൾ കുഴിയിലാണ്ടുമിരുന്നു. ഒട്ടിച്ചു ചേർത്ത ഒരു ചിരി ആ ചുണ്ടിൽ മരവിച്ചിരിക്കുന്നു.

"എല്ലാവർക്കും വാശിയാണ്. ഷുഗറുള്ള ടാഹുവിന് പഞ്ചസാരയിട്ട ചായ വേണമത്രെ. മൊമോസ് കൊടുത്തപ്പോൾ ബീഫിന്റേതുതന്നെ വേണമെന്ന് നിർബന്ധംപിടിക്കുന്നയാൾക്ക് രണ്ടു തവണ ഹാർട്ടറ്റാക്ക് വന്നതാണ്. ഞാനില്ലാത്തപ്പോൾ ഇത്തരം വാശികളൊന്നുമുണ്ടായിരുന്നി ല്ലെന്നാണ് സെൻജിൻ പറഞ്ഞത്."

"അവരൊക്കെ നിന്നെ അത്രയേറെ സ്നേഹിക്കുന്നു പഞ്ച. സ്നേഹി ക്കുന്നവരോടാണല്ലോ കൂടുതൽ സ്വാതന്ത്ര്യം കാട്ടുന്നത്."

പഞ്ച മങ്ങിയ ചിരി നിലനിർത്തി. അവളുടെ കണ്ണുകളിലേക്കു നോക്കിയപ്പോൾ തന്റെ കാൽക്കീഴെ ഒന്നുമില്ലെന്നുള്ള അശരണതയാണ്

തോന്നിയത്. ശൂന്യത മാത്രമുള്ള ഒരു ഇരുണ്ട ഗർത്തമായിരുന്നവളുടെ കണ്ണുകളിൽ.

ചെദനോടൊപ്പമാണ് ടെംപിളിലേക്ക് പോയത്. ചെദൻ ഗുഅയെക്കുറിച്ച് ലാമമാരോടന്വേഷിച്ചു. അന്വേഷിച്ചുവരാമെന്നു പറഞ്ഞവരാരും തിരികെ വന്നില്ല. ചെദനെ കാണാൻ ചെഞ്ച ഓടിവന്നു. ചെഞ്ചക്കെന്നും പരാതിയാണ്. അവനും മറ്റുകുട്ടികളെപ്പോലെ ജീവിച്ചാൽ മതി. ഈ സന്യാസജീവിതം ഇഷ്ടമല്ലെന്നവൻ ചിണുങ്ങി. ചെദൻ അവനോടെന്തൊക്കെയോ പറഞ്ഞാശ്വസിപ്പിച്ചു.

"നീ ഗുഅയെ കണ്ടെങ്കിൽ ഒന്നിവിടെ വരാൻ പറയൂ."

ചെഞ്ച അഖിലയെ ഒന്നുഴിഞ്ഞു നോക്കിയപ്പോൾ അവൾക്ക് ചമ്മലാണ് തോന്നിയത്.

ലൈബ്രറി അടച്ചിട്ടിരുന്നു. അതിന്റെ മുന്നിലെ മരബെഞ്ചിലിരുന്നപ്പോൾ മൂത്രഗന്ധമുയർന്നു.

"ഇത്തരം മര്യാദകെട്ട പ്രവർത്തി ആരായിരിക്കാം ചെയ്തിരിക്കുന്നത്. ഇതൊരു ടെംപിളല്ലേ" ചെദൻ പിറുപിറുത്തു.

അഖില അതൊന്നുമറിഞ്ഞില്ല. അവൾ ഗുഅ വരാറുള്ള വഴിയിലേക്കാണ് മിഴിനട്ടത്.

തലയുയർത്തി തേജസ്സോടെ, പതിഞ്ഞ കാൽവയ്പുകളോടെ ഒരു ബുദ്ധഭിക്ഷു നടന്നുവരുന്നതായും.

"ബുദ്ധം ശരണം ഗച്ഛാമി, ധർമ്മ ശരണം ഗച്ഛാമി" എന്ന പശ്ചാത്തല ഗാനമുയരുന്നതായും അവൾക്ക് തോന്നി.

മറ്റു ലാമമാർ ആ അങ്കണത്തിൽനിന്നും ഒരു കാറ്റിലെന്നപോലെ ആ യുവാവിന് പിന്നിൽ അണിനിരക്കുന്നു.

അതുല്യമായ പ്രകാശം പൊഴിയുകയാണ്. അദ്ദേഹം തൊട്ടുമുന്നിൽ വന്നുനിൽക്കുന്നു. അഖില മുട്ടുകുത്തി ആ കാൽപ്പാദത്തിൽ ചുംബിക്കുന്നു. കൈവിരലുകൾ കൊണ്ടദ്ദേഹം അവളുടെ മൂർദ്ധാവിൽ സ്പർശിക്കുന്നു.

ചെദൻ എന്തോ പറഞ്ഞപ്പോൾ അഖില ഞെട്ടി. തന്റെ ചുണ്ടുകൾ പൂവു പോലുള്ള ആ പാദങ്ങൾ സ്പർശിച്ചതാണല്ലോ. ചെഞ്ച ഓടിച്ചാടി വന്നു.

"ഗുഅ ധ്യാനത്തിലാണ്."

നിരാശയോടെ അഖില തല താഴ്ത്തി.

"വരൂ നമുക്ക് പോകാം" ചെദന് മറ്റൊന്നും പറയാനില്ലായിരുന്നു. നടക്കുമ്പോൾ ചെദൻ ചോദിച്ചു:

"നാളെയാണ് അനിലിന്റെ കല്യാണം അല്ലേ?"

"അതെ." അവൻ ഒരുതവണപോലും വിളിച്ചില്ലെന്ന് അപ്പോഴാണവളോർത്തത്. എവിടെയെങ്കിലും ഒരു നഷ്ടബോധമുണ്ടോ. ഇല്ല. അവൾക്കതാശ്വാസമായി. നേട്ടങ്ങളാണല്ലോ എന്നും അഖില എന്ന സ്ത്രീയെ ചകിതയാക്കുന്നത്. സന്തോഷിക്കാനും ചിരിക്കാനും കിട്ടുന്ന അപൂർവ സന്ദർഭങ്ങൾ എപ്പോഴും ഭയപ്പെടുത്തിയിരുന്നു.

വീട്ടിലെത്തിയപ്പോൾ ചുണ്ടായി മുറ്റത്തു നിൽപ്പുണ്ട്. അവർ കൂടുതൽ വൃദ്ധയായതുപോലെ. എണ്ണിയെടുക്കാനാവാത്തത്രയും ചുളിവുകൾക്കിടയിൽ മറ്റൊരു നേർവരപോലെ കണ്ണുകളാഴ്ന്നുപോയിരിക്കുന്നു. അഖിലയെ കണ്ടപ്പോൾ അവർ പരിഭ്രാന്തയായി. "മോന് സുഖമില്ല. തീപോലെ പനി, ഛർദിയുമുണ്ട്. ഒരുതവണ വില്ലു പോലെ വളയുകയും ചെയ്തു. ഫോൺ വിളിച്ചിട്ട് കിട്ടിയില്ല."

അഖില അകത്തേക്കോടി. വിച്ചു ഇരുട്ടിൽ തുള്ളിവിറയ്ക്കുന്നു. കറന്റില്ലായിരുന്നു. മെഴുകുതിരി വെളിച്ചത്തിൽ വിച്ചുവിന്റെ ശരീരം അവളുടെ കാഴ്ചപ്പുറത്തെത്താൻ മടിച്ചു.

"മോനേ" അഖില വിളിച്ചു. അവന്റെ വായിൽനിന്ന് എന്തൊക്കെയോ വികൃതശബ്ദങ്ങളുയരുന്നു.

"എന്റെ മോനേ" അഖില നെഞ്ചുപൊട്ടി വിളിച്ചു.

ആസ്പത്രിയിൽ ചെദനും ചുണ്ടായിയുമുണ്ടായിരുന്നിട്ടും അനിലിന്റെ അഭാവം അഖില അറിയുന്നുണ്ടായിരുന്നു.

വിച്ചു ഐ സി യുവിലായിരുന്നു. അഖില അതിനു മുന്നിലിട്ട കസേരയിൽ ഇരുന്നു. തറയിൽ ചുവർചാരിയിരുന്ന ചുണ്ടായി കരയുകയും മൂക്ക് പിഴിയുകയും ചെയ്തു. ചെദൻ ഫോണിൽ ആരോടൊക്കെയോ സംസാരിക്കുന്നുണ്ട്. ഇടയ്ക്കവൾ ഇങ്ങനെ കരയരുതെന്ന് ചുണ്ടായിയോടപേക്ഷിക്കുന്നുണ്ട്. അഖിലയുടെ ശില പോലെയുള്ള ഇരിപ്പ് അവളെ അസ്വസ്ഥയാക്കുന്നുണ്ട്. സംസാരിക്കാൻ ശ്രമിച്ചപ്പോഴൊന്നും അഖില മിണ്ടിയില്ല.

അവൾ കണ്ണുകൾ തുറന്നിരുന്നുതന്നെ വിച്ചുവിനെ കാണുകയായിരുന്നു. അവൻ പിറന്ന നാൾ മുതലുള്ള ഓരോന്നും, ചിരി, കരച്ചിൽ, വാശി മറ്റൊന്നും അവനെക്കുറിച്ച് ഓർമയിലില്ല. അമ്മേ എന്നവനൊരിക്കൽപ്പോലും വിളിച്ചിട്ടില്ല. വികൃതമായി ചിരിക്കുകയും കരയുകയും മാത്രം ചെയ്യുന്ന കുട്ടി. ഗണേഷോ അമ്മയോ അയലത്തെ കുട്ടികളോ, തനിച്ചു കിട്ടിയാൽ അവനെ ഉപദ്രവിക്കുമായിരുന്നു. അഖിലയെ കാണുമ്പോൾ, അഭയത്തിനെന്നതുപോലെ, നിറകണ്ണുകളോടെ അവളുടെ മടിയിലേക്കോടിക്കയറും. അവന്റെ വളഞ്ഞ പാദങ്ങളും വിരലുകളൊട്ടിപ്പിടിച്ച കുറുകിയ കാലുകളും മറ്റുള്ളവർ അറപ്പോടെ നോക്കുമ്പോഴൊക്കെ, അഖില അവനെ തന്നിലേക്കൊളിപ്പിച്ചു. മറ്റൊരു കൈനഖപ്പോറലുമേൽക്കാതിരിക്കാൻ അവളെന്നും തള്ളപ്പക്ഷിയെ പോലെ കരുതലോടെയിരുന്നു.

ഐ സി യുവിനുള്ളിലും അവന്റെ നിറകണ്ണുകൾ അവളെ അന്വേഷിക്കുകയാവാം. നാവ് വഴങ്ങുന്നില്ലെങ്കിലും "അമ്മേ" എന്ന് വിളിച്ചു കരയുകയാവാം. കനത്ത ചില്ലുവാതിലുകൾ തല്ലിപ്പൊളിച്ച് ഉള്ളിൽ കയറാൻ അവൾ കഠിനമായാഗ്രഹിച്ചു.

രാത്രിയായപ്പോൾ ചെദൻ പോയി. പോകാതിരിക്കാൻ അവൾക്ക് നിവൃത്തിയില്ലായിരുന്നു. മകൾ പിഴച്ചുപോയേക്കുമെന്ന് മദ്യപാനിയായ അപ്പന് സംശയിക്കാതിരിക്കാൻ കഴിയില്ലല്ലോ. വിഷമത്തോടെ യാത്ര പറ

യുമ്പോൾ കൂട്ടുകാരിക്ക് ധൈര്യംപകരാൻ അവൾ ശ്രമിച്ചു. അഖില അതൊന്നും കേൾക്കുന്നുണ്ടായിരുന്നില്ല.

പാതിരാവായപ്പോൾ ചുണ്ടായി തറയിൽ ചുരുണ്ടുകൂടി കിടന്നുറങ്ങി. വിജനമായ ഹാളിൽ അഖില തനിച്ചായി. ആത്മാവിന്റെ ഒരംശം ഒരു ഭിത്തിക്കപ്പുറമുണ്ടെന്നവൾ സ്വയം ആശ്വസിച്ചു. ഏതോ ഒരുനിമിഷം അവൾ പിറകോട്ട് ചാരി കണ്ണടച്ചു.

ഐ സി യുവിന്റെ വാതിൽ തുറന്നു മുടി മൂർദ്ധാവിൽ കെട്ടിവച്ച ദീർഘകായനായ ഒരു തൂവെള്ള വേഷധാരി പുറത്തേക്കു വന്നു. കുട്ടിക്കാലത്തു താൻ കണ്ട ബുദ്ധപ്രതിമയുടെ മുഖമായിരുന്നു അദ്ദേഹത്തിന്. ആ കൈയിൽ തൂങ്ങി വിച്ചുവുമുണ്ടായിരുന്നു. അവൾ വ്യക്തമായി കാണുന്നുണ്ടായിരുന്നു. അവന്റെ കാലുകൾക്ക് വളവില്ല. കൈകൾ നിർമലവും കോമളവുമാണ്. അവനും വെളുത്ത വേഷത്തിലാണ്. കോറിഡോറിലൂടെ നടന്നുനീങ്ങുന്നതിനിടയിൽ വിച്ചു തിരിഞ്ഞുനോക്കി. അവൾ അത്ഭുതപ്പെട്ടുപോയി. അവന്റെ മുഖം മറ്റേതൊരു കുട്ടിയേയുംപോലെ പ്രഫുല്ലവും ജീവസ്സുറ്റതുമായിരുന്നു.

മനോഹരമായ ചുണ്ടുകൾ വിടർത്തി, ഹൃദ്യമായ പുഞ്ചിരിയോടെ അവൻ അമ്മേ എന്നു വിളിച്ചു. അവന്റെ ശബ്ദം മൃദുലവും വ്യക്തവുമായിരുന്നു. ഇരുവരും അവളുടെ കൺവെട്ടത്തുനിന്നും മറഞ്ഞു.

“മോനേ” അഖില ഉറക്കെ വിളിച്ചുകൊണ്ട് കണ്ണുകൾ തുറന്നു. ഡോക്ടറും മലയാളിയായ നഴ്സും മുന്നിൽ നിൽക്കുന്നു. അവൾ ചാടിയെഴുന്നേറ്റപ്പോൾ സഹതാപത്തോടെ ഡോക്ടർ അവളുടെ തോളിൽ കൈവച്ചു. ഒന്നും പറയാതെ ഡോക്ടർ നടന്നുനീങ്ങിയപ്പോൾ അഭയത്തിനെന്നോണം അഖില നഴ്സിനെ നോക്കി. ആ സ്ത്രീ അവളുടെ കൈയിൽ മുറുകെപ്പിടിച്ചു. അവരുടെ കൈ ഐസുപോലെ തണുത്തിരുന്നു. മരണത്തിന്റെ തണുപ്പ് അവളിലേക്കിരച്ചുകയറി. അവൾ കരയുമെന്നവർ പ്രതീക്ഷിച്ചു. പക്ഷെ കരഞ്ഞില്ല. തുറന്ന വാതിലിലൂടെ അവൾ അകത്തേക്കു നോക്കി. അവിടെ അവന്റെ കുഞ്ഞുശരീരം അവളെ കാത്തുകിടക്കുന്നു. നഴ്സ് നിലത്തുകിടന്നുറങ്ങുന്ന ചുണ്ടായിയുടെ ചെറിയ വൃദ്ധശരീരം നോക്കി.

“ആരുമില്ല. എനിക്കും വിച്ചുവിനും മറ്റാരുമില്ല” അവൾ പതിഞ്ഞ ശബ്ദത്തിൽ പിറുപിറുത്തു.

ഗണേഷിന്റെ വീട്ടിൽ വിച്ചുവിന്റെ കുരുന്നു ശരീരം സംസ്കരിച്ചതിന്റെ ഒമ്പതാമത്തെ ദിവസമാണ്, കോടതിയിൽനിന്നും നിയമപരമായി വിവാഹബന്ധം വേർപ്പെടുത്തിയത്.

ശവസംസ്കാരം കഴിയുംവരെ ചെദൻ അഖിലയോടൊപ്പം തന്നെ നിന്നു. ഗണേഷിന്റെ കുടുംബാംഗങ്ങൾ അഖിലയോട് ശത്രുവിനോടെന്നപോലെ പെരുമാറുന്നത് അവൾ ശ്രദ്ധിച്ചു. മകൻ നഷ്ടപ്പെട്ടുപോയ ഒരമ്മയോട് ഇങ്ങനെ പെരുമാറരുതെന്ന് പറയാൻ അവൾ ആഗ്രഹിച്ചു.

“ആ പൊട്ടൻ ചെക്കനെ അവൾ കൊണ്ടുപോയി കൊന്നതായിരിക്കും. ഗണേഷ് ചെന്നു കാല് പിടിച്ചിട്ടും ഒപ്പം പോരാൻ തയാറായതുമില്ല. ഇനി തോന്ന്യ പോലെ ജീവിക്കാലോ.”

അഖില കേൾക്കണമെന്ന വാശിയോടെ ഗണേഷിന്റെ ഇളയമ്മ ശബ്ദമുയർത്തി പറഞ്ഞു. സംസാരഭാഷ മനസിലായില്ലെങ്കിലും എന്തൊക്കെയാവും അവർ പറയുന്നതെന്ന് ചെദന് ഊഹിക്കാൻ കഴിഞ്ഞു.

വിച്ചുവിന്റെ ജീവൻ പോയതിനു ശേഷം അഖില ഒന്നും മിണ്ടിയിട്ടില്ല. കരഞ്ഞതുമില്ല. സംസ്കാരം കഴിഞ്ഞപ്പോൾ ക്രൂരനായി ഗണേഷ് പറഞ്ഞു.

“ഇനി ഇവിടെ നിൽക്കേണ്ട. എവിടെയാന്നു വച്ചാൽ ഇറങ്ങിക്കൊള്ളണം.”

“കോടതിവിധിക്കിനി അത്രയല്ലേ ദിവസോള്ളൂ. അതുവരെ അവളിവിടെ നിൽക്കട്ടെ. മറ്റെവിടെ പോകും. നാട്ടാര് ഒച്ചപ്പാടുണ്ടാക്കില്ലേ.”

ഗണേഷിന്റെ അമ്മാമൻ സൗമനസ്യത്തോടെ പറഞ്ഞു.

ചെദൻ പോകാനൊരുങ്ങിയപ്പോൾ അഖില ചോദിച്ചു:

“ചുണ്ടായി വന്നില്ലേ ചെദൻ. വിച്ചുവിന്റെ അവസാനയാത്ര അവർ കണ്ടില്ലല്ലോ. അവനെ അവരത്രയേറെ സ്നേഹിച്ചിരുന്നു”.

“ചുണ്ടായിക്ക് വരാൻ കഴിഞ്ഞില്ല അഖില. അവരത്രയേറെ തളർന്നിരുന്നു. ഞാൻ നിന്റെ കൂടെ ഇവിടെ നിൽക്കുമായിരുന്നു. പക്ഷെ ഗണേഷും വീട്ടുകാരും സമ്മതിക്കില്ല.”

“ചെദൻ പൊയ്ക്കൊള്ളൂ.”

“നീയെന്നാണ് കുശാൽ നഗറിലേക്ക് വരുന്നത്?”

“കോർട്ട് ഓർഡർ വന്നാലുടൻ വരും.”

ചെദൻ നടക്കാനൊരുങ്ങിയപ്പോൾ അഖില അവളുടെ കൈപിടിച്ചു നിർത്തി.

“ഗുഅ അറിഞ്ഞില്ലേ?”

“അറിഞ്ഞിരിക്കാം- ഞാൻ ചെന്നു കാണാം.”

“വേണ്ട”- അഖില തല വിലങ്ങനെയാട്ടി.“ഒന്നും പറയേണ്ട ഒന്നും.”

ചെദൻ പോയതിനുശേഷമുള്ള ദിവസങ്ങൾ ശൂന്യമായിരുന്നു. അഖില ആ വീട്ടിൽ പഴയതുപോലെ തനിച്ചായി. കുറ്റപ്പെടുത്തലുകൾ കൊണ്ട് മുറിവേൽപ്പിക്കാനുള്ള മത്സരമായിരുന്നു ഗണേഷിന്റെ വീട്ടുകാർക്ക്.

ചെറിയ മുറിയുടെ ജനാലയിലൂടെ നോക്കിയാൽ വിച്ചുവിന്റെ ശവക്കൂന കാണാം. അവിടെ ഉണങ്ങിയ പൂവിതളുകളുണ്ട്. അങ്ങോട്ടു നോക്കുമ്പോഴൊക്കെ അവൾ വിച്ചുവിനെ കണ്ടു. ഇപ്പോൾ അവൻ അനാരോഗ്യവാനും വികലാംഗനും ബുദ്ധിഹീനനുമായ കുട്ടിയല്ല. അവൻ മിടുക്കനാണ്. അവന്റെ മുഖത്ത് പ്രകാശവും ചിരിയിൽ പ്രസരിപ്പുമുണ്ടായിരുന്നു. അഖിലയ്ക്ക് ആശ്വാസം തോന്നി. അവളും ചിരിക്കാൻ ശ്രമിച്ചു.

ഗണേഷിൽനിന്നും വിടുതൽ കിട്ടിക്കഴിഞ്ഞപ്പോൾ, സ്വയം ഒരു തൂവൽപോലെ ലാഘവത്വമനുഭവപ്പെട്ടു. ബാഗുമെടുത്ത് പുറപ്പെടും മുന്നെ അവൾക്കൊന്നു യാത്ര പറയണമെന്നു തോന്നി. ആരും അവളുടെ മുഖത്തേക്ക് നോക്കുകയോ, സംസാരിക്കാൻ തയാറാവുകയോ ചെയ്തില്ല. ഗണേഷ് വീട്ടിൽ നിന്നിറങ്ങിനടന്നുപോകുന്നതവൾ നോക്കിനിന്നു. അകന്നുപോകുന്ന ആ രൂപം അവളെ തെല്ലും സങ്കടപ്പെടുത്തിയില്ല.

ബസ്സ്റ്റാന്റിൽ അനിൽ കാത്തുനിൽപ്പുണ്ടായിരുന്നു. അയാൾ കൂടുതൽ സുന്ദരനായിരിക്കുന്നു. പക്ഷേ ആ മുഖം തനിക്കപരിചിതമാണ്. അഖില ചിരിച്ചപ്പോൾ അയാൾ തല താഴ്ത്തി.

“ഭാര്യ വന്നില്ലേ?”

“ഇല്ല. അഖില ഞാനിനി കുശാൽ നഗറിലേക്കില്ല. ചിലപ്പോൾ ഗൾഫിൽ പോയേക്കും.”

“നന്നായി” അഖില പറഞ്ഞു.

“നീ തനിച്ചായി അല്ലേ.”

“ആരും തനിച്ചല്ല. അല്ലെങ്കിൽ എല്ലാവരും തനിച്ചാണ്. ഒപ്പം ആരൊക്കെയോ ഉണ്ടെന്ന് കരുതുന്നത് തെറ്റാണ് അനിൽ.”

അവളുടെ മുഖത്ത് സങ്കടമോ നഷ്ടബോധമോ മറ്റ് വികാരങ്ങളോ ഇല്ലായിരുന്നു.

ക്വാർട്ടേഴ്സ് പൊടിപിടിച്ചു കിടന്നിരുന്നു. അയൽക്കാരിയായ ഒരു സ്ത്രീ താക്കോൽ കൊണ്ടുവന്നു.

“ചുണ്ടായി അഖില ചോദിച്ചു.”

“അവരെ കണ്ടിട്ടില്ല” ആ സ്ത്രീ ടിബറ്റൻ ഭാഷയിൽ ആംഗ്യം കാട്ടി.

ഇരുട്ട് നിറഞ്ഞ മുറിയിൽ അഖില നിശ്ചലം നിന്നു. വിച്ചുവിന്റെ ഗന്ധമുണ്ടായിരുന്നു. ചുണ്ടായിയും, വിച്ചുവും ആ മുറികളിൽ തമ്മിലടിച്ചും പിണങ്ങിയും ഇണങ്ങിയുമുണ്ട്. അങ്ങനെ അവൾ വിശ്വസിക്കാൻ ശ്രമിച്ചു.

ആരൊക്കെയോ വന്നുപോയി. ചെദനും അവളുടെ അമ്മയും സഹോദരിമാരും വന്നു. അവർ അവൾക്കുള്ള ഭക്ഷണം കൊണ്ടുവന്നിരുന്നു. പഞ്ചയുടെ ഒപ്പം സെൻജിനുമുണ്ടായിരുന്നു. പഞ്ച വല്ലാതെ ശോഷിച്ചിരിക്കുന്നു.

വിച്ചുവിന്റെ ചെറിയ ഫോട്ടോ മേശപ്പുറത്തുണ്ടായിരുന്നു. പഞ്ച അതിലേക്കുറ്റുനോക്കി. മരിച്ചുപോയ വിച്ചുവിനെ നോക്കുമ്പോൾ, ജീവിച്ചിരുന്ന വിച്ചുവിനെ നോക്കുമ്പോഴുണ്ടാകുന്ന വേവലാതി തനിക്കില്ലെന്ന് അഖിലയ്ക്ക് തോന്നി. ഇതുപോലെ അവനെ ആരെങ്കിലും നോക്കുമ്പോൾ, അവരുടെ കണ്ണുകളിൽനിന്നും, അവനെ ഒളിക്കാനുള്ള യത്നത്തിലായിരിക്കും മനസ്സ്. മാറോടടുക്കിപ്പിടിച്ച അമൂല്യമായതിന്റെ അഭാവത്തിൽ അവൾ വെന്തെരിഞ്ഞു.

“എപ്പോഴാണ് സ്കൂളിലേക്ക് വരുന്നത്?” ചെദൻ ചോദിച്ചു.

“ഒരാഴ്ച കഴിയട്ടെ.”

“നീ തനിച്ചിരുന്നു വല്ലതുമൊക്കെ ചിന്തിച്ചു സങ്കടപ്പെടും”

"ഇതുവരെ സങ്കടപ്പെട്ടതിൽ കൂടുതലായി ഇനിയെന്തുണ്ട്?"

എന്റെ സങ്കടങ്ങൾ എക്കാലവും ഏറ്റക്കുറച്ചിലുകളില്ലാതെ പോവുകയാണ്." അഖില മനോഹരമായി ചിരിച്ചു.

ചുണ്ടായിയെ കുശാൽ നഗറിൽ മറ്റാരും കണ്ടില്ലെന്നത് എല്ലാവർക്കും അത്ഭുതമായിരുന്നു. രണ്ടു ദിവസം അവർ വിച്ചുവിന്റെ കിടക്കയിൽ സങ്കടപ്പെട്ടു കിടന്നത് അയൽക്കാർ കണ്ടതാണ്. അവർ കൊണ്ടുവച്ച ഭക്ഷണമൊന്നും അവൾ കഴിച്ചിട്ടില്ല. പിന്നൊരു ദിവസം താക്കോൽ ആ സ്ത്രീയെ ഏൽപ്പിച്ച് ബാഗുമെടുത്ത് ഇറങ്ങിപ്പോയി. നടക്കാൻപോലും കഴിയാത്തവിധം അവർ അവശയായിരുന്നു. എവിടെ പോകുന്നെന്ന് ചോദിച്ചിട്ടും ഉത്തരം പറഞ്ഞില്ല.

ചുണ്ടായി തന്നെ വിട്ടുപൊയ്ക്കഴിഞ്ഞെന്ന് അഖിലയ്ക്ക് മനസിലായി. അല്ലെങ്കിലും അവർ തന്നെയല്ല, വിച്ചുവിനെയാണ് സ്നേഹിച്ചിരുന്നതെന്ന് അറിയാമായിരുന്നു. ഒരു യാത്രപറച്ചിൽപോലും താനർഹിക്കുന്നില്ലേ. അഖില സ്വയം ചോദിച്ചു.

"ശാശ്വതമായ ബന്ധങ്ങളൊന്നും തന്നെയില്ല. ജന്മങ്ങളും കർമങ്ങളും മാറുന്നതിനനുസരിച്ച് എല്ലാം മാറിമറിഞ്ഞു കൊണ്ടേയിരിക്കും."

അതു പറഞ്ഞയാളെ ഓർത്തപ്പോൾ അഖിലയ്ക്ക് താൻ തനിച്ചല്ലെന്ന് തോന്നി.

ഇരുപത്

അഖില ഉറങ്ങുകയായിരുന്നു. രാത്രികളിൽ അവൾ ഉറക്കമിളച്ചിരുന്നു. പകലുകളിൽ ഉറങ്ങി. സ്വപ്നത്തിലൂടെ അവൾ അണ്ടലൂർ ക്ഷേത്രത്തിലെത്തി. താഴെക്കാവിലെ കൽപ്പടവുകളിൽ അവൾ തല വേർപെട്ട ഒരു ബുദ്ധവിഗ്രഹം കണ്ടു. അഖില അതിന്റെ മൂർദ്ധാവിൽ തൊട്ടപ്പോൾ, അതൊന്നു ചേർന്നു ജീവനുള്ള പ്രതിമയായി. അതിന്റെ കണ്ണുകൾ തുറന്നപ്പോൾ ആകാശം പ്രതിഫലിച്ചു. ചുണ്ടുകളിൽ സൂര്യൻ എരിഞ്ഞു കത്തി. ഭൂമിയും ആകാശവും നക്ഷത്രങ്ങളും സമ്മേളിക്കുന്ന ഗഹനതയിലേക്കവൾ ആഴ്ന്നിറങ്ങി. ശരീരം വായുവിൽ ലയിച്ച്, ആത്മാവ് ഒഴുകിപ്പറന്ന് അവളില്ലാതെയായി.

"ടീച്ചർ" എന്ന ശബ്ദം ആകാശത്തിനപ്പുറത്തു നിന്നാണെന്നവൾക്ക് തോന്നി. പതിയെ തുറന്ന കണ്ണുകൾക്ക് മുന്നിൽ പാതിയിരുട്ടിൽ നിൽക്കുന്ന രൂപം തന്റെ സ്വപ്നത്തിൽ നിന്നിറങ്ങി വന്നതാണെന്ന വിശ്വാസത്തോടെ അവൾ നിശ്ചലയായി കിടന്നു.

"ടീച്ചർ" വീണ്ടും ഘനഗംഭീരമായ ആ ശബ്ദം. അഖില ചാടിയെഴുന്നേറ്റു.

"ഗുരു" അവൾ ഒരു തേങ്ങലോടെ വിളിച്ചു. അവിശ്വസനീയതയുടെ ആഴങ്ങളിൽനിന്നും മുക്തയാവാൻ പിന്നെയും വൈകി.

"ടീച്ചർ എല്ലാം നല്ലതിനാണെന്നു കരുതൂ. ജീവിതത്തിൽ നേരിടുന്നതെന്തും ഭഗവാന്റെ ഇഷ്ടങ്ങളാണെന്നു കരുതിയാൽ, ദുഃഖങ്ങൾ അവസാനിക്കുമെന്ന് ഞാൻ പറഞ്ഞതല്ലേ. വിച്ചു ഇങ്ങനെ എത്ര നാൾ. അസുഖങ്ങളും ബുദ്ധിശൂന്യതയും എല്ലാമെല്ലാം ആ കുഞ്ഞിന് തന്നെ ഭാരമായിരുന്നു. ഭഗവാൻ അതെല്ലാം ഏറ്റെടുത്തെന്ന് വിശ്വസിക്കൂ."

അഖില അതൊന്നും കേട്ടില്ല. അവൾ അദ്ദേഹത്തെ കൺനിറയെ

നോക്കിക്കാണുകയായിരുന്നു. ആ കണ്ണുകൾ, മുഖം, വാക്കുകൾ, സാമീപ്യം എല്ലാമൊരു ലഹരിയായി തന്നെ കീഴ്പ്പെടുത്തുകയാണെന്ന വൾക്ക് തോന്നി. ഇപ്പോൾ വിച്ചുവിനെക്കുറിച്ചോ, അശരണമായ തന്റെ ജീവിതത്തെക്കുറിച്ചോ ചിന്തിക്കാൻ തനിക്ക് കഴിയുന്നില്ലെന്നവൾ അത്ഭുതപ്പെട്ടു.

ഗുഅ തന്റെ വീട്ടിലേക്ക് വന്നിരിക്കുകയാണ്. താൻ മാംസപിണ്ഡമാകും വരെ അദ്ദേഹം കാത്തുനിന്നില്ലല്ലോ. ഒരു തേനരുവിയുടെ പ്രവാഹം തന്നിലുണ്ടെന്നവളറിഞ്ഞു. ഒരു പ്ലാസ്റ്റിക്കസേര അവൾ പൊടിതുടച്ചുകൊണ്ടു വന്നു. നേർത്ത ചിരി മായാതെ ഗുഅ അതിലിരുന്നു.

"കുടിക്കാൻ ഞാനെന്തു തരണം" അവൾ ചെറിയ കുട്ടിയെപ്പോലെ ഉത്സുകയായിരുന്നു.

"ഒന്നും വേണ്ട. ഇട നേരങ്ങളിൽ ഞാനൊന്നും കഴിക്കാറില്ല. ചെദൻ പറഞ്ഞു, സ്കൂളിൽ ലീവ് നീട്ടിയിരിക്കുകയാണെന്ന്. കുട്ടികൾ നമ്മുടെ വേദനകൾ ലഘൂകരിക്കും. അവർ ദൈവത്തിന്റെ പൂന്തോട്ടത്തിലെ പൂക്കളാണ്. ടീച്ചർ ലീവ് ക്യാൻസൽ ചെയ്തു, സ്കൂളിൽ പോകണം. സങ്കടങ്ങൾ ഒത്തുചേർന്നു വിഴുങ്ങാൻ ശ്രമിച്ചിട്ടും പിടിച്ചുനിന്നില്ലേ."

അഖില ഗുഅയെ തന്നെ കണ്ണിമയ്ക്കാതെ കാണുകയായിരുന്നു.

"ചെദൻ എല്ലാം പറഞ്ഞു. ഗണേഷുമായി ഡിവോഴ്സായതും, അനിലിന്റെ മാര്യേജ് കഴിഞ്ഞതുമെല്ലാം. ടീച്ചർ ചെറുപ്പമാണ്. നന്മകൾ വിതയ്ക്കാൻ സമയമുണ്ട്. കൊയ്തെടുക്കാനും നല്ല ജീവിതം കാത്തുകിടക്കുകയാണ്."

"ഞാനിത് വിശ്വസിക്കാം. ഗുഅ ഇങ്ങനെ എനിക്കൊപ്പമുണ്ടെങ്കിൽ."

അവളുടെ നോട്ടത്തെ എതിരിടാനാവാതെ ഗുഅ തല താഴ്ത്തി. ആ കണ്ണുകളുടെ ആഴങ്ങളിലേക്ക് താനൊരു പുകപോൽ വലിച്ചെടുത്തേക്കുമോ എന്നയാൾ ആശങ്കപ്പെട്ടു.

"ഞാൻ, ഒരു സന്യാസി മാത്രമാണ് ടീച്ചർ. ഞാനെങ്ങനെ എന്നും നിങ്ങളോടൊപ്പം."

"ഇങ്ങനെ" ആവേശത്തോടെ അവൾ പറഞ്ഞു. "ഇങ്ങനെ മതി. വല്ലപ്പോഴും ഒന്നു സംസാരിക്കാൻ, കണ്ണുകളിലേക്ക് നോക്കാൻ, ചിരിക്കുന്ന ഈ മുഖം കാണാൻ അനുവദിച്ചാൽമാത്രം മതി. മറ്റൊന്നും എനിക്ക് വേണ്ട ഗുഅ."

ഗുഅയുടെ മുഖം വാടിപ്പോയി.

"ടീച്ചർ ഞാൻ യാത്രപറയാൻ വന്നതാണ്. നേപ്പാളിലെ ആശ്രമത്തിലാണ് ഇനി എന്റെ ഡ്യൂട്ടി. അവിടെ മൊണാസ്ട്രിയിൽ ഞാൻ ടീച്ചറായി ചാർജെടുക്കുകയാണ്. ബുദ്ധമത പ്രചാരകനാണ് ഞാൻ. ലോകത്തിന് വെളിച്ചം കാട്ടാൻ ഞാനും നിയുക്തനാക്കപ്പെട്ടു കഴിഞ്ഞു."

അഖിലയുടെ മുഖത്തെ വെളിച്ചമസ്തമിച്ചത് ഗുഅ വ്യക്തമായും കണ്ടു. നിസ്സഹായനായി അദ്ദേഹം എഴുന്നേറ്റു. അഖില ഒന്നും മിണ്ടിയില്ല.

"എപ്പോഴും സന്തോഷമായിരിക്കാൻ ശ്രമിക്കണം. മനുഷ്യജന്മം ധന്യവും ദിവ്യവുമാണ്. നന്മകൾകൊണ്ടതിനെ പ്രഫുല്ലമാക്കണം. സന്തോഷംനിറഞ്ഞ മനസിലേ വെളിച്ചമുണ്ടാകൂ. ആ വെളിച്ചമാകണം ലോകത്തിന് വഴികാട്ടിയാവേണ്ടത്."

ഗുഅയുടെ മുഖത്തപ്പോൾ പ്രകാശമില്ലായിരുന്നു. കണ്ണുകളിൽ വിട പറച്ചിലിന്റെ സങ്കടം അവൾ വ്യക്തമായും കണ്ടു.

"എന്നെ പിരിയാൻ അങ്ങേക്ക് സങ്കടമില്ലേ" പ്രാണവേദനയോടെ അവൾ ചോദിച്ചു.

"വികാരങ്ങൾക്ക് ഭരിക്കാനുള്ള അവകാശം കൊടുക്കുന്നയാളെങ്ങനെ സന്യാസിയാവും ടീച്ചർ."

"ഒരു സന്യാസി മനുഷ്യനല്ലേ. നിർവികാരനാകാൻ കഴിയുന്നവനിൽ സ്നേഹവും ദയയും സഹതാപവും എങ്ങനെ വസിക്കും." അവൾ കുപിതയായി. "ഗുഅ എനിക്കറിയാം എന്നെ പിരിഞ്ഞുപോകാനാണങ്ങ് ഇങ്ങനൊരു യാത്രയ്ക്ക് തയാറായത്. മുജ്ജന്മമെന്നൊക്കെ അങ്ങ് വെറുതെ പറയുകയാണ്. മുട്ടൻ നുണകൾകൊണ്ട് അങ്ങ് ആരെയാണ് ജയിക്കുന്നത്. ആർക്ക് വേണ്ടിയാണീ വേഷം കെട്ടൽ. എനിക്കറിയാം എന്നെ ഇഷ്ടമാണെന്ന്, സ്നേഹമാണെന്ന്. ഗുഅ ഭയക്കുന്നത് എന്നെയല്ല. സ്വയം പേടിക്കുകയാണ്. ഈ ഒളിച്ചോട്ടത്തിന് അതാണർഥം."

ഗുഅ പ്രതിമ പോലെ സ്തബ്ധനായി നിന്നു. അവളുടെ കണ്ണുകൾ പുകഞ്ഞു കത്തി. പൊയ്ക്കോളൂ. ഒരിക്കലും അങ്ങയെ ഓർക്കാനോ വേദനിക്കാനോ ഈശ്വരൻ ഇട വരുത്താതിരിക്കട്ടെ."

കത്തുന്ന തീക്കൊള്ളിപോലെ അഖില നിന്നു. പിൻതിരിഞ്ഞു നടക്കുമ്പോൾ ആ തീച്ചൂടിൽ ഗുഅയുടെ പാദംമുതൽ തലവരെ വെന്തുരുകി.

സോങ്ചുപ്പ കിടപ്പിലായിക്കഴിഞ്ഞിരുന്നു. സ്കൂളില്ലാത്ത നേരങ്ങളിൽ അഖില സദനത്തിൽ വരും. അവൾ വരുന്നത് പഞ്ചയ്ക്ക് സഹായമാണ്. പഞ്ചയുടെ ജോലികൾ സന്തോഷത്തോടെ അവൾ ഏറ്റെടുക്കും. മുറികൾ വൃത്തിയാക്കുകയും വസ്ത്രങ്ങൾ കഴുകുകയും കുളിപ്പിക്കാനും ഭക്ഷണംകൊടുക്കാനുമൊക്കെ സഹായിക്കും.

ചെദനും സമയം കിട്ടുമ്പോൾ അവർക്കൊപ്പം ചേരും.

"നിനക്കൊരു കല്യാണം വേണ്ടേ ചെദൻ." പഞ്ച അവളെ കളിയാക്കും.

ടിബറ്റൻ പെൺകുട്ടികൾക്ക് കല്യാണം എന്നത് സുന്ദരമായ ഒരു സ്വപ്നമാണ്. അഴിയിട്ട ചെറിയ ആഗ്രഹങ്ങളുടെ കൂട്ടിനുള്ളിലേക്ക് തലയെടുപ്പോടെ സംരക്ഷിക്കാൻ ഒരിണക്കൂട്ട്. കാലക്രമേണ വന്നുചേരുന്ന കുഞ്ഞനക്കങ്ങളുടെ ആഹ്ലാദത്തുടിപ്പുകൾ. അതിലുമേറെയൊന്നും അവർക്ക് പ്രതീക്ഷിക്കാനില്ല.

"ഖദ" എന്ന വസ്ത്രമാണ് താലിക്ക് പകരം വരൻ വധുവിനെ അണിയിക്കുന്നത്. സാമ്പത്തികനിലയനുസരിച്ച് ദിവസങ്ങളോളം അവരുടെ

വിവാഹാഘോഷങ്ങൾ നീണ്ടു നിൽക്കുന്നു. പൂക്കളിറുത്ത് മാല കെട്ടുന്നതൊന്നും ബുദ്ധമതവിശ്വാസികളായ ടിബറ്റൻസിനിഷ്ടമല്ല. പൂക്കൾക്കും ജീവനുണ്ട്. പറിച്ചെടുത്താൽ പെട്ടെന്ന് വാടിക്കരിഞ്ഞുപോകുന്നു. നൈമിഷികമായ സന്തോഷങ്ങൾക്കുവേണ്ടി ചെറിയ ഹിംസ പോലുമരുത്.

വിഭവസമൃദ്ധമായ സദ്യതന്നെ വിവാഹപ്പന്തലിൽ വിളമ്പുന്നു. നെയ്യിൽ വഴറ്റിയെടുത്ത ചോറും പച്ചക്കറികളും മാംസങ്ങളുമൊക്കെയാണ് പ്രധാനവിഭവങ്ങൾ. പുതുമയ്ക്ക് പിറകെ ഓടുന്നവരിൽ ചിലരൊക്കെ ബിരിയാണിയും ഫ്രൈഡ്റൈസുമൊക്കെ വിവാഹസദ്യയാക്കി മാറ്റിയിട്ടുണ്ട്.

"ഇതിനൊന്നും നിനക്കാഗ്രഹമില്ലേ ചെദൻ." അഖില ചോദിച്ചു.

ചെദൻ ഇരുകൈകളും കൂപ്പി.

"എന്റെ പ്രിയപ്പെട്ട കൂട്ടുകാരികളുടെ വൈവാഹികജീവിതം, എന്നിൽ അവശേഷിപ്പിച്ച ആഗ്രഹങ്ങളെപ്പോലും തുരത്തിയിരിക്കുന്നു." അവളുടെ മുഖം ഗൗരവപ്പെട്ടു. "ശപിക്കപ്പെട്ട ജന്മങ്ങളാണ് നമ്മുടേത്. വ്യാമോഹങ്ങൾ പാടില്ല. ആഗ്രഹങ്ങൾ പോലുമില്ലാതെ ജീവിക്കാനിഷ്ടപ്പെടുന്നവളാണ് ഞാൻ."

അഖിലയും പഞ്ചയും ചിരിക്കും. അവരുടെ ചിരിക്കും സന്തോഷത്തിനും കീഴെ വേദനിപ്പിക്കുന്ന മുള്ളുകൾ കാണാൻ ചെദന് വിഷമമുണ്ടായിരുന്നു.

സോങ്ചുപ്പായെ ശുശ്രൂഷിക്കുമ്പോഴൊക്കെ അഖിലയ്ക്ക് സായൂജ്യം തോന്നാറുണ്ട്. ഏതോ വഴിയിൽ തനിക്ക് നഷ്ടപ്പെട്ട, പ്രിയപ്പെട്ട ഒരാളാണ് തന്നെ ആശ്രയിച്ചുകിടക്കുന്നതെന്ന് അവൾക്ക് അനുഭവമാകാറുണ്ട്. അവൾ ഭക്ഷണവും മരുന്നും കൊടുക്കുമ്പോഴും, ദേഹം ചൂടുവെള്ളമുപയോഗിച്ച് തുടച്ചെടുക്കുമ്പോഴുമൊക്കെ സോങ്ചു അവളെ കൺനിറയെ നോക്കിക്കൊണ്ടിരിക്കും. ചിലപ്പോൾ അബോധാവസ്ഥയിൽ ടോങ്ക എന്നു വിളിച്ച് അവൾക്ക് നേരെ കൈനീട്ടും.

അന്ന് രാത്രി അഖില ക്വാർട്ടേർഴ്സിലേക്ക് പോയില്ല. ചില രാത്രികളിൽ അവർ പോകാൻ മടിക്കും. ഇരുട്ടിലൂടെ ചുണ്ടായിയും വിച്ചുവും ഓടിവന്നവളെ കരയിക്കും. അകന്നുപോയ ഗുഅ ഉറക്കത്തിലും തൊട്ടുണർത്തും. ഗണേഷും അമ്മയും വന്നു ഭയപ്പെടുത്തും. "പോകണ്ട–ഇവിടെ കിടന്നോളൂ." പഞ്ചക്കും സന്തോഷമാകും.

സോങ്ചുപ്പായുടെ കട്ടിൽക്കീഴെ ഒരു കോസടി വിരിച്ചാണവൾ കിടന്നത്. സ്വപ്നത്തിൽ അവൾ ഒരു യാക്കിന്റെ പതുപതുപ്പുള്ള പുറത്ത് പറ്റിപ്പിടിച്ചു കിടക്കുകയായിരുന്നു. അതിന്റെ ശ്വാസഗതിക്കനുസരിച്ച്, ഒരു യലാട്ടത്തിന്റെ രസമനുഭവപ്പെട്ടു. അതിന്റെ ശരീരത്തിന്റെ ചൂടും സ്നേഹത്തിന്റെ കരുതലറിഞ്ഞു. എപ്പോഴോ കരുത്തുറ്റ, ചോരപുരണ്ട കൈകൾ അഖിലയെ വലിച്ചെടുത്തു. പിന്നീടവൾ ആകാശത്തേക്കു പറന്നു. കീഴെ കണ്ട കടലിനപ്പുറം, കരയ്ക്കിപ്പുറമായി തെങ്ങോലകൾ പാറുന്ന ഒരു

തുരുത്ത്. അഖില അവിടെ ചെന്നുവീണു. അവൾക്കടുത്തായി കഴുത്തറ്റുപോയ ഒരു ബുദ്ധ പ്രതിമയുണ്ടായിരുന്നു. അഖില കണ്ണു തുറന്നപ്പോൾ സോങ്ചുപ്പ അസ്വസ്ഥനായി. ശ്വാസംവലിക്കുന്നതു കണ്ടു.

അഖില പഞ്ചയെ ഉണർത്തി.

"ടോങ്ക- യൂഹാ"- സോങ്ചു പിറുപിറുക്കുകയും കരയുകയും ചിരിക്കുകയും ചെയ്തു.

"സോങ്ചുപ്പാ" അഖില ആ മുഖത്ത് തലോടി. അവളുടെ കണ്ണീർ ചുളിവുകൾ വീണ ആ മുഖത്തേക്കിറ്റുവീണു.

"ടിബറ്റ്-പോകാം- കുഷ റെഡിയായി" അദ്ദേഹം മന്ത്രിച്ചു. ജീവസ്സോടെ, സ്നേഹനയനങ്ങളോടെ ഒരു യാക്ക് ആ കട്ടിലിനരികെ തയാറായി നിൽക്കയാണ്, വർഷങ്ങൾക്ക് മുന്നേ യാതനാപൂർണമായ യാത്ര പുറപ്പെട്ടയാളുടെ തിരിച്ചുപോക്കിനായി. മഞ്ഞുരാജ്യത്തേക്കുള്ള മടക്കയാത്രക്കായി. അഖില ഒന്നുരണ്ടു വട്ടം കണ്ണടച്ച് തുറന്നു നോക്കിയപ്പോൾ മാത്രമാണ് ആ കാഴ്ച തന്റെ തോന്നലാണെന്ന് മനസിലായത്.

"ടോങ്ക —വരൂ" സോങ്ചുപ്പാ കൈ നീട്ടി. അഖില ആ കൈകൾ മുറുകെപ്പിടിച്ചു. ആ കൈകളുടെ ജീവൻ തന്നിലേക്ക് ഊർജമായി പടരുന്നത് അഖില വ്യക്തമായും അറിഞ്ഞു.

അവൾ കുനിഞ്ഞ് നിർജീവമായ ആ നെറ്റിയിൽ പതിയെ ചുണ്ടമർത്തി.

സോങ്ചുപ്പായുടെ മരണത്തോടെ സദനത്തിൽ പോകാൻ അഖില മടിച്ചു. ആ സാന്നിധ്യമായിരുന്നു വൃദ്ധസദനത്തിലേക്കുള്ള ആകർഷണമെന്നവൾ ഇപ്പോഴറിഞ്ഞു.

സ്കൂൾ വിട്ടാൽ ക്വാർട്ടേഴ്സിൽ അവൾ വെറുതെ കിടന്നു. ചെദൻ ചിലപ്പോഴൊക്കെ അവളോടൊത്തു വരും.

"ഒരു മോഹവും പ്രതീക്ഷയുമില്ലാതെ ജീവിക്കുന്നതും സുഖമാണ് അല്ലേ ചെദൻ" ചെദൻ സങ്കടപ്പെടും.

അഖില ഹൃദയത്തെ തുറന്നുവച്ചു. എന്നിട്ടും കയറിയിറങ്ങാനും ശല്യപ്പെടുത്താനും ഒന്നുമില്ലായിരുന്നു. പകലുകൾക്ക് പ്രകാശമോ രാത്രികൾക്ക് ഇരുട്ടോ ഇല്ലായിരുന്നു. അല്ലെങ്കിൽ രാത്രികളും പകലുകളും ഒന്നുപോലെ അന്ധകാരത്തിൽ, അല്ലെങ്കിൽ സൂര്യൻ എല്ലാ നേരങ്ങളിലും ജ്വലിച്ചുയർന്നുകിടന്നു.

www.ingramcontent.com/pod-product-compliance
Lightning Source LLC
LaVergne TN
LVHW100836051026
849519LV00006B/2323